அதிதி

வரத. இராஜமாணிக்கம்

பாரதி புத்தகாலயம்

Adhidhi (in Tamil)

V. Rajamanickam

First Published: October, 2021 | Second Print: July, 2022

Published by

BHARATHI PUTHAKALAYAM

7, Elango Salai, Teynampet, Chennai - 600 018

Email: bharathiputhakalayam@gmail.com / www.thamizhbooks.com

அதிதி

வரத. ராஜமாணிக்கம்

முதல் பதிப்பு: அக்டோபர், 2021| இரண்டாவது அச்சு: ஜூலை, 2022

வெளியீடு:

பாரதி புத்தகாலயம்

7, இளங்கோ சாலை, தேனாம்பேட்டை, சென்னை - 600 018

தொலைபேசி : 044-24332424, 24330024 | விற்பனை: 24332924

விற்பனை நிலையங்கள்

அருப்புக்கோட்டை: கதவுஎண் 49 A/4 மெயின் ரோடு, தெற்கு தெரு - 9994173551

ஈரோடு: 39: 39 ஸ்டேட் பாங்க் சாலை - 9245448353

கரூர்: நாரத கானசபா அருகில் (TNGEA OFFICE)- 9442706676

காரைக்குடி : 12, 2 வது தெரு, கம்பன் மணிமண்டபம் பின்புறம் - 9443406150

கும்பகோணம்: 352, ரயில் நிலையம் எதிரில் - 9443995061

கோவை: 77, மசக்காளிபாளையம் ரோடு, பீளமேடு - 8903707294

சிதம்பரம்: 22A / 18B தேரடி கடைத் தெரு, கீழவீதி அருகில் - 9994399347

செங்கல்பட்டு: 1 D ஜி.எஸ்.டி சாலை - 044 27426964

சேலம்: 15, வித்யாலயா சாலை சாலை | பாலம் 35, அத்வைத ஆஸ்ரமம் சாலை 0427 2335952

தஞ்சாவூர்: காந்திஜி வணிக வளாகம் காந்திஜி சாலை - 9655542400

திண்டுக்கல்: பேருந்து நிலையம் - 9942331105 99760[illegible]

திருச்சி: [illegible] இல்லம், கரூர் புறவழிச்சாலை - 9994289492

திருநெல்வேலி: 25A, ராஜேந்திரநகர் - 9442149981

திருப்பூர்: 447, அவினாசி சாலை - 9486105018

திருவண்ணாமலை: முத்தம்மாள் நகர்

திருவல்லிக்கேணி: 48, தேரடி தெரு - 9444428358

திருவாரூர்: 35, நேதாஜி சாலை - 9442540543

நாகர்கோவில்: 699 கே.பி.ரோடு R.V.புரம் - 9443450111

நெய்வேலி: பேருந்து நிலையம் அருகில், - 9443659147

பழனி: பேருந்து நிலையம் அருகில் - 9442883696

பாண்டிச்சேரி : கிழக்கு கடற்கரைச்சாலை, இலாசுப்பேட்டை, 9486102777

பெரம்பூர்: 52, கூக்ஸ் ரோடு - 9444373716

மதுரை: 37A, பெரியார் பேருந்து நிலையம் - 045 22324674 & சர்வோதயா மெயின்ரோடு

வடபழனி: பேருந்து நிலையம் எதிரில் அடையார் ஆனந்தபவன் மாடியில் - 9444476967

விருதுநகர்: 131, கச்சேரி சாலை - 0456 2245300

வேலூர்: பேஸ் III, சத்துவாச்சாரி - 9442553893

நினைத்த நூல்கள்... நினைத்த நேரத்தில்... BharathiTV | www.bookday.in

thamizhbooks.com | 8778073949

ரூ.190/-

அச்சு : பிரிண்டெக், சென்னை - 600 005.

அணிந்துரை

தோழர் வரத.ராஜமாணிக்கத்தின் முதல் நாவலான 'அதிதி', சிலுசிலுவெனக் கடக்கும் காற்றைப்போல நம் மனங்களைத் தழுவிச் செல்லும் கதையோட்டத்துடன், எளிய, நேரடியான மொழியில் எழுதப்பட்டுள்ளது. தன் வாழ்விணையரின் நடத்தையால் மனம் வெறுத்து வீட்டைவிட்டு வெளியேறும் அப்பாவியான கோவிந்து, மாசு மருவற்ற, உத்தரவாதமான ஓர் அன்பைத்தேடிப் பயணிக்கிறான். அன்னையைத் தவிர வேறு யாரிடம் அந்த அன்பு கிடைக்கும்? தன் அப்பாவின் மரணத்துக்குப் பிறகு அப்பாயியின் அபாண்டமான குற்றச்சாட்டுக்களைத் தாள முடியாமல் காணாமல் போய்விட்ட தன் தாயைத் தேடி ஊர் ஊராக அலைகிறான். அப்பயணத்தில் பழனிக்கு வந்து சேர்கிறான்.

பழனியில் பாலியல் தொழிலின் அரசியாகத் திகழும் பசுபதி என்கிற பெண்ணிடம் சரணடைகிறான். பசுபதிக்கு அவன் மீது மிகுந்த பரிவு ஏற்படுகிறது. பெத்தவளாலும் கட்டிக்கொண்டவளாலும் கைவிடப்பட்ட அவனைத் தன் புள்ளைபோல உணர்கிறாள். வயிற்றுப் பசி தீர்க்கும் அந்தப் பெண்மணி அவனுக்கு, அவன் தேடலுக்கு உறுதுணையாக இருக்கிறாள். அவளிடம் தொழிலுக்காகச் சேர்ந்திருக்கும் பெண்களைத் தன் சொந்த மகள்களைப் போலப் பாவிக்கிறாள். யாராவது அப்பெண்களைத் திருமணம் செய்துகொண்டு குடும்பம் நடத்தத் தயாராக இருந்தால் எல்லா உதவிகளும் செய்து மணமுடித்து அனுப்பி வைக்கிறாள். அந்த ஆண்களைத் தன் மருமகன் என்றே அழைக்கிறாள். அப்படிப்பட்ட மருமகன்களில் ஒருவரான ஜட்கா வண்டி ஓட்டும் சுப்புவின் குதிரைவண்டியில் ஒரு கையாள் போலச் சேர்ந்துகொள்ளும் கோவிந்துவின் தேடலே நாவல்.

பழனி நகரின் ஓர் அரசியல் தலைவரான ராஜமாணிக்கம், ஒரு போராட்ட வரலாற்றை நாவலாக எழுதாமல் ஒரு வாழ்வியல் நாவலைப் படைத்திருப்பது குறிப்பிடத்தக்கது. அன்பு, காதல், காமம், பரிவு, துரோகம் போன்றவையெல்லாம் இவர்கள் எழுத்தில் வராது என்போர் முகத்திலறையும் ஓர் நாவலைத் தந்துவிட்டார்.

பசுபதி வீட்டில் இருக்கும் ராசாத்தி, பானுமதி, மைசூரிலிருந்து வழி தப்பி வந்த நேத்ரா போன்ற இளம் பெண்கள் காட்டும்

அன்பில் குழம்பி நிற்கும் கோவிந்து தன் தாயைத் தேடித்தான் இங்கு வந்தோமா என்பதே மறந்து போகிறது. மைசூர்ப் பெண்ணான நேத்திராவதி கோவிந்துவை மனதில் வைத்துப் பூஜிக்கிறாள். பசுபதி அக்கா நினைத்தால் தன்னை அவனுக்கு மணமுடித்துக் கொடுக்கலாமே என்று நாளும் ஏங்குகிறாள். மீனாவை ஜட்கா வண்டிக்காரர் சுப்புவுக்கு மணம் முடித்துக் கொடுக்கவில்லையா? நேத்ராவின் படபடக்கும் மனசும் அவள் காதலும் அதே படபடப்புடன் சொல்லப்பட்டுள்ளது.

ஆனால், ஊரைவிட்டு, வீட்டை விட்டு, தன் மனைவி சசியைவிட்டு விலகைத் தூர நிலப்பரப்பில் அலையும் கோவிந்துவின் மனமோ நேத்ராவின் மனம் அறிந்தாலும் அதில் ஈடுபாடு கொள்ளவில்லை. தன் மனைவி சசிக்குக் குழந்தை பெற்றுக்கொள்வதில் உடல் ரீதியான சாத்தியம் இல்லை என்று மருத்துவ அறிக்கைகள் சொன்ன பிறகு அவளைத் தீண்டாமல் தான் ஒதுக்கியதுபோல நடந்து கொண்டதுதான் அவளுடைய மீறலுக்குக் காரணம் என எண்ணிக் குற்ற உணர்வு கொள்கிறான்.தூரமும் இடைவெளியும் ஒன்றைத் துல்லியமாகப் பார்ப்பதற்கும் முழுமையாகப் பார்ப்பதற்கும் சுயவிமர்சனத்துக்கும் வழி வகுக்கும் என்பது இயற்கை. தான் சசிக்குச் செய்யத் தவறியவை பற்றிய நினைவுத் தொகுப்புகளுக்குள் கோவிந்து பயணிக்கிறான். ஜட்கா வண்டிக்காரர் சுப்புவின் குதிரையான லட்சுமியின்மீது சுப்புவைப் போலவே பரிவு கொள்கிறான். ஜட்கா வண்டிக்காரர்கள் போராட்டத்திலும் பங்கேற்கிறான். தொழிற்சங்கம், செங்கொடி இயக்கம் போன்றவற்றோடு அறிமுகம் கொள்கிறான். வியப்படைகிறான். இப்படியும் துணிச்சலான மனிதர்கள் இருக்க முடியுமா? ஆனால், கதையோட்டத்தின் பகுதியாகவே இப்போராட்டமும் கல்வியும் வருகிறது. வலிந்து அரசியல் பேசப்படாதது ஆறுதலளிக்கிறது. கதையின் காலத்தை "மாட்டுக்கார வேலன்" படம் ரிலீசான காலம் என்று கதையில் ஒரு குறிப்பின் மூலம் உணர்த்தப்படுகிறது. ஜனவரி 1970இல் அப்படம் வெளியானது. ஆகவே நாவல் 70 களின் முற்பகுதியில் நிகழ்வதாக அமைகிறது.

ஜட்கா வண்டிக்காரர்களின் ரயிலடி வாழ்க்கை இந்நாவலில் முக்கியமான இடத்தைப் பிடிக்கிறது.

அங்கே ஊரில் தனித்திருக்கப் பிடிக்காமல் தன் தாய்வீடு போய்ச் சேரும் சசி குற்ற உணர்வில் மனம் கலங்கி நாட்களைக் கடத்துகிறாள். அம்மா வீட்டின் கொல்லைப்புறத்தில் தனக்குத் தானே பேசிக்கொண்டும், வீட்டைவிட்டு வெளியே தலைகாட்டாமலும்

பித்த மனநிலைக்குப் பக்கமாகச் சென்று கொண்டிருக்கிறாள். சசியின் அப்பா சுந்தரமும் அவருடைய நெருங்கிய நண்பரான கறிக்கடை ரஹீம் பாயும் கோவிந்துவைத் தேடிப் பயணிக்கிறார்கள். சுந்தரத்தின் மனநிலை மருமகன் கிடைப்பானோ மாட்டானோ என்கிற பதட்டத்திலேயே இருக்க, ரஹீம் பாய் நிதானமாகத் தேடுதல் பணியைச் செய்ய, என இருவரின் இருவேறுபட்ட மனநிலைகள் நாவலில் நுட்பமாகப் பதிவாகியுள்ளன.

பயணங்களின் நாவல் இது என்று சொல்லுமளவுக்குப் பலரும் தங்கள் வாழ்விடம் துறந்து தப்பிப் பயணிக்கிறவர்களாக வருகிறார்கள். கோவிந்துவின் அம்மா முதலில், அப்புறம் கோவிந்து, அந்தப் பாவப்பட்ட பெண் நேத்திராவதி, முத்தனின் மனைவி சரசு, கோவிந்துவின் மனைவி சசி என நீள்கிறது பட்டியல். கடைசியில் பார்த்தால் பசுபதியும் கூட அப்படித் தப்பி ஓடிவந்து ரயிலில் செட்டிநாட்டுக்காரரான நாகப்பனால் காப்பாற்றப்பட்டு பழனி வந்தவள்தான். நிறையப் பெண்கள் தப்பி ஓடுவதாக நாவலில் வருவது கவனத்தை ஈர்க்கிறது. பிரச்னைகளைச் சமாளிக்கத் தெம்பில்லாமல் ஆண்கள்தாம் சாமியாராக ஓடிப்போவது வழக்கம். இந்நாவல், பெண்கள் அப்படி வெளியேறினால் என்னாகும் என்னவெல்லாம் ஆகும் என்பதைப் பேசுவதாக அமைந்துள்ளது இந்நாவலின் சிறப்பு எனலாம்.

பசுபதியிடம் உள்ள பெண்கள் ஒவ்வொருவருக்கும் ஒரு கதை இருக்கிறது. பசுபதியின் முழுக்கதையும் சொல்லப்படவில்லை. அவற்றையெல்லாம் விரித்து எழுதியிருந்தால் பெருங்காவியமாக வந்திருக்கும். அவை சுருக்கக் குறிப்புகளாக நின்று விடுகின்றன. கோவிந்து மட்டுமல்ல, நாவலில் வரும் பல கதாபாத்திரங்களுமே அதிதிகளாகத்தான் தென்படுகிறார்கள். ஒருவகையில் நாம் எல்லோருமே இப்பூமிக்கு வந்த அதிதிகள்தாமே.

அவருடைய முதல் நாவல் இது என்று சொல்லமுடியாதபடிக்கு விறுவிறுப்பான நடையிலும் எளிய நேரடியான மொழியிலும் கதை சொல்லப்பட்டுள்ளது. ஏற்கெனவே நல்ல சிறுகதையாளராக அறியப்பட்டுள்ள தோழர் வரத.ராஜமாணிக்கம் இனி நல்ல நாவலாசிரியராகவும் பயணத்தைத் தொடர்வார் என நம்புகிறேன். வாழ்த்துகிறேன்.

2021-07-24 தோழமையுடன்,
சிவகாசி ச.தமிழ்ச்செல்வன்

எழுதியவனின் உரை

ஒரு முறை செம்மலருக்கு அனுப்பிய சிறுகதையை, மறைந்த தோழர் மேலாண்மை பொன்னுச்சாமி, அதை நாவலாக எழுதுமாறு திருப்பி விட்டார். நாவலா...! எனக்கு திகைப்பாக இருந்தது. நாவல் எழுதுவதற்கு பதிலாக, சிறுகதைகளை மேலும் சுருக்கி, ஒரு நிமிடக் கதைகளாக வண்ணக்கதிரில் தொடர்ந்து எழுதிக் கொண்டிருந்தேன். ஒரு தேநீர் பொழுதில் என்னைக் கடந்து சென்ற தோழர் S.A.பெருமாள், "ஒரு நிமிசக் கதையெல்லாம் நிக்காது, நாவல் எழுதப் பாரு" என்று சொல்லிச் சென்றது அசரிரீ போல அடிக்கடி எனக்குள் ஒலித்துக்கொண்டே இருந்தது. ஊரடங்கு காலத்தில் அதிதி நாவலை எழுதத் துணிந்தேன். முடிக்க முடியவில்லை. இதற்கிடையே புத்தக வெளியீட்டு விழாவுக்காக வந்த த.மு.எ.க.ச.வின் மாநில மதிப்புறு தலைவர் தோழர் ச.தமிழ்ச்செல்வனிடம் இது குறித்துப் பேசினேன், "அடுத்து நான் பழனிக்கு வருவது உங்க நாவலின் வெளியீட்டு விழாவுக்காகத் தான் இருக்க வேண்டும்" என உற்சாகத்துடன் கை கொடுத்தார். நாவல் நிறைவடைந்த உடன், முதலில் அவரிடம் தான் சொன்னேன். நாவலின் கைப்பிரதியையும் அனுப்பி வைத்தேன். படித்து விட்டு, ஒரு நாள் இரவு நாவல் குறித்து வெகுவாக சிலாகித்தார். அவருக்குள்ள பெரும்பணிகளுக்கு மத்தியில் உள்ளார்ந்த புரிதலுடன் அணிந்துரையும் எழுதிக் கொடுத்துள்ளார். அதுவே இந்நாவலைப்பற்றி நான் சொல்லப் போதுமானது. பாரதி புத்தகாலயம் தோழர் நாகராஜனுடன் பேசி புத்தகம் வெளிவரவும் உதவி செய்துள்ளார். இது என்னுடைய முதல் நாவல். இதை எழுதுவதற்கு உந்து சக்தியாக இருந்த தோழர்களுக்கு மனமார்ந்த வணக்கங்களை தெரிவித்துக் கொள்கிறேன்.

பள்ளிச் சிறுவனாக இருந்த என்னை, முதன் முதலாக பொது நூலகத்திற்கு அனுப்பி வைத்த அம்மா தனலட்சுமிக்கும், பிற்பாடு, மணிக்கொடி எழுத்தாளர்களையும், ஜெயகாந்தனையும் எனக்கு அறிமுகப்படுத்திய அண்ணன் முருகானந்தத்திற்கும் இந்நாவலை சமர்ப்பிக்கிறேன்.

5,சிதம்பரம் சந்து,
பழனி – 601 624
கைபேசி: 9442641414

அன்புடன்,
வரத.இராஜமாணிக்கம்
varatharajamanickam@gmail.com

~ 1 ~

அவ்வளவு பெரிய திலகத்தை அவளது விசாலமான நெற்றி தாங்கியிருந்தது. எவர் ஒருவரையும், அவளது முகம் பார்க்கும் முன்னர் அந்த சிவப்பு பொட்டு முதலில் ஈர்ப்பதாக இருந்தது. பிறகு மீனையொத்த நீட்சியான கண்களும், கொஞ்சம் தட்டையான மூக்கின் இருபுறமும் அணிந்திருந்த வைர பேசரியும், தாம்பூலம் தரித்து சிவந்திருந்த உதடுகளும் கழுத்தை நிறைத்த சிவப்பு அட்டிகையும், அடுத்தடுத்து ஒன்றைத் தள்ளி மற்றொன்று என பார்வையை நிதானமாக இழுத்துச் சென்றது.

அவள் சிகப்பு நிற அகலக் கறையுடன் அவள் உடல்நிறமொத்த மாம்பழ நிறத்தினாலான பட்டுச் சேலையைக் கட்டியிருந்தாள். சிவப்பும், மஞ்சளும் கலந்து மங்களகரமாக காட்சியளித்தாள். காதோர நரையும், கண் இமைகளில் விழுந்த சுருக்கமும், இடுப்பில் இறங்கிய சதைமடிப்பும் தவிர அவள் இன்னமும் இளமையாகவே தோன்றினாள். அவள் பெயர் பசுபதி என்று ரயிலடியில் ஜட்கா வண்டிக்காரன் சொன்னது ஞாபகத்திற்கு வந்தது. அது பொருத்தமான பெயராக கோவிந்துக்கு தோன்றியது.

முதுகுப் பரப்பில் உலர்ந்த அடர்த்தியான முடி அவள் அப்பொழுதுதான் குளித்து முடித்திருந்ததைக் காட்டியது. "ஏய்... தம்பிக்கு காபித் தண்ணி கொண்டு வா.." என உள்ளே பார்த்து பசுபதி உத்தரவிட்டாள். அவள் அமர்ந்திருந்த திண்ணை, இளம் பச்சை நிறத்தில் வழவழப்புடன் இருந்தது. அதில் கையை வைத்து தடவிப் பார்க்கவேண்டும் போல அவனுக்குத் தோன்றியது. திண்ணையை ஒட்டிய வாசலில் ஒரு பக்கம் மூடி ஒரு பக்கம் திறந்திருந்த, பூக்கள் வேய்ந்த தேக்கங்கதவுகள் கூட தடவிப் பார்க்க அழைத்தது போல அழகாக இருந்தது.

கோவிந்து உட்கார்ந்திருந்த மர நாற்காலி லேசாய் அசைந்தாலும் "கிரீச்" என சூழலுக்கு பொருந்தாமல் கூச்சலிட்டது. அதனால் அவன் சிலையைப் போல அசைவின்றி அமர்ந்திருந்தான். நாள்பட்ட தாடியும் முடி உதிர்ந்த முன் தலையும், வயதுக்கு மீறி அவனைக் களைப்புற்றவனாக காட்டியது.

வீட்டு வாசலில் கண்மூடிப் படுத்திருந்த நாய் விருக்கென எழுந்து குரைத்ததும், அதிர்ந்து போனவனைப் பார்த்த பசுபதி கண்களில் கரிசனம் தெரிந்தது. "என்னப்பா..." எனக் கேட்டாள். கோவிந்து பதில் சொல்லவில்லை. அவளது முகமாயிருந்த சிவப்பு பொட்டிலிருந்து அவளை மீண்டும் அவதானிக்க ஆரம்பித்தான்.

உள்ளே இருந்து காபி தம்ளருடன் வந்த பெண், சேலையைத் தூக்கி இடுப்பில் சொருகியிருந்தாள். லேசாய் மயிர் அரும்பியிருந்த அவளது இடது காலில் கொலுசுக்கு பதிலாக கறுப்புக் கயிர் அழுக்கேறியிருந்தது. கோவிந்துக்கு அருகே காபியை வைத்துவிட்டு உள்ளே சென்று விட்டாள். அவளோடு சேர்ந்து சாவிக் கொத்தின் சத்தமும் உள்ளே போனது. இங்கே அவள் முக்கியமானவளாக இருப்பாள் போல.

கோவிந்துக்கு காபியைக் குடிக்க மனமில்லை. "தம்பி காபியைக் குடிங்க என்ன வெசயம்னு சொல்லுங்க" என்ற பசுபதியின் குரல் இவனைப் பேச வைக்கத் தூண்டுவதாக இருந்தது. சட்டைக் காலரை இடது கையால் இழுத்து மூடியும், தொண்டையைச் செருமியும் பேசி விடுவதற்கான முஸ்தீபுகளைச் செய்ய ஆரம்பித்தான். ஆனால் அவன் பேசவில்லை. அதற்கு முன்பாக காபியை குடித்து விடலாமா, என யோசித்தான்.

வைத்தியம் பார்க்கப் போகிறவன் வழி தவறி தன் வீட்டில் வந்து உட்கார்ந்து கொண்டானோ என பசுபதியும் அவனைப் பற்றி யோசிக்க ஆரம்பித்தாள். பிறகு, "என்ன, ஒடம்புக்கு எதுவும் செய்யுதா?" என குரலை இறக்கிக் கேட்டாள். கோவிந்து ஆமாம் என்பது போல தலையசைத்தான்.

வெங்காயம்...தக்காளி...வெண்டைக்கா...பாவக்கா...கத்தரிக்கா... தள்ளுவண்டிக்காரனின் சத்தம் தெருமுனையிலிருந்து கேட்டது. "ஏய்... காய்கறிக்காரன் வந்துருக்கறான் போய்ப்பாரு..." என உத்தரவிட்டாள். உள்ளேயிருந்து பச்சைக் கலரிலான பிளாஸ்டிக் பின்னல் பேக்குடன் வீட்டுக்குள்ளிருந்து வந்தவள், இப்பொழுது சேலையை கால்கள் மறைத்து இறக்கி கட்டியிருந்தாள். அவள் காய்கறி வாங்கி வருவதற்குள், பசுபதியிடம் ஏதாவது பேசிவிட கோவிந்து ஆவலாசப்பட்டான்.

கோவிந்து காபி டம்ளரைக் கையிலெடுத்தான், ஆறிப்போயிருந்தது. பசுபதியின் எதிரே டம்ளரில் வாய் வைத்துக்

குடிக்க அவனுக்கு கூச்சமாக இருந்தது. கவ்விக் குடித்துப் பழக்கப்பட்ட வாய்க்கு, அண்ணாக்க குடித்ததில், கீழுதட்டில் சிதறி சட்டையிலும் வேட்டியிலும் காபி தெறித்தது. "பாத்து மொல்லமா குடிப்பா.." என்ற பசுபதியைப் பார்க்காமல் சரி என்று தலையாட்டினான். தெறித்த காபித்துளிகளை அவசரமாய் தேய்த்து துடைத்ததில், சட்டையிலும் வேட்டியிலும் கறை படர்ந்தது.

பின்னல் பை நிறைய காய்கறிகளை அள்ளிக்கொண்டு அவள் வந்துவிட்டாள். இவனைக் கடக்கும்பொழுது, குடித்த டம்ளரைக் கையிலெடுத்தவளின் பார்வை, காபிக் கறைகளின் மீது மேய்ந்ததை கோவிந்து கவனித்தான்.

பசுபதி வெற்றிலைப் பெட்டியைத் திறந்திருந்தாள். ஈரமுற்ற தளிர் வெற்றிலைகளை வலது பக்கத்தொடையில் தேய்த்து சுத்தம் செய்தாள். வெற்றிலைகளின் பின்புற நரம்புகளை நறுவிசாக கை நகங்களால் களைந்தவள், காம்புகளை கிள்ளி எறிந்தாள். ஒரு காம்பு இவன் காலடியில் விழுந்தது. எடுத்து கடிக்க வேண்டும் என்று, பழக்க தோசத்தில் ஆசைப்பட்டான். பசுபதியின் ஆள்காட்டி விரல் நுனியில் ஒட்டியும், ஒட்டாமலும் இருந்த சுண்ணாம்பை, வெற்றிலைக்கு நோகாதவாறு தடவிக்கொடுத்தாள். பாக்கு டப்பாவைத் திறந்த பொழுது ஒருவித சுகந்தம் காற்றில் பரவியது. பாக்கை வாயில் போட்டுக் கொண்டாள். சுண்ணாம்பு தடவிய வெற்றிலைகளை சீராக மடித்து பாக்கு ஊறிய வாயில் போட்டு லயிப்புடன் மென்றாள். சிறிது நேரத்தில் நாக்கும், உதடுகளும் சிவக்க ஆரம்பித்தது. வீட்டிலோ, தொழிலிலோ, கடை வியாபாரத்திலோ, வேறு விதமாகவோ உள்ள பெண்கள் பெரும்பாலும் வெற்றிலை பாக்கு போடும் பழக்கம் கொண்டிருந்தனர். அது அவர்களுக்கான ஆளுமையை ஏற்படுத்தித் தரும் போல தெரிகிறது. தாம்பூலத்தை மென்று முடிக்கும்வரை பசுபதி பேசமாட்டாள் போலிருந்தது. அதுவரை இவன் யோசிப்பதற்கான நேரத்தை மேலும் அவள் ஒதுக்கியதுபோல் இருந்தது.

~ 2 ~

மூன்று நாட்களுக்கு முந்தைய நாள் இரவு கோவிந்து வீட்டுக் கதவைத் தட்டியபொழுது மணி பதினொன்று ஆகியிருந்தது. சசி கதவைத் திறக்க சங்கடப்பட்டவளைப் போல சாவகாசமாக வந்து திறந்தாள். ஜீரோவாட்ஸ் பல்பு வெளிச்சத்தில் சேலை முந்தியை கழுத்தைச்சுற்றி வெறும் மாரை மறைத்திருந்தது தெரிந்தது. அவளது மார்புக் காம்புகள் சேலை மறைப்பில் பணியாமல் நிமிர்ந்திருந்தது. இயல்புக்கு மாறாக அவளைப் பார்த்ததில் கோவிந்தின் கண்கள் மேலும் வெளிச்சத்தை தேடியது. குழாய் விளக்கிற்காக, ஸ்விட்சைப் போட்டான். அது எரிவதற்குள், சசி உடலைத் திருப்பி வெறும் முதுகைக் காண்பித்தாள். தாடி முடியைச் சொறிந்தவன், தயக்கத்துடன், "ஏன்..என்னாச்சு" என்றான். "ஒண்ணுமில்ல அக்குள்ல கொப்புளம்" என வெடுக்கென பதில் சொன்னவள், பாயில் ஒருக்களித்துப் படுத்தாள். அவள் மிகவும் களைப்படைந்தவள் போல காணப்பட்டாள்.

திருமணமான புதிதில் கணுக்காலைக்கூட சசி காட்டமாட்டாள். வெளிச்சமற்ற கரிய இரவுகளைத் துணைக்கு வைத்துக்கொண்டு தான் அவனுடன் சம்போகம் செய்வாள். திருமணமாகி ஏழு வருடங்களுக்கு மேலாகிறது. பிள்ளையில்லாத வீட்டில் முணுமுணுப்புகளும் மூச்சு வாங்கிய மொழிகளும் இரவு பொழுதுகளில் விடுபட்டுப் போயின. பெருமூச்சுகளும், புலம்பல்களும் அவனைக் காலதாமதமாக வீட்டுக்கு வரவழைத்தன.

சட்டையைக் கழற்றி காலண்டர் கொண்டியில் மாட்டியவனின் கண்களுக்கு சசியை மீண்டும் பார்க்கத் தோன்றியது. லேசாய் வியர்த்திருந்த வெளுத்த முதுகும், ஓரமாக ஒதுங்கியிருந்த சேலையும் அவனை உன்மத்தம் கொள்ளச் செய்தது. நீண்ட இடைவெளிக்குப் பிறகு அவளைச் சேரத்துடித்த அவன் மனது அதற்கு முன்னர் உடலைக் கழுவிக்கொள்ள பாத்ரூமுக்கு அழைத்துச் சென்றது.

கோவிந்து பாத்ரூமை விட்டு வெளியே வந்தபொழுது எதிர் வீட்டு இளைஞன் அவசரமாக முன் வாசலில் வெளியேறிக் கொண்டிருந்தான். சசி பதட்டமின்றி அவனை அனுப்பிவிட்டு

கதவை சாத்தினாள். கோவிந்து அவள் திரும்பி பார்க்கும் முன்னர் மீண்டும் பாத்ரூமுக்குள் நுழைந்து கதவைச் சாத்திக் கொண்டான். தான் பார்த்தது அவளுக்குத் தெரிந்து இருந்தால், அதனால் பரஸ்பரம் ஏற்படவிருந்த அசம்பாவிதங்களில் இருந்து தப்பித்துக் கொண்ட கோழையைப் போல கோவிந்து உணர்ந்தான். எதிர்பாராத அதிர்ச்சியையும், ஜீரணிக்க முடியாத அவமானத்தையும் உள்வாங்க முடியாமல் அவனது இருதயம் நடுங்கி நடுங்கி அடங்கியது.

கோவிந்து பாத்ரூமை விட்டு திருடனைப்போல வெளியே வந்தான். சசி ஆழ்ந்த நித்திரையில் இருந்தாள். இதற்கு முன்னர் இதுபோல பலமுறை நடந்திருக்க வேண்டும். கோவிந்து சட்டையைக் கழற்றிவிட்டு பாத்ரூம் செல்லும் வரை அந்த இளைஞனை சமையலறைக்குள் நிறுத்தி அவள் வைத்திருக்க வேண்டும். அவளை எழுப்பி அம்மணமாய் வெளியில் அடித்து துரத்த வேண்டும் என்ற ஆத்திரம் கோவிந்துவின் மூளையில் பற்றி எரிந்தது.

இதற்கும் இரண்டு மாதங்களுக்கு முன்னர், மாலை நேரம் தலைவலி என்று கோவிந்து வீட்டிற்கு வந்திருந்தான். சசி கண்ணாடி முன் நின்று அலை அலையாய் தலை முடியை சீவிக் கொண்டிருந்தாள். அந்த இளைஞன் அவளுக்குப் பின்புறமாக நின்றவாறு ஏதோ பேசிக் கொண்டிருந்தான். கோவிந்துவைப் பார்த்ததும், அவன் சடாரென வெளியேறினான். "எதுக்கு அந்தப் பையன் இங்க வந்து போறான்," என கோவிந்து சாதாரணமாகத்தான் கேட்டான். கண்ணாடியை விட்டு முகத்தை திருப்பாமல், "ஏன் என்னையும் ஓங்கம்மா மாதிரி ஓடுகாலின்னு நெனச்சீங்களா" என சசி ஓங்கி சத்தமிட்டதில் கோவிந்து சப்தநாடியும் ஒடுங்கிப் போனான். முதன் முறையாக அம்மாவை ஓடுகாலி என சசி சொன்னது உயிரை அறுப்பது போலிருந்தது. பிறகு, சந்தேகப்பட்டு சசியை அப்படிக் கேட்டிருக்கக் கூடாதோ... என்ற குற்ற உணர்வு அவனுக்கு ஏற்பட்டது.

அந்த சம்பவம் ஞாபகத்திற்கு வந்ததும் கோவிந்து நிதானப்பட்டான். அவளை எழுப்பி விசாரித்தால் அம்மாவை மீண்டும் ஓடுகாலி என்பாள். சோரம் போனவள் நெஞ்சு தைரியத்துடன் அம்மாவை அப்படிச் சொன்னால், எப்படி ஏற்கமுடியும், மனது கொலை வெறியுடன் சிந்தித்தது. கோவிந்து சட்டையைப் போட்டுக்கொண்டு, அந்த நடுநிசி நேரத்தில் வீட்டை

விட்டு அந்தத் தெருவை விட்டு வெளியேறிய பொழுது வேப்பமரத்தடியில் படுத்திருந்த தெருநாய் மட்டும் கவனித்தவாறு இருந்தது. அவன் என்றோ பள்ளியில் படித்திருந்த, சித்தார்த்தனை நினைத்துக் கொண்டான். இல்லறம் துறந்து இரவில் சித்தார்த்தன் வெளியேறியதற்கு தன் அனுபவத்துடன் சேர்ந்து கோவிந்து காரணம் தேடினான். சித்தார்த்தன் வெறும் கையுடன்தான் போயிருப்பான். இவன் கையில் ஒரு செட் வேட்டி சட்டையுடன் மஞ்சள் பை இருந்தது.

எதிர்ப்புற வீட்டின் மதில்மேல் நின்று காக்கா விடாமல் கரைந்தது. கரையும் காக்காவைப் பார்த்து வாசல் நாய் குரைத்தது. "சீ..சும்மா இரு" என பசுபதி நாயை அதட்டினாள். நாய் சும்மா இருந்து கொண்டது. அங்கே எல்லாமே அவளது கட்டுப்பாட்டில் இருந்தது. கோவிந்து நாய் குரைத்திருந்த வாசலைத் தாண்டி சுண்டி இழுக்கும் வெயிலின் வெளிச்சத்தை வீதியில் பார்த்தான். பசுபதி, "நீங்க எந்த ஊரு தம்பி?" எனக் கேட்டதும், வெயிலின் கூச்சத்தால் சுருங்கிய கண்களுடன், "மதுரைக்கு பக்கத்திலங்க" என்றான். "சரி இந்த ஊருக்கு என்ன சோலியா அதுவும் இந்த தெருவுக்கு வந்தீங்க" எனக் கேட்டுக்கொண்டே தெருமுனையை பசுபதி பார்த்தாள். அங்கே மூன்று இளம் வயதுப் பெண்கள் சிரித்துப் பேசியவாறு வந்து கொண்டிருந்தனர். பசுபதியை பார்க்காமலேயே, "எங்கம்மாவ தேடிட்டு வந்தங்க" என்றான். பசுபதி அவனை ஆச்சர்யத்துடன் பார்த்தாள்.

கோவிந்து, "நான் சின்னப் பையனா இருந்தப்ப எங்கம்மா ஊர விட்டு வந்துட்டாங்க, பழனிக்கு போற பாசஞ்சர் ரயில்ல போனதா பாத்தவங்க சொல்லி இருக்காங்க" என்று சொல்லிக் கொண்டிருக்கும் பொழுதே மூன்று பெண்களும் சிரிப்பையும் பேச்சையும் அடக்கிக் கொண்டு, பசுபதியைக் கடந்து பவ்யமாக படியேறி வீட்டுக்குள் போனார்கள். கோவிலுக்கு சென்றுவிட்டு வருகிறார்கள் என்பதை அவர்கள் மீது வீசிய எண்ணைத் திரியும், விபூதியும் கலந்த வாசனையை வைத்து கோவிந்து அறிந்துகொண்டான். மூன்றாவதாகச் சென்ற ஆரஞ்சு நிற சேலைக்காரி இவனை திரும்பி திரும்பி பார்த்தவாறு சென்றதால் இவன் பேச்சில் தடை ஏற்பட்டது. அதைப் புரிந்து கொண்டவள் போல, பசுபதி, "அதுக்கு இந்த எடத்துக்கு எதுக்குப்பா வந்தீக...?" எனக் கேட்டதும், கோவிந்து அவளை நேருக்கு நேராய் பார்த்தான். பிறகு அழத் துவங்கினான்.

~ 3~

கோவிந்துக்கு அப்பொழுது ஏழு வயது இருக்கும். இரண்டாம் வகுப்பு படித்துக் கொண்டிருந்தான். பள்ளிவிட்டு வந்ததும், அப்பாயிடம் காசு கேட்டு சண்டைக்கு நிற்பான். அரையணா காசைக் கொடுப்பதற்குள் அப்பாயி அவனை கெட்டவார்த்தைகளால் அர்ச்சிக்கும். அவள் அடிக்கடி, "புள்ள பொறந்தாம்பாரு நட்சத்திரம் பொச்சத் தொறந்த மாதிரி, பொறந்த மூனாவது மாசத்துல அப்பனத் தின்ன பய" என திட்டுவாள். அக்கா சுலோச்சனா, "எதுக்கு அப்பாயி தம்பிய இப்பிடித் திட்டுற, அவன் என்ன செய்வான் பாவம்" என்பாள். அதற்கு அப்பாயி "வந்துட்டா பெரிய மனுஷி தம்பிக்கு மேம்போட்டுகிட்டு, நானாடி சொல்றேன், போய் தொப்பம்பட்டி சோசியக்காரன கேளு, இவன் பொறந்த வேளை அப்படி, இன்னும் என்னவெல்லாம் நடக்கப் போகுதோ... எல்லாம் அந்தக் கருப்பணசாமிக்குத் தான் வெளிச்சம், ராசாவாட்டம் இருந்த எம்மகனே போயிட்டான், எனக்கு எப்ப சாவு வரும்னு தெரியலியே" என அழுது புலம்புவாள்.

அப்பாயி இப்படி அழுது புலம்புவது கோவிந்துக்கு எரிச்சலாக இருக்கும். ஆனால், அக்கா சுலோச்சனாவுக்கு ஏதோ புரிவது போலிருக்கும். அப்பாயிடம் காசு பெயரவில்லை என்றால், "வாடா தம்பி அம்மாவப் போய் பாக்கலாம்" என தோளில் கைபோட்டு அழைத்துச் செல்வாள். ஊருக்கு கிழக்கே பில்டிங் சொஸைட்டி ஒரே மாதிரியான வீடுகளை பெரும் நிலப்பரப்பில் கட்டி விற்பனை செய்தது. வீடு கட்டும் வேலைகள் வேகமாக நடந்து கொண்டிருந்தது. அடுத்தடுத்து நடக்கும் கட்டுமானப் பணிகளில் அம்மா எந்த வீட்டில் வேலை செய்து கொண்டிருப்பாள் எனக் கண்டறிவது ரொம்ப கஷ்டமாக இருக்கும்.

கோவிந்து, "அம்மா...அம்மா.." எனக் கூவிக்கொண்டே வருவான். ஏதாவது ஒரு கட்டுமான வீட்டிலிருந்து, "அடேய் கோவிந்து" என்ற அம்மாவின் சத்தம் கேட்டதும், கோவிந்தும் சுலோச்சனாவும் துள்ளிக்கொண்டு ஓடுவார்கள். அம்மா, செங்கல்லோ, மணலோ, சிமெண்ட்டோ... தலைச்சுமையுடன் சாரம் ஏறி இறங்கிக் கொண்டு இருப்பாள். சித்தாள் வேலைக்குப் போவதற்கு முன்பு வீட்டிலிருந்த அம்மா உடம்பில் சிறு தூசு துரும்பு கூட இல்லாமல் சுத்தமாகவும், மினுமினுப்பாகவும்

இருப்பாள். எண்ணெய் வைத்து இழுத்துக் கட்டிய கொண்டை முடியும், விபூதிக் கீற்று துலங்கும் நெற்றியுமாக இருப்பாள். அம்மா சிரித்தால், கன்னங்களில் குழியுடன், பல்வரிசை துலங்க அவ்வளவு அழகாக இருப்பாள். அக்கா சுலோச்சனா அப்படியே அம்மாவின் சாயலில் இருந்தாள்.

தலைச்சுமையை இறக்காமல், இடுப்பில் முடிந்திருக்கும் காசுகளை எண்ணாமல் கோவிந்திடம் கொடுப்பாள். "அக்காவுக்கும் வாங்கிக் குடுப்பா" என்றவாறே சாரம் ஏறப்போவாள். அவ்வளவுதான் அக்காவுடன் கோவிந்து பிடிக்கும் ஓட்டம், ஆர்.சி.சர்ச் வாசல்ல வந்துதான் நிற்கும். அங்கேதான் கொடிக்காப்புளி, அவித்த பனங்கிழங்கு, மாங்கா, கொய்யாப்பழம், ஜவ்வு மிட்டாய்.. என எல்லாம் கிடைக்கும். இருக்கும் காசைப் பிரித்து பிரியமானவற்றை வாங்கி வீடு திரும்புவதற்குள் எல்லாவற்றையும் தின்று தீர்த்து விடுவார்கள்.

ஆண்டுக்கணக்கில் வீடுகள் கட்டும் வேலை நடந்ததால், அம்மாவுக்கு தினமும் வேலை கிடைத்தது. காலை 8 மணிக்கு மேல் போனால் வீடு வந்து சேர இரவு ஏழு மணி ஆகிவிடும். வாரக்கடைசி சனிக்கிழமையில் கூலிப்பணம் மொத்தமாக கிடைக்கும். அம்மா சித்தாள் வேலைக்குப் போனதில் இருந்து வீட்டில் சாப்பாட்டுக்கு பிரச்னை இல்லை. ஆனால், அப்பாயிக்கு இதுவெல்லாம் சரியாகப்படவில்லை. அம்மாவை எப்பொழுதும் கரித்துக்கொண்டே இருப்பாள். அதில் என்னமோ நடக்கப் போகிறது என்பது போல சந்தேகம் இருக்கும்.

ஒருநாள் இரவு, நேரம் சரியாகத் தெரியவில்லை. அம்மாவின் அழுகைச் சத்தம் கேட்டு கோவிந்து விழித்துக்கொண்டான். சித்தப்பா வந்திருந்தார். அப்பாயியும், சித்தப்பாவும் திண்ணையில் எதிரெதிராய் அமர்ந்திருந்தனர். நடுவில் திண்ணைத் தூணைப் பிடித்துக்கொண்டு அம்மா நின்றாள். அக்கா சுவற்றோரம் சாய்ந்து சம்மணமிட்டு உட்கார்ந்திருந்தாள். அப்பாயி "இந்த சிறுக்கி மகள ஒங்கண்ணன் கட்டுன அன்னக்கே எனக்கு அவன் புள்ளையில்லாமல் போயிட்டான். அவன முந்தானையில முடிஞ்சு வச்சிருந்தா. அவன் ராலியிலே அடிபட்டு செத்த அன்னக்கே இவள தல முழுகி இருக்கணும். அப்ப நீதான் வந்து, பாவம் மதினின்னு குறுக்க நின்ன. இப்ப கூலி வேலக்கி போற திமிருலே கண்டவங்கூட கண்டகண்ட இடத்துல இளிச்சிகிட்டு நிக்குறா..." என கைகளை ஆட்டி ஆட்டி பேசினாள். சிம்னி விளக்கு வெளிச்சத்தில், எதிர்

சுவற்றில் அப்பாயின் நிழல் விஸ்வரூபம் எடுத்திருந்தது. தலை கலைந்த முடியும், பல் விழுந்ததால் நீண்ட தாவாக்கொட்டை நுனியும், சுவற்றில் ஆடி கோவிந்துக்கு பயத்தைக் கிளப்பின.

பொறுமையிழந்த சித்தப்பா, "ஏய்... சும்மா இரு கெழவி" என அப்பாயியை அதட்டிவிட்டு அம்மாவைப் பார்த்தார். அம்மா, "அப்படி எல்லாம் இல்ல தம்பி" என்றவள் முந்தியால் முகத்தை மறைத்து கேவி அழுததைப் பார்க்க கோவிந்துக்கும் அழுகை வரும் போலிருந்தது. அக்கா சுலோச்சனாவைப் பார்த்தான். அக்கா ஏற்கெனவே அழுது கொண்டிருந்தாள். அம்மாவையும், அக்காவையும் மா றிமாறிப் பார்த்த சித்தப்பாவுக்கு மனம் நெகிழ்ந்துவிட்டது. தலையைக் குனிந்து, உட்கார்ந்திருந்த திண்ணையை மேலும் கீழுமாய் அளந்தார். சித்தப்பாவுக்கு அவரது அண்ணன் நினைப்பு வந்திருக்கும்போல...கண்கள் கலங்கிவிட்டன. "சரி மதினி போய்ப்படுங்க வேலைக்குப் போகாம புள்ளைங்கள காப்பாத்த முடியாது, போற இடம் வர்ற இடத்துல சூதானமா இருந்துக்குங்க" என்று கூறியவர், காலில் செருப்பை மாட்டிக்கொண்டு குனிந்த தலை நிமிராமல் வெளியேறினார். அன்றைய இரவில் கோவிந்துக்கு தூக்கம் கெட்டது. அவனுக்கு நிலவரம் ஒன்றும் புரியவில்லை. யாரையும் கேட்கவும் தைரியமில்லை.

கோவிந்து காலையில் நேரங்கழித்து எழுந்தபோது அம்மா வேலைக்குப் போயிருந்தாள். அதற்குப் பிறகு அம்மா வீடு திரும்பவில்லை. அப்பாயி அன்று இரவு சந்தை வைத்துவிட்டார். தாத்தாவை தருமராசா என்றழைத்து "சிறுக்கி மகளாள குடும்ப மானம் மரியாத எல்லாம் போச்சே" என மாரில் மாறிமாறி அடித்துக்கொண்டாள். அப்பாயியின் இடுப்பில் தொங்கும் சுருக்குப்பையாய், இடமும் வலமும் முந்தி ஒதுங்கி ஆங்காரமாய் ஆடிய அவளது மார்புகளை பார்த்தவாறே, அக்காவின் பின்புறம் கோவிந்து அடைக்கலம் தேடினான். அவனுக்கு சித்தப்பா அங்கே உடனே வரவேண்டும் போலிருந்தது. வந்தால் அம்மா கிடைத்துவிடுவார் எனத் தோன்றியது.

வெளியூர் சென்றிருந்த சித்தப்பா இரண்டு நாள் கழித்து வந்தார். அப்பாயியை அசிங்க, அசிங்கமாகத் திட்டினார். "கொஞ்சம் அனுசரிச்சு வச்சிருந்தா என்ன, ஒன்னாலயே அவ ஓடிப்போயிருப்பா, இந்த பிள்ளைங்கள என்ன பண்றது.." என வருத்தப்பட்டார். அப்பாயி, "நீ ஏண்டா அவ பெத்த புள்ளைங்களுக்கு வருத்தப்படுற,

ஓடிப்போன சிறுக்கியைத் தேடிக்கிட்டு இதுகளும் தொலையட்டும், எங்கனாச்சும் பிச்சை எடுத்து சாகட்டும்" எனக் கத்தியவளை சித்தப்பா அடிக்கப் போனார். பிறகு, கோவிந்துவைப் பார்த்து, "இங்க வாப்பா" என்றார். கோவிந்து, அழைப்பை எதிர்பார்த்து ஏக்கத்துடன் இருந்தவன், ஓடிப்போய் அவரை நெருக்கி உட்கார்ந்து கொண்டான். அக்கா, அப்பாயிக்குப் பயந்து சுவரோரம் ஒதுங்கி நின்றாள்.

சித்தப்பா வார்டு கவுன்சிலரின் உதவியுடன் இவனைக் கொண்டு போய் அரசு இலவச மாணவர் விடுதியில் சேர்த்தார். அக்காவையும், அப்பாயியையும் வீட்டுக்கு அழைத்துப் போனார். தண்டச்சோறு போடமுடியாது எனத் தகராறு செய்த சித்தியை "வீட்டுல அண்ணனுக்கு பாதிப்பங்கு இருக்கு, வித்த காலத்துல அவளுக்கு சோறு போடற செலவ கணக்கு வச்சு எடுத்துக்கோ" என சுலோச்சனாவுக்காக சித்தப்பா சொன்ன யோசனை சித்திக்கு பிடித்து இருந்தது. ஆனால் அப்பாயிக்கு சித்தி இரக்கமில்லா அரக்கி ஆனாள். அடுத்த ஆறு மாதத்தில் அப்பாயி சுடுகாட்டில் கருகிப்போனாள்.

~ 4 ~

வார விடுமுறை நாட்களில் சுலோச்சனா அக்காவைப் பார்க்க கோவிந்து சித்தப்பா வீட்டுக்கு வருவான். அப்பொழுதெல்லாம், சித்தி நன்றாக வேலை வாங்குவாள். மறக்காமல், பெருமாள் கோவில் அருகில் இருக்கும் விறகு டிப்போவுக்கு அனுப்பி வைப்பாள். ஒரு மனு, இரண்டு மனு என எடை சொல்லி வாங்கி வரச்சொல்வாள். ஒரு மனு விறகாயிருந்தால், இரண்டு கைகளையும் நீட்டி அதில் அடுக்கச்சொல்லி, வீடு வந்து சேர்ப்பான். இரண்டு மனு என்றால், கோணிச்சாக்கில் கட்டி தலையில் சுமந்து வருவான். ஒரு முறை கால் தட்டி கீழே விழுந்தவனின் முகத்திலும் நெஞ்சிலும் செராய் சிம்புகள் ரத்தக்கோடுகள் போட்டுவிட்டன. கசியும் ரத்தத்தை துடைக்கவும் மறந்து விறகுகளை அடுக்கி வீட்டுக்கு கொண்டு வந்தவனை, சித்தி விறகுத் துண்டால் வெளுத்து வாங்கினாள். "ஓடுகாலி... ஓடுகாலி பெத்த புள்ள உருப்படியா ஒரு வேலை செய்யுதான்னு பாரு.." என திட்டித் தீர்த்தாள். சித்தி அடித்தது கூட கோவிந்துக்கு வலிக்கவில்லை. அவள் ஓடுகாலி பெத்த புள்ள என்று திட்டியதுதான் மனதில் தீரா வலியை ஏற்படுத்தியது.

சித்தி உள்ளே சென்றதும், கதவு சந்தில் இருந்து ஓடி வந்த அக்கா, "தம்பி..ரொம்ப வலிக்குதாடா" எனக் கேட்டுக்கொண்டே அருகில் வந்து அழுதவள், "அம்மா ஏண்டா நம்மள விட்டுட்டு போனாங்க" என முதன்முறையாக இவனைப் பார்த்துக் கேட்டாள். கோவிந்து அது வரை அடக்கி வைத்திருந்த அழுகையை "அம்மா..." என்ற சத்தத்துடன் வாயை அகலத் திறந்து வெளிப்படுத்தினான். "அம்மா...அம்மா...." என அவன் தேம்பி அழுததைப் பார்த்து, சுலோச்சனாவும் அம்மாவை அழைத்து கதறினாள். அந்த நேரத்தில் லேசான மப்புடன் வீட்டுக்கு வந்த சித்தப்பா, நடந்ததை விசாரித்துவிட்டு, சித்தியை தலைமுடியோடு சேர்த்து காட்டுத்தனமாக அடிக்க ஆரம்பித்தார்.

அதற்குப் பிறகு, கோவிந்து வாராவாரம் சித்தப்பா வீட்டுக்குப் போவது நின்று போனது. தீபாவளி, பொங்கல், சித்திரை திருவிழா போன்ற நாட்களில் மட்டும் சென்று வருவான். ஒவ்வொரு

முறையும் சுலோச்சனாக்காவின் வளர்ச்சியில் ஏற்பட்ட மாற்றம் அவனுக்கு அதிசயமாக இருந்தது.

வாழ்க்கை சிக்கலான பின்னலைப் போல அவனுக்கு இருந்தது. அவனுக்கான வழியும் புலப்படவில்லை. அதன் தேவையும் தெரியவில்லை. எந்த நேரத்தில் எது நடக்குமோ..என்ற அச்சமும் பதட்டமும் அவனுள் இருந்தது. இரவு நேரங்கள் மிகவும் கொடுமையானதாக இருந்தது. ஒரு சில நாட்களில் அம்மாவின் வாசம் தேடி இரவு முழுவதும் ஏங்கினான். பகற்பொழுதுகளில் வகுப்பறையைக் காட்டிலும், விசாலமாக இருந்த விளையாட்டு மைதானம் பிடித்திருந்தது. நேரம் கிடைக்கும் பொழுதெல்லாம் மைதானத்தில் கால்பந்தை வெறிகொண்ட மட்டும் உதைத்துக் கொண்டிருப்பான். இலக்கில்லாமல் கால்பந்தை துரத்தி துரத்தி வெறுப்புடன் உதைப்பதும், உதை தாளாமல் மைதானத்தைக் கடந்து பந்து ஓடி தப்பிப்பதும் பார்ப்பதற்கு விளையாட்டைப்போல இருக்காது. வாழ்க்கையின் மீதான அவனது பிரதிபலிப்பாக இருக்கும்.

~5~

அழுகையை நிறுத்த முடியாமல் தவித்த கோவிந்துவை தாயின் அரவணைப்புடன் பசுபதி தீண்டியதில் அமைதியானான். தான் பிறந்த பொழுதில் இறந்துவிட்ட அப்பாவையும், ஏழு வயதில் தன்னைவிட்டுப் பிரிந்து போன அம்மாவையும், அக்காவையும், அப்பாயியை பற்றியும் சித்தப்பா, சித்தி ஆகியோரைப் பற்றி எல்லாம் அவளிடம் சொன்னவன், மனைவி சசியைப்பற்றி சொல்லும்போது மீண்டும் கண் கலங்கினான். அம்மாவைத் தேடிக்கொண்டு இந்த ஊர் ரயில்வே ஸ்டேசனில் இறங்கியவனுக்கு ஒரு குதிரை வண்டிக்காரன் அறிமுகமானதையும், அவன் அம்மாவைப் போல வரும் பெண்கள், இங்கேதான் கடைசியில் அடைக்கலமாவார்கள் என பசுபதி வீட்டில் கொண்டு வந்து விட்டதையும் கூறினான். அதுவரை இறுக்கமாய் கேட்டுக்கொண்டிருந்த தாம்பூலச்சாறு படிந்த உதடுகள் வேதனையில் இளகி நெளிந்தது.

பசுபதி, அம்மாவின் பெயரையும் அடையாளங்களையும் கேட்டாள். அவன், "ஈஸ்வரி" என்று பெயர் சொல்லி அவளது உருவத்தை ஓரளவு விவரித்தான். பசுபதி கேட்டுக்கொண்டே நெற்றி சுருங்க, தான் கடந்து வந்த பெண்களை நினைவில் நிறுத்தி யோசித்தாள். அவளுக்கு ஏதும் புலப்பட்டதாக தெரியவில்லை. கோவிந்து சொல்வதைப் போல ஒரு பெண் இங்கு வரவில்லை என வாய் வரை வந்த வார்த்தைகளை சொல்லாமல் பசுபதி நிறுத்திக்கொண்டாள்.

பசுபதி அவன்மீது கொண்ட பச்சாதாபத்தில், "ரொம்பக் களைப்படைஞ்சு போயிருக்க, சாப்பாடு ஆன பிறகு போய்த் தூங்கு அப்புறம் பேசிக்கலாம்" எனக் கூறியவள், உள்ளே பார்த்து, "ஏய்..தம்பிய அழைச்சிட்டுப்போயி சாப்பாடு போடு…" என்றாள்.

அந்தப் பெண் கோவிந்துவை அழைத்துக்கொண்டு உள்ளே போனாள். அவளைப் பின்னால் இருந்து பார்த்துக்கொண்டே கோவிந்து உள்ளே போனான். அவளது மிகைப்படுத்தப்பட்ட பெண்ணிற்கான பாவனைகள் வித்தியாசமாக இருந்தது. அப்பொழுது "எந்த ஊருல இருந்து வர்றீக..?" என அவள் தடித்த குரலில் பேசிய பிறகுதான், கோவிந்து அவளைக் கவனமாகப் பார்த்து புரிந்துகொண்டான். "மருத" என்றவன் "அக்காவோட

பேரு என்ன?" எனக் கேட்டான். அவன் அப்படி கேட்டது அவளுக்குப் பிடித்திருந்தது. திரும்பி அவனைப் பார்த்தவளின் கண்களில் ஈரம் இருந்தது. "ராசாத்தி" என்று சொன்னவள், "வா... ஒக்காரு" என ஒருமையில் பேசி ஒட்டுதலை ஏற்படுத்தினாள்.

வாழை இலையை கழுவி கோவிந்து முன் விரித்து வைத்த ராசாத்தி, கை நிறைய சோற்றை அள்ளி வைத்தாள். மணம் வீசும் வெறாமீன் குழம்பை வழித்து ஊற்றினாள். கோவிந்துக்கு எச்சில் ஊறியது. காய்ந்திருந்த வயிறு, வாழை இலையில் மீண்டும் மீண்டும் சோறு கேட்டது. ராசாத்தி வீட்டின் பின்புறம் வேப்பமரத்தின் அருகில் பாயும், தலையணையும் போட்டுக்கொடுத்து கோவிந்துவைப் படுக்கச் சொன்னாள். படுத்த அடுத்த கணம் கோவிந்து தூங்கிப்போனான்.

கோவிந்து உப்புசம் தாங்காமல் கண்விழித்த பொழுது மாலை மணி நான்கு இருக்கலாம். மேற்கில் இறங்கும் வெயில் வீட்டின் பின்புறமிருந்த வேப்பமரத்தை எரிக்க முயன்றது. வேப்பமரக்கூடுகளில் அடைந்து கிடந்த பறவைகள் வெப்பத்தில் குரல் எழுப்ப முடியாமல் தவித்து முணகின. சிமெண்ட் தரையில் போட்டிருந்த பாயில் தலையணையை விட்டு புரண்டு பக்கவாட்டில் படுத்தான். இடதுபக்க காது தரையோடு பதிந்ததில் நிலம் புரியாத பாஷையில் பேசுவது கேட்டது. மீண்டும் தூக்கம் வரும்போல இருந்தது. கோவிந்து கண் அசந்தபொழுது, பெரும் மரத்தை உளி வைத்து சம்மட்டியால் பிளக்கும் சத்தமும், ஒவ்வொரு அடிக்கும், உழைப்பாளி விடும் உஸ் என்ற பெருமூச்சும் துல்லியமாகக் கேட்டது. பக்கத்தில் எங்கோ விறகு டிப்போ இருக்கும் போல.

கோவிந்துவை படுத்திருந்த பாயுடன் சேர்த்து குறுக்கே கடந்த கொலுசொலி சத்தம், கண்களைத் திறக்க வைத்தது. ஆரஞ்சு நிறச்சேலைக்காரி பக்கவாட்டில் இருந்த கழிப்பிடத்தை நோக்கி சென்று கொண்டிருந்தாள். அருகில் இடமிருந்தும் அவள் வேண்டுமென்றே அவனைத் தாண்டி போயிருந்தாள். தகரக் கதவை இழுத்து சாத்தி கொண்டி போடுவது கேட்டது. தரையோட பதிந்திருந்த இடதுகாதில் அவள் சிமிட்டித் தரையில் சிறுநீர் கழிப்பதால் ஏற்படும் ஓசையும், பிறகு தண்ணீர் ஊற்றி கழுவும் சத்தம் கேட்டதும், கோவிந்துக்கு ஒரு மாதிரியாக இருந்தது. புரண்டு தலையணையின் மீது தலையை வைத்துக்கொண்டு கண்களை இறுக மூடிக்கொண்டான்.

அவள் ஈரக்கால்களுடன் அருகில் நின்று பார்ப்பதை படபடப்புடன் உணர்ந்தான். பிறகு, இவன் காலை இடறிவிட்டு உள்ளே சென்றாள். இடறியதால் இவனது கால் பாதங்களில் அவளது கொலுசின் ஈரத்துளிகள் தெறித்தது. கோவிந்துவின் மனது அலைபாய்ந்தது. கடைசியாக வியர்வை படிந்த வெற்று முதுகுடன் சசியைப் பார்த்த காட்சி நினைவிற்கு வந்தது.

~ 6 ~

அதிகாலை ஐந்து மணியைப் போல, தூக்கம் கலைந்த சசிக்கு, அருகில் கோவிந்து இல்லாதது பொசுக்கென்று இருந்தது. தினமும் காலை எட்டுமணி வரை தூங்கி விட்டு அவசரமாக வேலைக்கு கிளம்புபவன், இந்நேரம் எங்கே போனான்? படுத்துக்கொண்டே, பாத்ரூமிலிருந்து சத்தம் வருகிறதா? எனக் கவனித்தாள். சுவற்றை ஒட்டிக் கிடந்த ரவுக்கையை எடுத்து போட்டுக்கொண்டபோது தான் ராத்திரி நடந்தது ஞாபகத்திற்கு வந்தது. ஒருவேளை பார்த்திருப்பாரோ... எனப் பதட்டப்பட்டவள் எழுந்து வாசலுக்கு சென்றாள். தாழ்ப்பாள் திறந்து கதவு வெறுமனே சாத்தி இருந்தது. கதவைத் திறந்தவளுக்கு எதிரே நின்ற வேப்பமரமும் அதனடியில் படுத்திருந்த தெரு நாயும் கவனத்தை ஈர்த்தது. அந்தத் தெருநாயிடம் அவளது தேடலுக்கான பதில் இருக்கும் போலத் தோன்றியது.

சசி, கதவைச் சாத்திவிட்டு மீண்டும் வீட்டுக்குள் வந்தாள். குழந்தை முகத்துடன் இருக்கும் கணவனை மனதிற்குள் இருத்தினாள். அவன் எங்கே சென்றிருப்பான்? வழி தவறிச் சென்ற பிள்ளையைப் பறிகொடுத்த தாயைப் போல அவளது மனம் தவித்தது. ஒருவேளை அவன் இனி திரும்பமாட்டானோ... என ஒரு கணம் நினைத்தவளுக்கு அழுகை பொங்கிக் கொண்டு வந்தது. தன்னையே உலகம் என்று நம்பி இருந்தவனுக்கு, தான் தகுதி இல்லாதவள் எனத் தெரிந்ததும், அவன் மனது என்ன பாடுபட்டிருக்குமோ என ஏங்கிப் புலம்பியவள் தலையிலடித்துக் கொண்டு அழுதாள். துரோகம் தாங்காமல் எங்காவது குளம், குட்டை பார்த்து விழுந்திருப்பானோ...என எண்ணியவள் அப்படியேதும் நடந்தால், தானும் உயிரோடு இருக்கக் கூடாது என சங்கல்பித்துக்கொண்டாள்.

காலை பத்து மணிக்கு மேல், சசி வீட்டைப் பூட்டிக்கொண்டு வெளியே கிளம்பினாள். எதிர்வீட்டிலிருந்து எப்பொழுதும் போல இருமி அழைத்த அவனை ஏறெடுத்துப் பார்க்கவும் சசி விரும்பவில்லை. அவன் பெயர் நாகு. நாகராஜனா...நாகலிங்கமா... அவனது முழுப்பெயர்கூட சசிக்கு தெரியாது, படித்துவிட்டு அரசாங்க வேலைக்காக மனுப்போட்டுக் கொண்டிருந்தான்.

நாகுவின் அம்மா அடிக்கடி வீட்டு வாசல் திண்ணைக்கு

வருவாள். சலசலவென ஏதாவது பேசிக்கொண்டே இருப்பாள். பகல் நேரத்தில் ஆளின்றி இருக்கும் சசிக்கு, அந்தப்பேச்சு துணையாக இருந்தது. முதலில் அவனது அம்மா இருக்கும்போது அவளிடம் பேச வருவது போல வீட்டிற்கு வந்து போன நாகு, சில நேரங்களில் அம்மா இல்லாதபோதும் பேச ஆரம்பித்தான். வாசல் திண்ணையில் அமர்ந்து கொண்டு, புதிதாக ரிலீசான படங்களைப் பற்றிப் பேசுவான். அதுவும் கமலஹாசன் படம் என்றால் ரிலீசான அன்றே பார்த்து விடுவான். கமலஹாசனைப் போலவே படிப்படியாக முடிவெட்டி, பக்கவாட்டில் மீசை நுனியை கோடுபோல இழுத்திருந்தான். அவனது சினிமாப் பேச்சு, சசியை கொஞ்சம் கொஞ்சமாக அவன் பக்கம் ஈர்த்தது.

நாகு டேப் ரிக்கார்டர் வைத்திருந்தான். அதில் “ஒரே நாள் உனை நான் நிலாவில் பார்த்தது” என்ற பாடலை திரும்ப திரும்ப போடுவான், பாடல் கேட்டதும், சசி வாசலுக்கு வந்து விடுவாள். “உலாவும் உன் இளமைதான் ஊஞ்சலாடுது” என்ற வரிகள் ஏனோ சசிக்கு மிகவும் பிடித்துப் போனது.

ஒரு நாள் அரசுப்பணி தேர்வுக்காக நாகு வெளியூர் போய்விட்டான். அன்று முழுவதும் அந்தப் பாடல் ஒலிக்கவில்லை. சசிக்கு பித்து பிடித்தது போல் ஆகிவிட்டது. பாடல் மட்டுமல்ல அவனைப் பார்க்க முடியாததும் சேர்ந்து அவள் மனதை பிசைந்து கொண்டிருந்தது. அப்பொழுதுதான் தெரியவந்தது. வயதுக்கு வந்த ஒரு வருடத்திற்குள் திருமணமாகி விட்டதால் சசிக்கு இதுபோன்ற அனுபவங்கள் கோவிந்து உட்பட எந்த ஆணிடமும் கிடைத்திருக்கவில்லை. நாகு ஒரு பாம்பைப் போல படர்ந்து தன்னை வளைத்துப் போட்டிருப்பதை உணர்ந்தவளின் நெஞ்சு படபடத்தது. உடல் சூடேறி அன்று இரவு படுக்கும்பொழுது அனலாய் கொதித்தது. அவளுக்குள் என்ன நடக்கிறது என்பது தெரியாமல், காய்ச்சலுக்கு கசாயம் வைத்துக்கொடுத்த கோவிந்துவின் முகம் பார்க்க சசிக்கு வெட்கமாக இருந்தது.

சசி, கோவிந்து வேலை பார்க்கும் பாலாஜி மளிகை ஸ்டோருக்கு சென்றபோது பத்தரை மணி இருக்கும். கடை முதலாளி செட்டியார் இவளைப் பார்த்ததும், “எங்கம்மா கோவிந்து, இன்னக்கி கடை திறக்க வரலை” எனக் கேட்டார். சசிக்கு வாயடைத்துப் போனது. “உடம்புக்கு முடியலையா” என முதலாளி கேட்ட கேள்விக்கு என்ன பதில் சொல்வது என சசி யோசித்தாள். பிறகு ஆமாம் என்பது போல தலையசைத்தாள். “ஒரு நாள் ஒரு பொழுது அவன்

வேலைக்கி வராம இருந்தது இல்ல" என வருத்தப்பட்ட முதலாளியின் முகம் பார்க்க முடியாமல் சசி வீடு திரும்பினாள்.

கோவிந்துக்கு எவ்வளவு சம்பளம் என்றுகூட சசிக்குத் தெரியாது. சசிக்கு என்னவென்று தெரியவில்லை, கோவிந்து எப்பொழுதும் சசியிடம் அடிபணிந்தவனாகவே நடந்து கொண்டான். திருமணத்தின்பொழுது அப்பா சொன்னது இப்பொழுது ஞாபகத்திற்கு வந்தது. "தாய் தகப்பன் இல்லாம வளந்த புள்ளம்மா, நல்லபடியா பாத்துக்க" வீதியென்றும் பாராமல் சசி, கோவிந்துவை நினைந்து அழலானாள்.

மாரியம்மன் கோவில் வாசலில் யாரோ ஏற்றி வைத்திருந்த கட்டி சூடம் பற்றி எரிந்து கொண்டிருந்தது. இரு கைகளாலும் சூடத்தின் வெப்பம் ஏந்தி தன் கண்களில் தடவிக்கொண்டாள். "மாரியம்மா இந்த ஒருமுறை என்னக் காப்பாத்தி விடு, புத்தி கெட்டுப்போன எனக்கு என்ன தண்டனை வேணுமுன்னாலும் கொடு, எம்புருசன எங்கிட்ட இருந்து பிரிச்சிராதே" என மனமுருக வேண்டினாள்.

காளவாசலைத் தாண்டி ஆரப்பாளையம் மெயின்ரோடு செல்லும் பொழுது, கோவிந்து கண்டிப்பாக சிரித்த முகத்துடன் எதிர்படுவான் என சசி ஏனோ நம்பினாள். நடையைக் கொஞ்சம் வேகப்படுத்தினாள். மெயின் ரோடு அடைந்ததும், அகலமான வீதியின் கடைசிவரை பார்த்தாள். கோவிந்து கண்ணுக்குத் தெரியவில்லை. ஆனால், அருகிலிருந்த பெட்டிக்கடை முன்பு நாகு நின்று கொண்டிருப்பதைப் பார்த்தாள்.

~ 7 ~

இரவு சாப்பாடு வேண்டாம் என ராசாத்தியிடம் கோவிந்து கூறிவிட்டான். அவளும் வற்புறுத்தவில்லை. வாசல் திண்ணையில் படுத்துக்கொள்ளுமாறு கூறிவிட்டாள். திண்ணையை ஒட்டி பக்கவாட்டில் இருந்த அறைக்குள், பசுபதி சென்று படுத்துக் கொண்டாள். கோவிந்து மதியம் அயர்ந்து தூங்கியதாலும் புதிய இடம் என்பதாலும் தூக்கம் வராமல் புரண்டு கொண்டிருந்தான். உள்ளே இருந்து சேன்டல் பவுடர் வாசமும், மல்லிகைப் பூ வாசமும் கலந்து வந்து கொண்டிருந்தது. சிரிப்புச் சத்தமும், வளையல் சத்தமும் விட்டுவிட்டு கேட்டவாறு இருந்தது. தெரு முனையில் ஜட்கா வண்டிகள் வந்துபோகும் ஓசையைத் தொடர்ந்து வீட்டுக்குள் ஆட்கள் நடமாட்டம் அதிகரித்தது. இது என்ன மாதிரி இடம் என்பதை கோவிந்துவால் சட்டென புரிந்துகொள்ள முடியவில்லை. பசுபதியும், ராசாத்தியும் அவனை வேறு மாதிரி சிந்திக்க விடவில்லை. கோவிந்துக்கு தூக்கம் கண்களைக் கட்டியபொழுது, பட்டகசாலை சுவற்றில் மாட்டி இருந்த பெரிய கடிகாரம் பதினோரு முறை பெல்லடித்து ஓய்ந்தது.

அடுத்த நாள் காலை மறுபடியும் கோவிந்து, பசுபதி முன் நின்றிருந்தான். அந்த மூன்று பெண்களும், குளித்து முடித்து மஞ்சள் பூத்த முகத்துடன் வெளியில் வந்தனர். தினமும் கோவிலுக்கு போவார்கள் போல. கோவிந்து விலகி வழிவிட்டான். ஆரஞ்சு நிறச் சேலைக்காரி இன்று நீல நிறச் சேலைக்கு மாறியிருந்தாள். உரசுவது போல போக்கு காட்டியவள் ஓரக்கண்ணில் சிரித்தாள்.

பசுபதிக்கு ஏனோ கோவிந்து மீது மிகுந்த பரிவு ஏற்பட்டது. பெத்தவளாலும், கட்டியவளாலும் சிறுமைப்பட்டதாக பரிதவிக்கும் அவன் விபரீத முடிவு ஏதும் எடுத்து விடுவானோ என பசுபதி கவலையுற்றாள். அவனை அருகில் அழைத்தாள். சுருக்குப் பையில் இருந்து இரண்டு பத்து ரூபாய் நோட்டுகளை எடுத்துக் கொடுத்தாள். கோவிந்து வாங்க மறுத்து அசையாமல் நின்றான். அவன் அருகில் வந்த பசுபதி, நோட்டுகளை சட்டைப் பாக்கெட்டில் திணித்தாள். பிறகு, “மலைக் கோயிலு, பஸ் ஸ்டாண்ட், ஊர்க்கோயிலு, ரயில்வே டேசன்...எல்லாப் பக்கமும் போய்ப்பாரு, ஒங்கம்மா கிடைக்கலைன்னா, வீடு வந்து சேரு”

என மந்திரம் போல சொன்னதற்கு கட்டுண்டு, கோவிந்து வீட்டை விட்டுக் கிளம்பினான். வாசலில் படுத்திருந்த நாய் சிநேகமாய் வாலாட்டி வழியனுப்பியது.

கோவிந்து நேராக ஜட்கா வண்டிக்காரனைத் தேடிக்கொண்டு ரயில்வே ஸ்டேசன் போனான். அவன் அங்கு இல்லை. சக வண்டிக்காரர்களை விசாரித்தான். அவர்கள் அடையாளம் கேட்டார்கள். இவன், "கொண்டி மீச வச்சிருப்பாரு" என்று சொன்னதும், ஒருவரை ஒருவர் பார்த்து சிரித்துக்கொண்டனர். "அட நம்ப சுப்புவ தேடிக்கிட்டு வந்துருக்காருப்பா" என்று சொன்ன வயதான வண்டிக்காரர், "மலைக்கோயிலு வரை சவாரி போயிருக்கான் வர்ற நேரந்தான்" என்றார்.

ரயில்வே ஸ்டேசனுக்கு முன்னால் இருந்த ஸ்டேண்டில் வரிசையாக ஜட்கா வண்டிகள் நிற்க, இரும்புத் தகடுகள் வேய்ந்த கூரை ஷெட் நீளமாக அமைக்கப்பட்டிருந்தது. ஷெட்டை ஒட்டி மிகப்பெரிய ஆலமரம் விழுதுகள் இறக்கி ஈத்துப் பேத்து எடுத்த பெரிய மனுஷியாய் நின்றிருந்தது. மரத்தினடியில் புதிதாக ஜட்கா கட்டும் வேலையும், பழைய ஜட்காக்களை பழுது பார்க்கும் வேலையும், குதிரைகளுக்கு லாடம் கட்டும் வேலையும் மும்முரமாக நடந்து கொண்டிருந்தது. ஜட்கா வண்டிக்கு அடியில் தொங்கவிடப்பட்ட கயிற்றுப் பின்னல் பையில் நிறைய பச்சைப் புல் அமுக்கப்பட்டு இருந்தது. ஷெட் முழுவதும், புல் வாசமும், புல்லைத் தின்று குதிரை போட்ட லத்தி வாசமும் கலந்து பரவி இருந்தது. கோவிந்துக்கு அந்த வாசனை பிடித்தமானதாக இருந்தது. கோவிந்து ஆலமரத் திண்டில் அமர்ந்து கொண்டான்.

"ஏப்பா தம்பி டீ சாப்பிடுறியா" அந்தப் பெரியவர்தான் கேட்டார். "வேணாங்கய்யா, கொஞ்ச நேரம் போகட்டும்" என்றவன் வயிறைத் தடவிக்கொண்டான். ராசாத்தி, குழாய் புட்டும், கொண்டைக் கடலைக் குழம்பும் என செமத்தியாக கவனித்து விட்டாள். நேற்று காலையிலிருந்து இன்று காலை வரை பசுபதியிலிருந்து இப்பொழுது பார்த்த வயதான வண்டிக்காரர் வரை அனைவரும் நேசம் காட்டுபவர்களாக இருக்கிறார்கள். ஊரில்கூட அப்படித்தான். முதலாளி ஒரு நாள் கூட திட்டியது இல்லை. சசிக்கு தன்னுடன் ஆன வாழ்க்கையில் ஒருவித சலிப்பு இருந்தாலும், கோபம் கொண்டு ஒரு நாளும் சண்டை போட்டது இல்லை. பிறகு ஏன் இப்படி ஆனது? யாரைக் குறை கூறுவது? கோவிந்துக்கு குழப்பமாக இருந்தது. சசியை முழுவதுமாக தன்

கண் முன் நிறுத்த முயன்றான், முடியவில்லை. சசியின் முகம், அம்மா, அக்கா, சித்தி, பசுபதி, ராசாத்தி முகங்களைப் போல மாறிக்கொண்டே இருந்தது.

ஜட்காவிலிருந்து குதித்த சுப்புவிடம், பெரியவர், "உன்னத் தேடிக்கிட்டு விருந்தாளி வந்துருக்குப்பா" என கோவிந்துவை நோக்கி கை நீட்டினார். கோவிந்துவைப் பார்த்து முதலில் புருவங்களைச் சுருக்கிய சுப்பு, பிறகு ஞாபகம் வந்தவராக, "ஆ.. அந்த மருத பார்ட்டி" என்று சிரித்தவாறே உருமாலைக் கழட்டினார். ஆலமரத் திண்டிலிருந்து எழுந்து வந்த கோவிந்துக்கு சிரிப்பு வரவில்லை. "என்ன நைனா, பசுபதியக்கா கிட்ட விசாரிச்சியா, என்ன சொல்லுச்சு" என சுப்பு கேட்டான். "அது யோசன பண்ணிச் சொல்றேன்னு, சொல்லுச்சுண்ணே" என கூறிய கோவிந்துவின் முகத்தில் ஏமாற்றம் தெரிந்தது. "சரி விடு டீ சாப்புடலாம் வா.." என ஸ்டேசனுக்கு எதிர்ப்புறம் இருந்த டீக்கடைக்கு சுப்பு அழைத்துச் சென்றார்.

~ 6 ~

நாகு, சசியைப் பின் தொடர்ந்து வந்து கொண்டிருந்தான். இவளுக்கு எரிச்சலாக வந்தது. விடுவிடுவென வீட்டை நோக்கிச் சென்று கொண்டிருந்தவளை நாகு ஏறக்குறைய மறித்துவிட்டான். "ஏன் என்னாச்சு எங்கிட்ட சொல்லக் கூடாதா?" எனக் கேட்டான். "எல்லாம் உன்னாலதாண்டா..." என சசி மனதிற்குள் சொல்லிக்கொண்டாள். அவளது அழுத முகம் நாகுவுக்கு பதட்டத்தை ஏற்படுத்தி இருந்தது. "எதுக்கு அழுகுற, என்னன்னு சொன்னா நான் உதவி பண்ண மாட்டனா..." என கெஞ்சுகிற குரலில் கேட்டதும், நாகுவை தலைநிமிர்ந்து பார்த்தாள். அவனது ஸ்டெப் கட்டிங்கும், தொங்கு மீசையும், தெத்துப் பல்லும் சசிக்கு அவனைப் பாக்கவே இப்பொழுது பிடிக்கவில்லை. இவனிடம் எப்படி ஏமாந்து போனேன்? என தன்னையே நொந்து கொண்டவள், "பேசாம விலகிப் போ, எம்புருசன் எங்க போனாருன்னு தெரியல, எனக்கு பயமா இருக்கு" என்றவாறே நடையைக் கட்டினாள்.

காலையிலிருந்து ஒன்றும் சாப்பிடவில்லை. தலைக்கு இடது கையை நீட்டி பக்கவாட்டில் படுத்துக் கொண்டாள். புத்தி கன்னாபின்னாவென்று நிதானத்தை இழந்து கொண்டிருந்தது. "எங்காவது கெணத்துல, கொளத்துல விழுந்திருப்பாரோ...ரயில் தண்டவாளத்துல தல கொடுத்துருப்பாரோ..புளிய மரம் பாத்து தூக்குல தொங்கி இருப்பாரோ.." அவளது மனதில் விபரீதமான எண்ணங்கள் படையெடுத்த வண்ணம் இருந்தது. அவளால் படுக்க முடியவில்லை. எழுந்து உட்கார்ந்து கொண்டவளுக்கு தாகம் எடுத்தது. ஒரு சொம்பு தண்ணீரைக் குடித்தாள்.

ஹாலில் மாட்டியிருந்த திருமணப் போட்டோ அவளது கண்களை இழுத்தது. அதை எடுத்துக்கொண்டு சுவற்றில் சாய்ந்தவள், தலை நிறைய சுருள் முடியுடன் காட்சியளித்த கோவிந்துவை கண் கொட்டாமல் பார்த்துக் கொண்டிருந்தாள். இனி நிஜத்தில் அவன் கிடைக்க மாட்டோனோ என்ற..ஏக்கத்தில் அவளது நெஞ்சு விகசித்தது.

கல்யாணமான புதிதில் அவனை மக்கு...மக்கு...என சசி செல்லமாக அழைப்பாள். அவள் எதற்கு அப்படி அழைக்கிறாள் எனப் புரிந்துகொண்டு, அது இரவானாலும் பகலானாலும் கோவிந்து அவளை திக்குமுக்காட வைத்துவிடுவான். போதும்...போதும் என அவள் கெஞ்சும் வரை விளையாடுவான். அவளது அக்குளில் முகம் புதைத்து மூச்சு முட்ட வியர்வை வாசத்தை சுகிப்பான். விளையாடிக்

களைத்த பொழுதுகளில், நித்திரை கொள்ளும்வரை, அம்மாவையும் அக்காவையும் இழந்து சிறு பிராயத்தில் அவன் பட்ட அவதிகளை அவமானங்களை சசியிடம் நினைந்து நினைந்து சொல்வான். சசிக்கு கண்ணீர் வரும். அவனை மடியில் கிடத்தி முடி கலைத்து நெற்றியில் முத்தமிட்டு ஆற்றுப்படுத்துவாள்.

பொழுது பிற்பகலை நெருங்கிக் கொண்டிருந்தது. வெளியே, நாகுவின் அம்மா அழைக்கும் குரல் கேட்டது. சசி, போட்டோவை சுவற்றில் மாட்டிவிட்டு, வாசலுக்கு வந்தாள். நாகுவின் அம்மா ஒன்றும் விசாரிக்கவில்லை. "தலையை வாரி மொகத்தக் கழுவு சசி, எங்க போயிருக்கப் போறாரு, பொழுதுக்குள்ள வந்துருவாரு" என ஆறுதல் சொன்னவள், "சித்த இரு கொஞ்சம் சோத்தப் போட்டு கொண்டு வர்றேன்" என வீட்டுக்குப் போக திரும்பினாள். அப்பொழுது வேகுவேகென்று வியர்வை வழிய சைக்கிளில் வந்து இறங்கிய நாகு, "இந்த ஏரியா பூரா தேடிட்டேன், எங்கயும் அண்ணன் கிடைக்கல. வெளியூருதான் போயிருக்கனும்" என சசியின் முகத்தைப் பார்க்காமலேயே சொன்னான். "நாகு, எதுக்குடா ரெண்டு பேரும் இப்பிடி அல்லாடுறீங்க, அந்தத் தம்பி பொறுமையான மனுசன்டா, பொழுதிருக்க வந்துருவாரு வா..." என அவனை அழைத்துக்கொண்டு வீட்டுக்குப் போனாள். நாகு திரும்பி திரும்பி பார்த்துக்கொண்டே போனான்.

நாகுவின் அம்மா கொடுத்த சோற்றுப் போசி அப்படியே நாற்காலியில் இருந்தது. எந்த திக்கில் இருந்து என்ன சேதி வருமோ என சசிக்கு திகிலாக இருந்தது. நேற்று இரவு, கோவிந்து வீட்டுக்குள் வந்ததில் இருந்து ஒவ்வொன்றாக நினைத்துப் பார்த்தாள். கோவிந்து பாத்ரூமுக்குள் இருக்கும் பொழுதுதான் நாகுவை வெளியே அனுப்பினோம், கோவிந்து பார்த்திருக்க வாய்ப்பில்லை. ஆனாலும் தான் இருந்த கோலத்தை வைத்து யூகித்து இருப்பாரோ... ஒருவேளை அவர், நாகுவை பார்த்திருந்தால் சசிக்கு நினைக்கும்பொழுதே நெஞ்சில் நெருப்புப் பந்து சுழன்றது.

மலைச்சரிவில் உருண்ட கல்லாய் கடகடவென பகற்பொழுது வீழ்ந்து கொண்டிருந்தது. இரவில் தனியாக இருக்க சசி பயந்தாள். டவுன் பஸ் ஏறி பிறந்த வீட்டுக்குப் போய்விடுவது என சசி முடிவு செய்தாள். நோ, கோவிந்துவைப் பற்றி அப்பா கேட்டால் என்ன சொல்வது? சசிக்கு ஏற்பட்ட மன அழுத்தத்தில் மண்டையே வெடித்து விடும் போலிருந்தது. சசி அவளது அம்மா கோமதியின் மடி தேடும் சிறு பிள்ளை ஆனாள். அம்மா...என வாய்விட்டு அழுதாள். அம்மாவிடம் அடைக்கலம் தேடி வீட்டைப் பூட்டிவிட்டு ஓடினாள்.

~ ௧ ~

பாலக்காட்டிலிருந்து பாசஞ்சர் ரயில் வந்திருந்தது. நிறைய பயணிகள் மலையாள தேசத்திலிருந்து இறங்கினார்கள். குடும்பத்துடன் வந்தவர்கள், ஜட்கா வண்டிகளை வாடகைக்குப் பிடித்தனர். வரிசைப்படி நின்ற வண்டிகள் ஒன்றன் பின் ஒன்றாக அடிவாரம் நோக்கி அணி வகுத்தன. சுப்புவுக்கு ஒரு சவாரி கிடைத்தது. ஜட்கா வண்டியின் முன்புறம், வலப்பக்கமாக உட்கார்ந்து கொண்ட சுப்பு அவனுக்கு அருகில் இடப்பக்கமாக கோவிந்துவை உட்காரச் சொன்னார். வண்டிச்சக்கரத்தின் ஆரத்தில் கால் வைத்து ஏறுவதற்கு கோவிந்து தடுமாறினான். குதிரை, கொஞ்சம் முன் போய் பின் வந்தது. சுப்பு கையில் சாட்டைக் குச்சியை ஒப்புக்கு வைத்திருந்தார். அடிக்காமலேயே குதிரையை அதற்குரிய பாஷையில் கிளம்பச் செய்தார். குதிரை சுறுசுறுப்புடன் பிடரி முடி ஆட ஓடத் துவங்கியது. சுப்பு, சாட்டைக்குச்சியைத் திருப்பி, சக்கரத்தின் ஆரக்குச்சிகளுக்கு இடையே விட்டு, கடகடவென ஓசை எழுப்பினார். குதிரை மேலும் குஷியானது.

வண்டியில் ஐந்து பேர் கொண்ட குடும்பம் பயணம் செய்தது. அவர்களுடன் சேர்ந்து மொத்தம் ஏழு பேரையும் வண்டியுடன் சேர்த்து இழுத்துக்கொண்டு ஓடும் குதிரையின் வால் கோவிந்துவின் கால்களை புருபுருவென உரசியது. கூச்சத்தில் உடல் நெளிந்தவனைப் பார்த்து சுப்பு சிரித்தார்.

டயர் பட்டை போட்ட வண்டிச்சக்கரங்கள் சிமெண்ட் ரோட்டில் வழுக்கிக்கொண்டு போனது. ரயிலடிச் சாலையில் சுப்புவின் வண்டிக்கு முன்புறமும், பின்புறமும் ஜட்கா வண்டிகள் அடிவாரம் நோக்கிப் பறந்து கொண்டிருந்தன. முன்சென்ற வண்டிகளை கடந்து செல்ல விருப்பம் கொண்டவராய், "லட்சுமி விடாதே ட்ரூ...ட்ரூ..." என சுப்பு சத்தம் எழுப்பினார். குதிரை நாலுகால் பாய்ச்சலில் ஓட ஆரம்பித்தது. வண்டியிலிருந்த சிறுவனுக்கு உற்சாகமேலிட்டில் தலைகால் புரியவில்லை. "ஹேய்...ஹேய்..." என உரக்கக் குரல் கொடுத்தான். கோவிந்துக்கு எங்கே விழுந்துவிடுவோமோ என பதட்டமாக இருந்தது. வண்டி

கூரையின் குறுக்கே கட்டியிருந்த மூங்கில் தப்பையை இறுகப் பற்றிக்கொண்டான்.

எல்லாம் பஸ் ஸ்டாண்ட் வரும் வரைதான். அத்துடன் சிமெண்ட் ரோடு முடிந்து அடிவாரம் போகும் தார் ரோடு குண்டும் குழியுமாக பல்லிளித்தது. சுப்பு லகானைப் பிடித்து இழுத்து வேகத்தை குறைத்துக்கொண்டார். சக்கரங்கள் குழிக்குள் இறங்கி ஏறும் போதெல்லாம் வண்டியிலிருந்த பயணிகளின் தலை ஒன்றோடொன்று மோதிக்கொண்டன. அவர்கள் மொழியில் ஏதோ சொல்லிக்கொண்டு சத்தமாக சிரித்தனர். "அது இங்கிலீஷ்காரன் அந்தக் காலத்துல போட்ட சிமிண்ட் ரோடு, இன்னமும் கிர்ருன்னு இருக்கு, இது நம்மாளுக போட்ட தார் ரோடு ஒரு வருசங்கூட தாங்கறது இல்ல" என்று சலித்துக்கொண்ட சுப்பு, "என்னதான் சொல்லு, இங்கிலீஷ்காரன் இங்கிலீஷ்காரன்தான்" என மெச்சிக் கொண்டான். அது அநேகமாக பஸ் ஸ்டாண்ட் நுழைவுத் திருப்பத்தில சிலையாய் நின்று கொண்டிருந்த மகாத்மா காந்திக்கும் கேட்டிருக்கும்.

வண்டி பாளையம் ரோட்டைக் கடக்கும் பொழுது பளிச்சென மலை எழுந்து நின்றது. வண்டிக்குள் இருந்த பெரியம்மாள் "அரோகரா..." என கோஷமிட்டாள். அதைத் தொடர்ந்து மற்றவர்களும் "அரகர..அரகர... அரோகரா.." என கோரஸாக ஒலித்தனர். அவர்கள் முகத்தில் பக்திப் பரவசம் பொங்கி வழிந்தது. ரோட்டின் வலது பக்கம், வையாபுரிக் கண்மாய் பரந்து விரிந்திருந்தது. அதிலிருந்து வீசிய ஈரக்காற்று வெயிலை மட்டுப்படுத்தி ரம்மியமாக சுற்றுச் சூழலை மாற்றிக் காட்டியது.

வண்டி சரவணப் பொய்கை முன்பு நின்றது. பொய்கை வாசலுக்கு மேற்புரம் வரிசையாக சுதை சிற்பங்கள் பல வண்ணங்களில் கதை சொல்லின. பொய்கையில் பூத்த முருகனை ஆறு கார்த்திகேய பெண்கள் வளர்த்த கதைதான் அது.

முதலில் சிறுவன் குதித்தான். பிறகு சிறுவனின் தாய், தங்கை, தந்தை, பாட்டி என வரிசையாக இறங்கினர். அவர்கள் வண்டியை காலி செய்யும் வரை, சுப்பு பொறுமையாக கடிவாளத்தை இழுத்துப் பிடித்து குதிரை நகராமல் பார்த்துக்கொண்டார். வண்டி வாடகையை புன்னகையுடன் கொடுத்து விட்டு சென்ற தந்தையின் கை பிடித்து சிறுவனும், சிறுமியும் முன் சென்றனர். பின்புறம்

தாயாரும், பாட்டியும் நடந்து சென்றனர். அவர்கள் சன்னதி ரோடு திரும்பும்வரை கோவிந்து கண்கொட்டாமல் பார்த்துக் கொண்டிருந்தான்.

"ஏப்பா கோவிந்து என்ன இப்பிடி செலயாட்டம் நின்னுட்ட..." என சுப்பு உசுப்பியதும் என்ன சொல்வது எனத் தெரியாமல் கோவிந்து மேலும் கீழும் பார்த்தான். பிறகு சமாளிக்கும் விதமாக "ஏண்ணே, குதிரைக்கு பேரெல்லாம் வெச்சிருக்கீங்க போல" என்றான். "பெறகு, லட்சுமி நம்ம குடும்பத்துல ஒன்னுப்பா. லட்சுமி வீட்டுக்கு வந்த பின்னாடிதான் எங்கஷ்டமெல்லாம் தீர்ந்தது" என்றவாறே சுப்பு, லட்சுமியை தடவிக்கொடுத்தார்.

குதிரைய ஓரம் கட்டி நிறுத்திய சுப்பு, ஜிப்பா பாக்கெட்டில் கை விட்டு, பீடிக்கட்டும் தீப்பெட்டியும் எடுத்தார். ஒரு பீடியை பற்ற வைத்து ஆழமாக இழுத்து புகை விட்டவர், "ஏம்ப்பா ஒனக்கு வேணாம்..." என்றவாறு பீடிக்கட்டை கோவிந்துவை நோக்கி நீட்டினார். "வேணாண்ணே பழக்கமில்ல" என்றவனை, சுப்பு ஆச்சர்யத்துடன் பார்த்தார். கருத்த விரல்களில் கனன்று கொண்டிருந்த பீடி புகையாக கரைந்ததும், சுப்பு தொண்டையில் படிந்த காரலை காறி ரோட்டோரம் துப்பினார். "ஆவினங்கோயில் வாசலுக்கு போலாம், ஏதாவது சவாரி கெடைக்கும், வண்டியில ஏறு" என்றவர் ஒரே ஜம்ப்பில் ஆசனத்தில் அமர்ந்துகொண்டார். கோவிந்து ஆரத்தில் கால் வைத்து ஏறும்வரை சுப்பு லகானை இழுத்துப் பிடித்திருந்தார்.

~ 10 ~

சுடர்விட்ட வெள்ளி நட்சத்திரத்திற்கு நேர் மேலே பிறை நிலா ஒளிர்ந்தது. இது எத்தனாவது பிறை? சசி அனிச்சையாய் அமாவாசையிலிருந்து நாட்களை கணக்கிட்டாள். "இன்னக்கி நாலாம் பிறை" என உறுதிப்படுத்தியவள், "சீய் நாலாம் பிறை பாத்தா நல்லது நடக்காதே" என்றவள் தலைகுனிந்து, தான் கடந்து கொண்டிருந்த சாலையை கவனித்தாள். சாலையின் இருபுறமும், மாலைநேர வியாபாரம் சூடு பிடித்திருந்தது. ஆரப்பாளையம் மார்க்கெட் அருகே வேகமாக வந்த இருசக்கர வாகனத்திற்கு வழிவிட்டு சசி ரோட்டோரம் ஒதுங்கிய வேளையில் "ஆ...அண்ணாக்கயிறு" என்ற கருமத்தம்பட்டி பாயின் உரத்த சத்தம் ஒரு நொடி சசியை நடுங்க வைத்துவிட்டது. நெஞ்சில் கை வைத்தவாறு, பாயைப் பார்த்தாள். "ஒண்ணுமில்ல தாயி, சும்மா ஒரு சவுண்டு கொடுத்தேன் வேபாரம் நடக்கனுமில்ல" என ஈறு தெரிய சிரித்தார். சாக்குவிரித்து கலர்கலராய் அரைஞான் கயிறுகளை பரப்பியிருந்தார். அவரை நம்பி வீட்டில் எத்தனை ஜீவன்கள் இருக்கிறதோ..

மதுரை மத்திய சிறைச்சாலை வாசலுக்கு அருகில் இருந்த பஸ் ஸ்டாப்பில், டவுன் பஸ்ஸை எதிர்பார்த்து கைகளில் பைகளுடன் ஆண்களும், பெண்களும் கலந்து நின்றார்கள். இடுப்பில் குழந்தையோடு நின்ற பெண்ணை சசி ஆசையாக பார்த்தாள். டவுன் பஸ் ஏறினால் சென்ட்ரல் பஸ் ஸ்டாண்டு போய் விட முடியும், நடந்து சென்றால் வழியில் கோவிந்து தட்டுப்பட மாட்டானா என்ற ஏக்கத்துடன் சசி விறுவிறுவென, மாபாளையம் வழியாக மேம்பாலம் நோக்கி போய்க் கொண்டிருந்தாள்.

சசி, பஸ் ஸ்டாண்டில் நுழையும் வரை கோவிந்து தட்டுப்படவில்லை. ஆனால், சைக்கிளைத் தள்ளியவாறு நாகு அங்கே வந்துவிட்டான். நேற்று இரவு வரை அன்யோன்யமாக இருந்தவன், இன்று அந்நியப்பட்டவனாகத் தெரிந்தான். "சசி எம்மேல கோவமா?" என இறைஞ்சும் குரலில் பேசியவனின் முகம், சசிக்கு நாலாம் பிறையாகத் தெரிந்தது. அவள் பதில் பேசவில்லை. மணிக்கூண்டைப் பார்த்தாள். காளிபட்டிக்குச் செல்லும் டவுன்பஸ் வர இன்னும் பத்து நிமிடங்கள் இருந்தன. நாகு சைக்கிளை ஸ்டேண்ட் போட்டு நிறுத்தினான். "அண்ணன்

வந்துருவாரு சசி, ஒன்னப் பாக்கவே எனக்கு கஷ்டமா இருக்கு" என நாகு தயக்கத்துடன் பேசினான்.

செக்கானுரனி செல்லும் டவுன் பஸ் மெதுவாக ஊர்ந்து கொண்டிருந்தது. பஸ்ஸில் மக்கள் புளி மூட்டையாய் அடைந்து கொண்டிருந்தார்கள். அநேகமாக அவர்கள் ஊருக்குச் செல்லும் கடைசி பஸ்ஸாக இருக்கும். ஒரு பெண், இடுப்பில் ஒரு ஆண் குழந்தையும், கையில் ஒரு சிறுமியையும் பிடித்துக்கொண்டு பரக்கபரக்க பஸ்ஸில் ஏற முயன்றாள். தோளில் மாட்டிய துணிப்பை சாமான்களுடன் தோளை விட்டு இறங்கி, முழங்கை மடிப்பில் தொங்கியது. சசிக்கு அவளைப் பார்க்க, அய்யோ பாவம் என்றிருந்தது.

நாகு, அந்த பஸ்ஸை நோக்கி ஓடினான். "அண்ணே..கொஞ்சம் வண்டிய நிறுத்துங்க" என ஓட்டுநரைப் பார்த்துக் குரல் கொடுத்தான். வண்டி நின்றதும், படியில் நின்ற கூட்டத்தை விலக்கி, அந்தப் பெண்ணையும், பிள்ளைகளையும் பத்திரமாக பஸ்ஸில் ஏற்றிவிட்டான். அவள் கண்கள் அவனைப் பார்த்து நன்றியுடன் கைகூப்பின. நாகு மீண்டும் சசியிடம் வந்து நின்று கொண்டான். சசியின் மனம் நெகிழ்ந்து போனது. நாகுவுக்கு முகம் காட்டாமல் திரும்பிக்கொண்ட சசிக்கு குற்ற உணர்வு மேலிட்டது.

நாகு, தன்னைவிட மூன்று வயதுக்காவது இளையவனாக இருப்பான். வீட்டுக்கு மூத்தவனான அவனுக்கு கீழே ஒரு சகோதரனும், சகோதரியும் உள்ளனர். இருவரும் பள்ளிக்குச் செல்லும் மாணவர்கள். நாகுவின் அப்பா, ஊறுகாய் தயாரிக்கும் கம்பெனியில் வேலை பார்த்து வந்தார். கிடைக்கும் சம்பளத்தில் மிகுந்த கஷ்டத்திற்கிடையே நாகுவை படிக்க வைத்தார். அவன் வேலைக்குப் போனால்தான் அந்த குடும்பத்திற்கு விடிவு காலம் பிறக்கும். அதற்காக நாகுவின் அம்மா வேண்டாத தெய்வங்கள் இல்லை.

அவன் ஒழுங்காக அரசுப் பணித் தேர்வு எழுத படித்துக் கொண்டு இருந்தான். தன்னிடமும், மரியாதையாகத்தான் நடந்து கொண்டான். பிறகு எப்படி இந்த சறுக்கல் ஏற்பட்டது. காலையில் சோற்றுப் பொட்டலத்துடன் வீட்டை விட்டு வேலைக்குச் செல்லும் கணவன், இரவு பத்து மணிக்கோ, பதினோரு மணிக்கோ திரும்புவான். அதுவரை இடையில் இருந்த பெரும்பொழுதின் தனிமை இப்படிப்பட்ட இக்கட்டில் தன்னை இழுத்துவிட்டதோ..

பொழுதின் கனம் சுமக்க முடியாமல் இந்தப் பையன் தலையில் இறக்கி வைத்து விட்டோமோ...சசி, நாகுவை நினைந்து வருத்தப்பட்டாள். ஒன்றும் அறியாத இளைஞனின் மனதைக் கெடுத்து விட்டோமே என்ற பரிவுடன் நாகுவின் முகத்தை ஒரு முறை சசி பார்த்தாள். அவன் பலி ஆட்டைப் போலத் தோற்றமளித்தான். "பாதகத்தி இப்பிடி பண்ணிட்டனே, ரெண்டு ஆம்புளைக பொழப்பையும் சீரழிச்சிட்டு நான் இன்னும் உயிரோடு இருக்கனே...இந்தப் பாவம் சும்மா விடாது". சசிக்கு தலையில் அடித்துக்கொண்டு கதற வேண்டும் போலிருந்தது.

காளிப்பட்டி போகும் பஸ் வந்து விட்டது. சசிக்கு ஓட்டுநர் இருக்கைக்கு பின்புறம் இருந்த ஜன்னலோர சீட்டில் இடம் கிடைத்தது. ஜன்னலையொட்டி கீழே அவள் முகம் பார்த்து நாகு நின்று கொண்டிருந்தான். பஸ் கிளம்பும் போது, பக்கத்து சீட்டு பெண்மணி, "அதாரு அந்தப் பையன் ஒன்னையவே பார்த்துக்கிட்டு இருக்கான்" என்றாள். அதற்கு "அது எதுத்த வீட்டுத் தம்பி" என நாகுவுக்கும் கேட்கும்படி சசி சொன்னாள். பஸ் ஸ்டாண்டை விட்டு கிழக்குப் பக்கமாக சாலையில் பஸ் திரும்பும் பொழுது நாகுவை கடைசியாக ஒருமுறை சசி பார்த்துக் கொண்டாள். அவன் சைக்கிளில் சாய்ந்து பாவமன்னிப்பு கேட்பவன் போல தலை குனிந்து நின்றிருந்தான்.

நகரை விட்டு பஸ் வேகமெடுத்ததும், சசிக்கு இருப்பு கொள்ளவில்லை. அம்மாவை சமாளித்து விடலாம். அப்பா கேட்டால் என்ன சொல்வது? அப்பாவுக்கு தன்னைவிட மருமகன் கோவிந்து மீது தான் பாசம் அதிகம். கோவிந்துவைப் பார்த்த வினாடியில் தன் மகள் சசிவர்ணத்தை கட்டிக்கொடுக்க முடிவு செய்து விட்டார். ஆனால், சசியின் அம்மா கோமதி "சொந்தபந்தம் வீடு வாசல்னு ஒன்னுமில்ல, தாய் தகப்பன் இல்லாம வளர்ந்த பையன், எப்படி இருப்பானோ என்னவோ இதுல அந்தப் பையனோட அம்மாவ வேற தப்பாச் சொல்றாங்க" என புலம்பித் தவித்தாள். அதற்கு சுந்தரம், "நீ சொல்றதெல்லாம் சரிதான், அந்தப் பையன் மொகத்தப் பாத்தா பச்சை மண்ணாத் தெரியறான், அவன் நம்ம புள்ளயை நல்லா வச்சிக்குவான்; அந்தப் பையன் வேல பாக்குற கடை முதலாளிகிட்ட விசாரிச்சேன், தங்கமான பையன்னு ஒரே வார்த்தையில் முடிச்சிக்கிட்டாரு. அத நான் மனசார நம்புறேன்" என தீர்மானமாக சொன்னபோது சசியும் கதவுக்குப் பின்னால் நின்று அதைக் கேட்டுக் கொண்டிருந்தாள்.

அதற்குப் பிறகு கோமதி, ஆண்டவன் மீது பாரத்தைப் போட்டு விட்டு கல்யாண காரியங்களில், கணவருடன் சேர்ந்து மனமுவந்து ஈடுபட்டாள். கோவிந்துவின் சார்பில் கடை முதலாளி தாலி எடுத்துக்கொடுத்தார். கல்யாணம் சித்தி விநாயகர் கோவிலிலும், விருந்து ஒரு நேரம் மட்டும் கோவிலுக்கு அருகிலிருந்த மண்டபத்திலும் நடந்தது.

சுந்தரம், கணித்தது வீண் போகவில்லை. சசியைக் கோவிந்து உள்ளங் கையில் வைத்து தாங்கினான். குழந்தைகள் பிறக்கவில்லை என்ற குறை முதலில் அவர்களுக்கு பெரிதாகத் தெரியவில்லை. ஆனால் நேரிடையாக விசாரித்தவர்களுக்கு முகம் பார்த்து பதில் சொல்ல முடியவில்லை. தனக்குத் தெரிந்த பெண் மருத்துவரிடம் கோவிந்துவையும், சசியையும் சுந்தரம் அழைத்துச் சென்றார். பரிசோதனையின் முடிவில் கோவிந்துவுக்கு ஒன்றுமில்லை என்றும், சசிக்குத்தான் கருப்பை பலவீனமாக உள்ளதென்றும், அதை தொடர் சிகிச்சையின் மூலம் சரிசெய்து விட முடியும் என மருத்துவர் சொன்னபோது சுந்தரமும், கோமதியும் வருத்தமுற்றனர். ஆனால், கோவிந்து அதைச் சிறிதும் வெளிக்காட்டவில்லை.

பரிசோதனை முடிவு தெரிந்த நாள் இரவு கோவிந்துவிடமிருந்து சசி விலகிப்படுத்தாள். அவளை அருகில் இழுக்க கோவிந்து முற்பட்டபோது, "ஒரு கொழந்தைய பெத்துக் கொடுக்கக்கூட எனக்கு வக்கில்ல, பொம்பளயா பொறப்பெடுத்ததுக்கு ஒரு அர்த்தமும் இல்லாமப் போச்சு என்னை விட்டுருங்க" என அழுதவளை, ஒரு குழந்தையைப் போல நெஞ்சணைத்து முதுகைத் தட்டிக்கொடுத்த கோவிந்து அவள் அழுது முடிக்கும்வரை காத்திருந்தான். பிறகு ஒவ்வொரு வார்த்தையாக அளந்து சொன்னான். "டாக்டரு கொடுக்கற மாத்திரைய நம்பிக்கையோடு சாப்பிடு, நமக்கு கொழந்தை பொறக்கும். ஒருவேளை பொறக்கலைன்னாலும் கவலையில்ல, நான் ஒனக்கு கடைசிவரை கொழந்தையா இருப்பேன்." அவன் சொல்லி முடித்ததும், அவனை இறுகக் கட்டியணைத்தவள் அவனது நெற்றியில் வெறிகொண்டு முத்தினாள். அது அந்த நேரத்தில் அவளை மன அழுத்தத்திலிருந்து விடுவிப்பதாக இருந்தது.

அடுத்த பஸ் ஸ்டாப்பில் அவளது கிராமம் வந்து விடும். ஒரு காலத்தில் மூன்று சிறு கிராமங்களாக இருந்தது. காலப்போக்கில் ஒன்று சேர்ந்து பெரிய கிராமமாக மாறிவிட்டது. பஸ்ஸின் முகப்பு விளக்கு வெளிச்சத்தில், காளிப்பட்டி என ஹைவேஸில் எழுதி

நிறுத்தியிருந்த போர்டு பளிச்சிட்டது. அவள் மட்டும்தான் இறங்கினாள். வீடு ஆறு குதிரை காளியம்மன் கோவில் தாண்டி வடபுறம் செல்லும் பாதையில் இருந்தது. பேச்சுத்துணைக்குக்கூட ஆளில்லாமல் ஆளரவமற்ற பாதையில் செல்ல மற்ற நாட்களானால் சசி பயந்திருப்பாள். யாராவது ஆள் வரும் வரை காத்திருப்பாள். ஆனால் சசியின் இன்றைய நிலைமை வேறு. மனம் நிறைய பாரம் சுமந்திருந்தாள். காணாமல் போன கணவனின் நினைவு துணைக்கு இருந்ததால் பயமில்லாமல் நடந்து கொண்டிருந்தாள்.

இரவு கால பூஜைக்குப் பிறகு காளியம்மன் கோவிலின் பெரிய மணிக்கதவுகள் பூட்டப்பட்டிருந்தன. காற்று வீசுகையில் கதவின் மேலிருந்து கீழாக வரிசை கட்டி மாட்டப்பட்டிருக்கும் மணிகள் சத்தம் எழுப்பும். ஆடி மாதக் காற்றில் இரவு முழுக்க மணிச்சத்தம் ஓயாது. சிறு வயதில் இரவு நேரம் கண் விழித்தால், இந்த மணிச்சத்தம் சசிக்கு அச்சத்தை ஏற்படுத்தும். சிறுநீர் வந்தாலும் அடக்கிக் கொள்வாள். சில நேரங்களில் பாயோடு மோண்டதும் உண்டு. காளியம்மன் கோவில் வாசலுக்கு முன்புறம் ஆறு குதிரைகள் அடிக்கும் தலைக்குமாக நின்றன. நடுநிசிக்குப் பிறகு காளியம்மன் ஊரைச் சுற்றி தேர் பவனி வருமாம். தேரில் காளியம்மன் அமர, ஆறு குதிரைகளும் படுவேகமாக இழுத்து வருமாம். குறுக்கே யாரும் வந்தால், ஒரே அடி, ஆள் காலி. அப்படித்தான் ஊருக்குள் ரவுடித்தனம் செய்து கொண்டிருந்த வெட்டுப் பாண்டி செத்துப் போனான். அப்பத்தா எல்லாவற்றையும் இவளுக்கு சொல்லி இருக்கிறாள்.

குதிரைகளுக்கு பின்புறமாக சென்ற பாதை வழியாக நடந்து கொண்டிருந்த சசி எங்கே தான் செய்த தப்புக்கு காளியம்மாள் தண்டித்து விடுவாளோ...என்ற அச்சத்தில் கால்களை எட்டப் போட்டாள். சுசீலா டீ கடைக்கு முன்பு மங்கிய மஞ்சள் ஒளியில் குண்டு பல்பு எரிந்து கொண்டிருந்தது. சுசீலாக்கா, டீ பட்டறையை கழுவிச் சுத்தம் செய்து கொண்டு இருந்தாள். சசியின் அம்மா வகையில் சுசீலாக்கா தூரத்து சொந்தம். சசியைப் பார்த்ததும், "ஏம்புள்ள இந்நேரம் தனியாவா வந்த. ஒம்புருசன் வரல்லியா" என்ற சுசீலாவின் கேள்விக்கு சசி பதில் சொல்ல முடியாமல் தடுமாறினாள். முதல் கேள்வி. இனி யார் யாரெல்லாம் கேட்கப்போகிறார்களோ...என்ன பதில் சொல்லி எப்படி சமாளிப்பது?.

“கொஞ்சம் ஓடம்புக்கு முடியல, அதான் அம்மாவ பாத்துட்டு போலாம்னு நான் மட்டும் வந்தேன்” என சசி மென்று முழுங்கினாள். சுசீலா, சசியின் முகத்தை உற்றுப் பார்த்தாள். ஒரு வேளை உண்டாகி இருப்பாளோ...என்ற சந்தேகத்தில், “ஏன் என்ன பண்ணுது” என அக்கறையுடன் விசாரித்தாள். சசீலாவின் மன ஓட்டத்தைப் புரிந்து கொண்ட சசி, “அதெல்லாம் ஒன்னுமில்லக்கா நான் வர்றேன்” என்றவாறே நடையைக் கட்டினாள்.

விடியற்காலையிலிருந்து கோவிந்துவை காணவில்லை என்று சொன்னால், அப்பா கேட்கும் கேள்விகளுக்கு என்ன பதில் சொல்வது? சசிக்கு பயத்தில் அடிவயிறு கலங்கியது. “காலைல எந்திரிச்சு பாத்தேன் அவர காணாம், கடையிலயும் போய் விசாரிச்சேன் சாயந்தரம் வரை பார்த்தும் ஆளு வீடு வந்து சேரல என்ன பண்றதுன்னு தெரியல எனக்கு அங்க யாரையும் தெரியாது அதனால் உங்களப் பாக்க வந்துட்டேன்” என ஒருமுறைக்கு இருமுறை சொல்லிப் பார்த்துக் கொண்டாள். இதைத் தவிர உயிரே போனாலும் ஒரு வார்த்தையும் சொல்லக் கூடாது என சசி முடிவு செய்து கொண்டாள்.

~11~

சுப்பு எதிர்பார்த்தது போலவே ஆவினன் கோவிலிலிருந்து ஊர்க்கோவிலுக்கு சவாரி கிடைத்தது. குதிரை ஓடிக்கொண்டிருந்தது. அதன் தலையில் மாட்டியிருந்த இளஞ்சிவப்பும், நீலமும் கலந்த குஞ்சரம் குதிரையின் அசைவுக்கு ஏற்ப குதித்துக் கொண்டிருந்தது. அது அழகாக இருந்தது. கோவிந்து அதையே பார்த்துக்கொண்டிருந்தான். குஞ்சரம் வைத்து அழகு படுத்தி இருப்பது குதிரைக்கு தெரியவா போகிறது. பார்ப்பவர்களுக்குத் தான் தெரியும். குஞ்சரம் இங்கே எதன் குறியீடாக உள்ளது. ஓடிக்கொண்டிருக்கும் குதிரையை இயக்குபவனும், குதிரையின் தலை மீது குஞ்சரம் வைத்தவனும் சுப்பு அல்லவா?

குஞ்சரம் இல்லாமல் தான் மட்டும் ஓடிக் கொண்டிருப்பதாக கோவிந்து கருதினான். சசியை குஞ்சரமாக வைத்து அழகுபடுத்தியவர்கள் தான் அவளுக்காக கவலைப்பட வேண்டும். அந்தக் குஞ்சரம் வேறு ஏதாவது ஒரு குதிரையின் தலைக்கோ அல்லது கழுதையின் வாலுக்கோ அழகாக இருந்துவிட்டுப் போகட்டும். தனக்கு அதைப்பற்றி கவலை இல்லை என மனதிற்குள் வாதிட்டுக்கொண்டவனின் கண்களை கண்ணீர் திரையிட்டு மறைத்தது.

சசியை அப்படி வெறுமனே குஞ்சரமாக ஒதுக்கிவிட முடியுமா, தன்னை இயக்கும் கடிவாளத்தையே அவள் கைகளில் கொடுத்திருந்தோமே...சுப்பு ஓடிக்கொண்டிருந்த குதிரையை சடன் பிரேக் போட்டு நிறுத்தினார். குறுக்கே வந்துவிட்ட சைக்கிள்காரரை "ஏம்ப்பா ரோட்ல பாத்து வரக்கூடாது" என்றவாறே சுப்பு வண்டியை மீண்டும் ஓட்ட ஆரம்பித்தார். சைக்கிள்காரரின் முகத்தில் அவ்வளவு கவலை இருந்தது. அதைப் பார்த்து விட்டு, "கோவிந்து, வாழ்க்கைன்றது அவ்வளவு ஈசி இல்ல, சமாளிச்சுத்தான் போகணும். சைக்கிள்காரரு முகத்தப் பாத்தியா, ஒன்னோட முகமும் அப்படித்தான் இருக்கு. எதுக்கும் கவலப்படாதே, எல்லாம் சரியாப் போயிரும். சைக்கிள்காரரு மாதிரி ஸ்லிப்பாயிரக் கூடாது என்ன நான் சொல்றது..." என்ற சுப்புவை, கோவிந்து கண்கள் விரியப் பார்த்தான்.

சுப்பு எவ்வளவு பெரும்போக்கானவர். ஒரு டீ சாப்பிடும் பொழுதுக்குள் தன்னை இயல்பாய் சேர்த்துக்கொண்டவருக்கு

வாழ்க்கை கற்றுக்கொடுத்த பாடங்கள் அனுபவங்கள் நிறைய இருக்கும் போல. இருபத்தைந்து வருடங்களுக்குப் பிறகு எதன் நிமித்தம் உன் அம்மாவைத் தேடுகிறாய்? என்ற கேள்வி கடைசியாய் அக்கண்களில் தொக்கி நின்றபோது கோவிந்து தலைகுனிந்து கொண்டான். "சரி, ஒங்கம்மாவ தேடுறவரை எங்கோட்டயே இரு. ஜட்கா ஊரு முச்சூடும் சவாரிக்குப் போகும், இருந்தா எங்கயாவது கெடைக்காமலா போயிருவாங்க" என சுப்பு சொன்னபோது, அவனிடம் உண்மையைச் சொல்லி விடலாமா என ஒரு கணம் யோசித்த கோவிந்து பிற்பாடு சொல்லிக் கொள்ளலாம் என பேசாமல் இருந்து கொண்டான்.

ஜட்கா, காந்தி மார்க்கெட்டை கடந்து கொண்டிருந்தது. கூட்டமும், போக்குவரத்து நெரிசலும் கூடிய சந்தடிமிக்க பகுதி. சுப்பு லாவகமாக ஜட்காவை நிறுத்தாமல் வளைத்து வளைத்து ஓட்டிக்கொண்டிருந்தார். லகானின் சுண்டுதலுக்கு ஏற்ப இடமும் வலமுமாக, லட்சுமி ஓடிக்கொண்டிருந்தது.

ஊர்க்கோவில் முன்பு சவாரி இறங்கியதும், சுப்பு, அருகிலிருந்த வாகை மரத்தின் ஓரம் நிழல் பார்த்து ஜட்காவை நிறுத்தினார். அருகில் வயதான ஒரு வெள்ளைச் சீலைக்காரி கம்மங்கூழ் விற்பனை செய்து கொண்டிருந்தாள். கோவில் முன்பு இருந்த பெரிய மைதானம் முழுக்க, உச்சி வெயில் குடை விரித்திருந்தது. காக்கைகள் விஸ்தாரமான வீதியில் தத்தி தத்தி எதையோ பொறுக்குவதும் பறப்பதுமாக இருந்தன. ஜட்காவுக்கு அடியில் பின்னல் பையிலிருந்த பச்சைப் புல்லை கை நிறைய அள்ளி எடுத்த சுப்பு, குதிரைக்கு முன்னால் பரப்பிப் போட்டார். குதிரை குனிந்து இரையெடுக்க ஆரம்பித்தது.

சுப்பு, "வாய்யா கூழு குடிக்கலாம்" என கோவிந்துவை அழைத்தார். தலையிலிருந்த உருமால் துண்டை கழற்றியவாறே உஸ்ஸென்று ஓசையெழுப்பிய சுப்பு, "ரெண்டு கூழு கொடுக்கா" என வெள்ளைச் சீலைக்காரியிடம் சொன்னார். பெரிய கரும்பானையில் கம்பங்கூழ் இருந்தது. பானையை, மர நாற்காலியில் வைக்கற்பிரி சுத்திய சும்மாட்டின் மீது வைத்திருந்தாள். அகப்பையில் கூழைக் கலக்கியவள், இரண்டு மண் கலயம் நிறைய ஊற்றிக் கொடுத்தாள். தொட்டுக்க மோர் மிளகாய்களை அலுமினியத் தட்டில் வைத்துக் கொடுத்தாள். எல்லாம் சுத்தபத்தமாக அவளது சேலையைப் போலவே இருந்தது.

சொம்பு நிறைய இருந்த கம்பங்கூழை வாயைத் திறந்து அன்னாக்க விட்ட சுப்பு ஒரே மூச்சில் குடித்து முடித்தார். கோவிந்து கொஞ்சம் கொஞ்சமாக ருசித்து குடித்தான். இஞ்சி வாசனையுடன் சிறு வெங்காயத்துகள் கலந்த கூழ் குடிக்க குளிர்ச்சியாகவும், மணமாகவும் இருந்தது. மோர் மிளகாய் கூழுக்கு இணக்கமாக இருந்தது. பெரிதாக ஏப்பம் விட்ட சுப்புவிடம் பீடி புகைந்து கொண்டிருந்தது. கூழுக்கான காசைக் கொடுத்த சுப்புவிடம், “யாரு இந்த தம்பி ஊருக்குப் புதுசா?” என வெள்ளைச் சீலைக்காரி, கோவிந்துவைக் காட்டிக் கேட்டாள். “ஆமாக்கா” என்ற சுப்பு, “கோவிந்து இந்தக்கா பேரு ருக்குமணி, இந்த ஊர்ல உள்ளவங்க ஊர் கோயிலுக்க வராம இருக்க மாட்டாங்க, இவங்களுக்கு எல்லாரையும் தெரியும். நீ வேண்ணா ஒங்கம்மாவப் பத்தி வெசாரிச்சுப் பாரு” எனக் கூறியவர், பீடிப்புகையுடன் கொஞ்சம் தள்ளி நின்று கொண்டார்.

ருக்குமணியக்கா, “இங்க வா சாமி” என கனிவுடன் அழைத்தாள். அருகில் சென்ற கோவிந்து, “அம்மா பேரு ஈசுவரி” என ஆரம்பித்தான். அதற்கு மேல் பேச்சு வரவில்லை, “சொல்லு ராசா அவங்க எப்பிடி இருப்பாங்க” என ஆவலுடன் கேட்ட ருக்குமணியக்காவிடம், எப்படி அம்மாவைப் பற்றி அதுவும் இருபத்தைந்து வருடங்கள் கழித்து அடையாளம் சொல்லுவது என கோவிந்துக்கு திகைப்பாக இருந்தது. அம்மாவை கண்ணுக்கு முன் கொண்டு வந்து நிறுத்த முயற்சித்தான். அம்மா வரவில்லை. திரும்ப திரும்ப சசி தான் வந்தாள்.

கோவிந்தின் அம்மா வயதில் இருந்த ருக்குமணியக்காவுக்கு அவன் அசங்காது நிற்பதைக் கண்டு சங்கடமாக இருந்தது. “ஒன்னும் அவசரமில்ல ராசா, பொழுது விழுந்த வேலையில, பூவும் சாமிச்சாமானும் வச்சு வித்திட்டு இருப்பேன் கோயில் நடை சாத்தற வரை நான் இங்கதான் இருப்பேன், அம்மாவப் பத்தி எப்ப வேணாலும் நீ வந்து சொல்லு” என ஆறுதலாய் பேசியவளிடம், “சரிக்கா நான் வர்றேன்” என கோவிந்து திரும்பினான். லட்சுமி தின்றது போக மீதமிருந்த புற்களை அள்ளி சுப்பு பின்னல் பையில் போட்டுக் கொண்டிருந்தார்.

ஊர் கோயிலில் இறக்கி விட்ட சவாரி, சாமி தரிசனம் முடித்து விட்டு திரும்பி வந்து கொண்டிருந்தது. அதில் மூக்கில் பேசரி அணிந்திருந்த பெண்மணி, சிரித்த முகத்துடன், “லால்குடி மடத்துல எறக்கி விடுறீங்களா...” என சுப்புவிடம் கேட்டார்.

"அதுக்கென்னம்மா தாராளமா போகலாம்" என்றவாறே லட்சுமியின் முகத்தை வருடிக்கொடுத்தார். லட்சுமி, மேலுதட்டை ஏற்றி ஈறு தெரிய பற்களைக் காட்டி தலையை மேலும் கீழுமாக ஆட்டியது. அது சிரிப்பது போலிருந்தது. சுப்பு, "இன்னக்கி கோவிந்து வந்த நேரம் வரிசையா சவாரி மாட்டுது, ஏன் லட்சுமி" என அதனிடம் பேசினார். சவாரி ஜட்காவில் ஏறிய பிறகு இரை எடுத்த தெம்பை லட்சுமி ஓட்டத்தில் காட்டியது.

மதியம் மூன்று மணிப்பொழுதில் ஜட்கா மீண்டும் ரயில் நிலையம் வந்திருந்தது. காலையிலிருந்த பரபரப்பு ஜட்கா ஸ்டேண்டில் இப்பொழுது இல்லை. ஆலமரத்தினடியில் சிலர் துண்டை விரித்து படுத்துக் கொண்டிருந்தனர். இன்னும் சிலர் ஆடுபுலி ஆட்டம் ஆடிக் கொண்டிருந்தனர். சுப்பு, வண்டியிலிருந்து பிரித்து லட்சுமியை விலக்கிவிட்டார். லட்சுமி அதுவாக சிமெண்ட் தண்ணித் தொட்டி அருகே சென்று நிறைய நீர் அருந்தியது. சுப்பு அங்கே இருந்த இரும்பு வாளியை எடுத்து லட்சுமியின் உடம்பு முழுவதும் குளிர்ந்த நீரை அடித்து நனைத்தார். தொட்டியின் திட்டின் மீது இருந்த கூழாங்கல் உருண்டையை எடுத்து லட்சுமிக்கு தேய்த்து விட்டார். லட்சுமி வெயிலுக்கும், குளிர்ந்த நீருக்கும் இடையே, சுப்புவின் தேய்ப்புக்கு வாகாய் உடம்பை வளைத்து வளைத்துக் காட்டியது. உற்சாக மிகுதியில் கனைக்கவும் செய்தது.

~12~

அடுத்த நாள் காலை சுந்தரம், பெட்டிக்கடை ரஹீம் பாயை அழைத்துக்கொண்டு மதுரைக்கு பஸ் ஏறினார். நேராக, கோவிந்து வேலை பார்க்கும் மளிகைக் கடைக்குத்தான் போனார்கள். கடையில் கூட்டமாக இருந்தது. செட்டியார், முண்டா பனியனுடன் சாமான்களை சரிபார்த்து பில் போட்டுக் கொண்டிருந்தார். செட்டியார் பில் போட்டு விட்டு எப்பொழுது நிமிர்வார் என சுந்தரம் அவரையே பார்த்துக் கொண்டிருந்தார். ரஹீம் பாய் குல்லாவை எடுத்துவிட்டு, "யா....அல்லா" என்றவாறு மேற்துண்டால் தலை வியர்வையைத் துடைத்துக்கொண்டார். பிறகு எழுத்து தட்டி போர்டை படித்தார். "ராஜமன்னார் செட்டியார் மளிகைக் கடை ஸ்தாபிதம் 1937". ரஹீம் பாய், "ஓ... சொதந்திரத்துக்கு முன்ன இருந்தே கடை இருக்கா" என மரியாதையுடன் கடை முழுவதையும் பார்த்தவர் அல்லாவை மீண்டும் அழைத்தார். நடுநேர் எடுத்துச் சீவிய ராஜமன்னார் செட்டியாரின் கறுப்பு வெள்ளைப் படம் கம்பீரமாக கல்லாப் பெட்டி இருக்கைக்குப் பின்புறம் மாட்டப்பட்டிருந்தது.

செட்டியார் பில்போட்டு முடித்ததும், வாடிக்கையாளரிடம் பில்லைக் கொடுத்தார். பில்லை சரிபார்க்காமல் வாடிக்கையாளர் பணத்தை எண்ணிக் கொடுத்தார். அதை வாங்கும் இடைவெளியில் செட்டியார் சுந்தரம் வந்திருப்பதைக் கவனித்து விட்டார். "வாங்க," என வாய் நிறைய அழைத்தவர், "கோவிந்து ஏங்க இன்னக்கிம் கடைக்கு வரலை, இன்னுமா அவனுக்கு உடம்பு சரியில்ல" என பணத்தை வாங்க மறந்து பேச ஆரம்பித்தார். செட்டியாரிடம் என்ன பதில் சொல்வது அதுவும் கடைவீதியில், அவ்வளவு கூட்டத்திற்கு மத்தியில் என சுந்தரம் தயங்கினார். ஆனால் ரஹீம் பாய்க்கு எந்த தயக்கமும் இல்லை. "நேத்து விடியக்கால போன தம்பி இன்னும் வீடு திரும்பலைங்க, ஒரு வேள நீங்க சரக்கு வாங்க வெளியூர் அனுப்பிச்சி இருக்கீங்களோன்னு விசாரிச்சிட்டு போலாம்னு வந்தமுங்க" என்று கூறியதும்தான், சுந்தரத்துடன் சேர்ந்து வந்த ரஹீமை, செட்டியார் கவனித்தார். "சரக்கு வாங்க முத்தையா பிள்ளை தாங்க எப்பவும் போவாரு. இப்ப சாப்பாட்டுக்கு போயிருக்காரு, சித்த நேரத்துல வந்துடுவாரு" என்றார். சுந்தரத்தைப் பார்த்து, "கோவிந்து இல்லாமல் கை ஒடிஞ்ச மாதிரி இருக்குங்க, கடைக்கு ஆளக் கொண்டு வந்து சேத்துடுங்க" என்றவர், வாடிக்கையாளர் கொடுத்த பணத்தை

எண்ணி கல்லாப்பெட்டியில் போட்டார். அடுத்த பில்லை போட சாமான் பட்டியலை எடுத்து வாசிக்க ஆரம்பித்தார்.

காலை மணி பதினொன்று ஆகியிருந்தது. ஒத்தை மாட்டு வண்டியில் பாரம் ஏற்றிக்கொண்டிருந்த வண்டிக்காரனின் வெற்று முதுகில் அருவியைப் போல வெயில் வியர்வையாக வழிந்து கொண்டிருந்தது. அவனைக் கடந்து சென்ற போது தான் வெயிலின் கனம் கூடிக்கொண்டு செல்வது ரஹீம் பாய்க்கு உரைத்தது. ஆனால், மடித்த குடையை விரிக்காமல் கடைவீதியில் நடக்கிறோம் என்ற பிரச்சினை இல்லாமல் தன்னுடன் வந்து கொண்டிருக்கும் சுந்தரத்தை பார்த்த பாய், "மாமு கொடைய விரிச்சு பிடிங்க வெயிலு இந்தப் போடு போடுது" என்றார். சுந்தரம் அதைக் கவனிக்கவில்லை. ஆனால் வெற்றிலை பாக்கை மென்று கொண்டு எதிரே வரும் முத்தையா பிள்ளையை கவனித்து விட்டார்.

முத்தையா பிள்ளைக்கு முதலில் அடையாளம் தெரியவில்லை. கல்யாணத்தில் வைத்துப் பார்த்தது. கோவிந்துவின் மாமனார் என்றதும், "அடடே.." என பிரியமுடன் சுந்தரத்தின் கைகளைப் பிடித்துக்கொண்டு, அபரஞ்சி காபி கடைக்கு அழைத்துச் சென்றார். ஒரு டம்ளரில் தண்ணீர் வாங்கியவர், வாயைக் கொப்பளித்து சாக்கடையில் துப்பினார். கடைக்காரரிடம் "மூணு காபி நல்லா சூடா கொடுங்க" என்றவர், சுந்தரத்துடன் வந்திருந்த ரஹீம் பாயை யாரென விசாரித்துக்கொண்டார். காபி சாப்பிட்டு முடிக்கும்வரை முத்தையா பேசவில்லை. பிறகு, "கோவிந்துக்கு ஒடம்புக்கு ஏதும் சரியில்லைங்களா" என மெதுவாகக் கேட்டார். சுந்தரம் மகள் சொன்னதைச் சொன்னார். முத்தையா தீர்க்கமாக யோசித்தார். "எனக்குத் தெரிய அவனுக்கு பிரண்டுக யாரும் இல்லீங்க, வீட்டுல பாப்பாகிட்ட நல்லா வெசாரிங்க, கோவிந்து குடியிருந்த வீட்டுக்கு அக்கம்பக்கமும் வெசாரிங்க, விபரீதமா வேற எதுவும் நடந்திருக்காது, அவசரப்பட்டு போலீஸ் ஸ்டேசன்ல கம்பிளெயிண்ட் எதுவும் கொடுத்திராதீங்க, ரெண்டு நாள் போகட்டும், அதுக்குள்ள அநேகமா வந்துடுவான்" என்ற முத்தையாவின் அனுபவம் செறிந்த வார்த்தைகளை சுந்தரம் கண் கொட்டாமல் செவிமடுத்தார்.

சுந்தரம், விரித்த குடையின் கீழ் ஆரப்பாளையம் மெயின்ரோடு வழியாக கோவிந்து குடியிருந்த வீட்டை நோக்கி நடக்கலானார். வெள்ளைக்கண்ணு தியேட்டருக்குப் பின்புறம் அந்த வீடு உள்ளது. ரஹீம் குல்லாவைச் சரி செய்து கொண்டே, குடை தந்த நிழலின் ஓரத்தைப் பிடித்துக்கொண்டு வந்தார்.

~13~

சசி உள்ளறையில் கண்மூடி படுத்து இருந்தாள். சீமை ஓடு வேய்ந்த இரட்டைக் கோப்பு வீடு. நடுவில் கண்ணாடி ஓடு பதிக்கப்பட்டிருந்தது. அதன் வழியாக உள்ளே புகுந்த சூரியன் சசியைச் சுற்றி வட்டம் போட்டிருந்தது. உடல் சூடேறி கழுத்தோரத்தில் வழிந்த வியர்வை தலையணையை நனைத்தது. அறையின் வடக்கு மற்றும் கிழக்குச் சுவர்களில் இருந்த ஜன்னல்கள் காற்றுக்கு பதிலாக வெப்பத்தை அறைக்குள் இறக்கிக் கொண்டிருந்தன. வெளியே கோமதி யாருடனோ தாழ்ந்த குரலில் பேசிக்கொண்டிருந்தாள். அநேகமாக அது பக்கத்து வீட்டு காய்கார கிழவியாகத்தான் இருக்கும். அவளிடம் ஒரு செய்தி சொல்லி விட்டால், அடுத்த நாள் காலை காய்கறி விற்கிறாளோ, இல்லையோ அந்த செய்தியை வீடு தவறாமல் சொல்லிச் செல்வாள். அவள் பெயர் யாருக்கும் தெரியாது. ஆனால், “ஆல் இண்டியா ரேடியோ” என ஊர்ச்சனம் அழைக்கும்.

கோமதி பேசுவதை சசி கூர்ந்து கவனித்தாள். எங்கே, கிழவியிடம் தன் கணவரைப் பற்றி சொல்லி விடுவாளோ என பயந்தாள். அவள் பயந்த மாதிரியே நடந்துவிட்டது. “நான் என்னத்த சொல்ல, அப்பவே ஓடுகாலி பெத்த புள்ளக்கி பொண்ண கொடுக்க வேணான்னு தலையால அடிச்சிக்கிட்டேன். அந்த மரமண்டை மனுசன் கேட்டாத்தான...” என கோமதி பேசிக்கொண்டிருக்கும் பொழுதே, சசி ஆவேசத்துடன் அறையை விட்டு வெளியே வந்தாள். அவளைப் பார்த்ததும் கோமதி பேச்சை நிறுத்திக்கொண்டாள். கிழவி அந்த இடத்தை விட்டு நகர ஆரம்பித்தாள்.

சசி அவிழ்ந்திருந்த தலைமுடியை வழித்து முடி போட்டுக் கொண்டே, “அம்மா, எம்புருசனப் பத்தியோ, அவங்கம்மாவப் பத்தியோ ஒரு வார்த்தை நீ பேசுனாலும் நல்லா இருக்காது”. என எச்சரித்தாள். அதற்கு கோமதி, “பெத்த வயிறு பத்திக்கிட்டு எரியுது; வீட்டு ஆம்பள பொழப்ப விட்டுட்டு எங்க போனான்னு தெரியல, ஏன் போனான்னு தெரியல. பொறுப்பத்த மனுசன், அவனப் பேசுனா ஒனக்கு கோபம் வருதோ...” என சடைந்தாள். நகர ஆரம்பித்த கிழவி அப்படியே திண்ணையில் உட்கார்ந்து கொண்டாள். சசி, “பெத்த பாவத்துக்கு என்ன வேணாலும் நீ என்னையப் பேசு, எம்புருசனப் பத்திப் பேசுறதுக்கு உனக்கு ரைட் கிடையாது” என பொரிந்தாள். “பொழைக்க வேண்டிய வயசுல புள்ள பெக்க

வேண்டிய வயசுல எம்புள்ள வெட்டியா வந்து நிப்பா ஆனா நான் பேசக்கூடாது" என்று பதிலுக்கு கொந்தளித்த கோமதியப் பார்த்து, "நீ எங்கிட்ட பேசு, நான் ஏத்துக்கறேன். நீ ஊரே தெரியற மாதிரி பேசுனா என்ன அர்த்தம்? நான் உயிரோடு இருக்கட்டுமா, இல்ல நாண்டுகிட்டுச் சாகட்டுமா?" என கடைசி அஸ்திரத்தை எடுத்து சசி வீசினாள். கோமதிக்கு அப்பொழுது தான் உறைத்தது. கிழவியைத் திரும்பிப் பார்த்தாள். அவள் திண்ணையைக் காலி செய்து இருந்தாள்.

சசிக்கு மேல்மூச்சு கீழ்மூச்சு வாங்கியது. கிழவி நாளைக் காலை ஊரே தமுக்கு அடித்து விடுவாள். வீட்டுக்கு வெளியே தலை காட்ட முடியாது. சாதி சனம் சாரி சாரியாக வந்து துக்கம் விசாரிக்கும். சசி, வீட்டுக்குப் பின்புறம் இருந்த கிணற்றடிக்குச் சென்றாள். வாளிவாளியாய் தண்ணீர் இறைத்து தலை வழிய ஊற்றிக்கொண்டாள். புத்தி நிதானப்பட்டது. சசி நாகுவுடன் பழகத் தொடங்கிய அந்த மாலை நேரத்தை சசி குற்ற உணர்வுடன் நினைந்து பார்த்தாள். "எதுக்கு அந்தப் பையன் இங்க வந்து போறான்" என கோவிந்து சாதாரணமாக கேட்ட கேள்விக்கு எங்கே உண்மை தெரிந்து விடுமோ என்ற பதட்டத்தில், "ஒங்கம்மா மாதிரி என்னையும் ஓடுகாலின்னு நெனச்சீங்களா" என முகத்தில் அறைந்தாற்போல தான் எகிறியது எவ்வளவு கேவலமானது. அவர் மனம் என்ன பாடுபட்டிருக்கும், என வருத்தப்பட்டவளின் மனது, கோவிந்துவின் கால்களைக் கட்டிக்கொண்டு கதறி அழ துடித்தது.

கோமதி தலையைத் துவட்ட பழைய சீலைத் துணியை சசியிடம் கொடுத்தாள். சசி அதை வாங்க மறுத்ததும், கோமதியே சசியின் ஈரத்தலையை துவட்டி விட்டாள். தட்டு நிறைய சுடு சோற்றைப் போட்டு பருப்பு ஊற்றி சாப்பிடக் கொடுத்தாள். சசி சாப்பிட மறுத்தாள். கோமதி பருப்பில் சோற்றைப் பிசைந்து, சசிக்கு ஊட்டி விட்டாள். அவளது கண்களுக்கு கீழ் கண்ணீர் காய்ந்த தடம் தெரிந்தது. சசி, கோமதியின் தோளில் சிறு பிள்ளையைப் போல சாய்ந்து கொண்டாள். உணவை விழுங்க விடாமல் இடறிய தொண்டையின் கமறலோடு சசி கேட்டாள், "அம்மா அவரு வந்துருவாருல்ல...." கோமதி சசியைக் கட்டிக்கொண்டு, காதோரம் "அந்த மனுசன் ஒன்னைய விட்டுட்டு எங்கடி போயிருவாரு, கண்டிப்பா வந்துருவாரிடி" என குறி சொல்வதைப் போல சொன்னாள். அந்த வார்த்தைகள் சசியின் குழம்பிய மனதைச் சாந்தப்படுத்தும் மந்திரமாக இருந்தது.

~14~

பசுபதியக்கா வீட்டுக்கு மாலை 7 மணிவாக்கில் கோவிந்து வந்துவிட்டான். "மத்தியானம் ஏதும் சாப்பிட்டியா" என பசுபதி கேட்டாள். சுப்பு, கம்பங்கூழ் வாங்கிக் கொடுத்ததை கோவிந்து சொன்னான். "ஓ..மருமகன் கூழ் தான் வாங்கிக் கொடுத்தாரா" என அவள் கூறியதைக் கேட்டு, மருமகனா..? என கோவிந்து மனதினுள் கேட்டுக் கொண்டான். "போற வழியில...கோவில் வாசல்ல..ஒங்கம்மா மாதிரி யாரையும் பாத்தியாப்பா" என பசுபதி கேட்டாள். எங்கோ வேலைக்குப் போய்விட்டு வீடு திரும்பியவன் போல கோவிந்து இருந்தான். அவனிடம் அந்த தேடலே இல்லை. ருக்மணியக்கா கண்முன் வந்து போனாள். அவளிடம் கூட அம்மாவைப் பற்றிக் கேட்பதில் அவன் ஆர்வம் காட்டவில்லை. பசுபதியின் கேள்விக்கு பதில் சொல்ல முடியாமல் தவித்தான்.

அதைப் புரிந்து கொண்டவள் போல பசுபதி, "யேய்...தம்பிக்கு சாப்பாடு போடு" என உள்ளே பார்த்து சத்தமாக கூறியவள், "போப்பா... போய் கைகால் முகம் கழுவிட்டு சாப்பிடுப்பா" என்றாள். அதற்குள் அவனை அழைத்துப் போக ராசாத்தி வந்துவிட்டாள். கோவிந்துக்கு வீட்டுக்குள் செல்ல கூச்சமாக இருந்தது. எதற்காக இங்கே இருக்கிறோம். உண்மையிலேயே அம்மாவைத் தேடித்தான் இங்கு வந்தோமா, இன்னும் எத்தனை நாட்களுக்கு இங்கே இருக்கப் போகிறோம்...என யோசித்தவாறே கைகால் முகம் கழுவிய கோவிந்துக்கு சாப்பிடப் பிடிக்கவில்லை.

சமையல் கட்டில் நின்று கொண்டிருந்த ராசாத்தி, இலை போட்டிருந்தாள். இவன், "இல்ல வேணாம்க்கா எனக்கு பசிக்கல" எனக் கூறினான். ராசாத்தி சத்தமாக சிரித்தாள். அவளுடன் வேறொரு பெண்ணின் சிரிப்பொலியும் சேர்ந்து கொண்டது. நீலநிறச் சேலைக்காரி. அவள் சாப்பிட்டுக் கொண்டிருந்தாள், "ஒனக்கு பசிக்குதா இல்லையான்றது ஒம்முகத்தைப் பாத்தாவே தெரியுது வா..வந்து ஒக்காரு இல்லையின்னா பசுபதியக்கா கிட்ட சொல்லிடுவேன்" என ராசாத்தி பொய்யாக மிரட்டினாள்.

கோவிந்து இலை முன்பு உட்கார்ந்தான். ராசாத்தி பரிமாறியதை தலை நிமிராமல் சாப்பிட்டுக் கொண்டிருந்தான். இலை முன் நீலநிறச் சேலைக்காரியின் கை ஸ்பூன் நிறைய அல்வாவுடன்

வந்தது. இவன் நிமிர்ந்து பார்த்தான். அவள், "திருநெல்வேலியிலிருந்து கஸ்டமரு கொண்டாந்தது, நல்லா இருக்கும் சாப்பிடுங்க" என இலையோரம் வைத்தாள். பிறகு உதடுகளைச் சுழித்து கோவிந்துவைப் பார்த்து சிரித்தாள். கோவிந்துக்கு சிரிக்கத் தோன்றவில்லை. இலையில் மீதமிருந்த சோறுக்கு, ராசாத்தியைத் தேடினான். அவள் பாத்திரங்களை புழக்கடையில் போட்டு கழுவிக் கொண்டிருந்தாள். நீலநிறச் சேலைக்காரி அவனுக்கு அருகில் நெருக்கமாக குனிந்து, "ரசம் ஊத்தட்டுமா" என்றாள். இவன் சரி என்று தலையாட்டினான். சோற்றைப் பிசைய பிசைய ரசத்தை ஒவ்வொரு கரண்டியாக பதமாக ஊற்றினாள். தக்காளி ரசத்தின் ருசி நாக்கை ஜிவுஜிவு என பிடித்துக்கொண்டது. கோவிந்து அவனையறியாமல் ரசம் ஊற்றிய நீலநிறச் சேலைக்காரியின் வளையல் பூட்டிய கைகளையும், முகத்தையும் பார்த்தான். அஞ்சனம் தீட்டிய அவளது கண்கள் பெரிதாய் படபடத்தது. அது சசியை ஞாபகப்படுத்தியது. இலை மூடப்போனவனிடம், "அல்வா எடுத்துக்கிடுங்க" என சைக்கிள் மணி போல சிணுங்கினாள்.

கோவிந்து அல்வாவை எடுத்துச் சாப்பிட்டான். அது அமிர்தம் போல நாக்கில் கரைந்து தொண்டையில் நழுவியது. அவன் டவுன் ஹால் போகும் போதெல்லாம் மறக்காமல் சாந்தி கடையில் அல்வா வாங்கிச் செல்வான். சசிக்கு அல்வா என்றால் உயிர். சாப்பிட்ட பிறகு அவளது உதடுகள் எண்ணை மினுங்கலில் பக்கம் வரச்சொல்லி பளபளக்கும். "சாப்பிட்டு முடிச்சா இலைய எடுக்க வேண்டியது தான" என்ற ராசாத்தியின் குரல் கோவிந்துவை அவசரமாக இலையை எடுக்க வைத்தது. "ம்..உங்கள சொல்லல, நீங்க எடுக்க வேணாம்" என இலையைப் பிடித்து இழுத்ததில் நீலநிறச் சேலைக்காரியின் கைவிரல்கள் கோவிந்தின் கைகளை ஸ்பரிசித்தது; கோவிந்து இலையை விட்டுவிட்டான். ஆனால் அவள் இவனது கைகளை விடவில்லை. அதைக் கவனித்த ராசாத்தி, "யேய் நேத்ரா முதல்ல எடத்த காலி பண்ணு, கஸ்டமருக வர்ற நேரம்" எனக் கூறியதும், அவள் எழுந்து சமையல்கட்டை விட்டு இலையுடன் வெளியேறினாள். அவள் பெயர் நேத்ரா என்று அறிந்ததும், "யாருக்கா இது" என ராசாத்தியிடம் விசாரித்தான்.

அவ பேரு நேத்ராவதி, மைசூர்க்காரி. எப்படியோ தடம் தப்பி இந்த ஊருக்கு வந்து போலீஸ் கைல மாட்டிக்கிட்டா, அக்கா ஒரு வேலயா இன்ஸ்பெட்டர பாக்க போயிருந்தாங்க, இவ அழுத

அழுகைய பாத்துட்டு எரக்கப்பட்ட அக்கா இங்க கூட்டிட்டு வந்துட்டாங்க, அது நடந்து நாலு மாசம் இருக்கும்" என்றவள், "என்ன விஷயம்" என கண்ணடித்து எதிர்கேள்வி கேட்டாள். இவன், "ஒண்ணுமில்லக்கா சும்மாத்தான் கேட்டேன்" என தலைகுனிந்து கொண்டான். ராசாத்தி சிரித்துக் கொண்டே, நானும் சும்மாத்தான் கேட்டேன் என்றாள்.

அன்றைய இரவும் கோவிந்துவுக்கு வாசல் திண்ணையில்தான். அவன் சசியை மறக்க நினைத்தான். ஆனால், அவள் நேத்ரா ரூபத்தில் இவனைத் துரத்திக்கொண்டு இருந்தாள். சசி இப்பொழுது என்ன செய்து கொண்டிருப்பாள்? தன்னைக் காணாமல் தவித்து இருப்பாளோ? என்ற கேள்விக்கு பின் கேள்வியாக எழுந்த வண்ணம் இருந்ததில், உடல் உறக்கம் கேட்டாலும் மனது அதற்கு இடம் கொடுக்காமல், அவனை பாயில் புரட்டியபடி இருந்தது. கோவிந்து எந்நேரம் தூங்கினான் என்று தெரியவில்லை. பசுபதியக்கா வீட்டுக் கடிகாரம் இன்று ஏனோ மணியடிக்கவில்லை.

~15~

சுந்தரம், குடையை ரஹீமிடம் கைமாற்றிவிட்டார். ரஹீம் குடை நிழலை சுந்தரத்திற்கு பாதி கொடுத்துவிட்டு மீதியை தான் எடுத்துக்கொண்டார். சூரியன் உச்சிக்கு வந்திருந்தான். மேட்னி ஷோ சினிமாவுக்காக வெள்ளைக்கண்ணு தியேட்டர் முன்பு ஒரு கூட்டம் உப்புசத்துடனும் பீடிப்புகை வாசத்துடனும் காத்திருந்தது. நிழலற்ற சாலையில் சசி வீட்டுக்கு எதிர்புறம் இருந்த வேப்பமரம் வாவென்று வரவேற்றது. மரத்தினடியில் படுத்திருந்த நாய் எழுந்து குரைத்தது. அது மரத்திற்கு சொந்தம் கொண்டாடியது. அதற்குள் நாகுவின் அம்மா, கம்பி கேட்டைத் திறந்து கொண்டு "வாங்கய்யா" என்றாள். நாய் குரைப்பதை நிறுத்தி மீண்டும் படுத்துக்கொண்டது.

அங்கிருந்து சசியின் பூட்டிய வீட்டைப் பார்த்த பொழுது சுந்தரத்தின் மனம் சங்கடப்பட்டது. திருமணமான நாளில் இருந்து இந்த வீட்டில் தான் சசியும் கோவிந்தும் குடியிருந்து வந்தார்கள். வீட்டுக்காரர் இரண்டு தெரு தள்ளி இருந்தார். டவுனுக்கு வரும் போதெல்லாம் சுந்தரம் சசியைப் பார்க்காமல் திரும்பமாட்டார். மதியச் சாப்பாடு முடித்துவிட்டு, கொஞ்சம் கண்ணயர்ந்த பிறகு தான் சுந்தரம் கிளம்புவார். அதற்குள் சசி எல்லா நாயத்தையும் பேசி விடுவாள்.

"ஏனுங்கய்யா, சசி வீட்டுக்காரர பத்தி ஏதும தகவல கெடச்சுதுங்களா?" என ஆவலுடன் நாகுவின் அம்மா கேட்டாள். சுந்தரம் ஒன்றும் பேசவில்லை. "அத விசாரிச்சிட்டு போலாம்னுதான் நாங்க இங்க வந்தோம்" என்ற ரஹீம் பாய், "குடிக்க கொஞ்சம் தண்ணி கொடுங்கம்மா" என்றார். "உள்ள வாங்கய்யா" என சுந்தரத்தை வீட்டுக்குள் அழைத்தாள். "இருக்கட்டும்மா" என்று சுந்தரம் படித் திண்ணையில் அமர்ந்து கொண்டார்.

நாகு வீட்டிற்குள்தான் இருந்தான். ஆனால், வெளியே வரவில்லை. ரஹீம் பாய் ஒரு சொம்புத் தண்ணீரையும் குடித்துவிட்டு, "இன்னங் கொஞ்சம் கொண்டு வாங்க மாமுவுக்கு" என காலிச் சொம்பை திருப்பிக் கொடுத்தார். சுந்தரம், நாகு அம்மாவிடம் ஒன்றும் விசாரிக்கவில்லை. "ஒருவேளை மாப்பிள்ளை வீட்டுக்கு வந்தாருன்னா, என்னைய வந்து பாக்கச் சொல்லுங்க" என்றவர் எழுந்து கொண்டார்.

காலையில் கிளம்பும்போது, சசியிடம் வீட்டுச் சாவியை வாங்கி வந்தது நல்லதாக போயிற்று. சுந்தரம், பூட்டைத் திறந்து கொண்டு வீட்டுக்குள் போனார். ரஹீம் பாயும் உள்ளே வந்தார். "என்ன மாமு எல்லாம் போட்டது போட்டபடி இருக்கு" என்ற ரஹீம் பாய், சுவற்றில் மாட்டியிருந்த போட்டோவைப் பார்த்தார். "மாமு ஒங்க மாப்பிள்ளை நல்லா களையா இருக்காரு பாருங்க" என சுந்தரத்திற்கு காட்டினார். போட்டோவைப் பார்த்ததும் சுந்தரத்திற்கு ஒரு யோசனை வந்தது. அதை எடுத்து நன்றாக துடைத்தார். பிறகு அங்கே கிடந்த செய்தித்தாளை வெட்டி சசியின் முகத்தை மறைத்தார். போட்டோவை, தூக்கில் தொங்கிக் கொண்டிருந்த மஞ்சள் பையில் போட்டுக் கொண்டு, "போலாம் பாய்" என கதவைப் பூட்டினார். சுந்தரத்தின் மனதில் உள்ள யோசனையைப் புரிந்து கொண்ட பாய், "நல்ல வேலை செஞ்சீங்க மாமு" என்றார்.

படியிறங்கும் போது, எதிர்த்த வீட்டு ஜன்னல் வழியாக நாகு பார்த்துக் கொண்டிருப்பதை ரஹீம் பாய் கவனித்து விட்டார். "ஏம்மாமு, எதிர்த்த வீட்டு ஜன்னல்ல தலைநிறைய முடி வெச்சுகிட்டு ஒரு பையன் எட்டிப் பாக்குறான் பாரு" என சொன்னதைக் கேட்டு, அது அந்தம்மாவோட மகன் என்றவாறே சுந்தரம் நிமிர்ந்து பார்ப்பதற்குள், நாகு ஜன்னலை விட்டு விலகி விட்டான்.

சுந்தரத்திற்கு பசி எடுக்கவில்லை. உடன் அலையும் ரஹீம் பாய் பாவம் கிறங்கிப் போயிருந்தார். "ஏம் பாயி பக்கத்துல சாப்பாட்டுக் கடை ஏதும் இருக்கா?" எனக் கேட்டதும், "அந்தா காளவாசல் பஸ் ஸ்டாப்புக்கு பக்கத்துல வரதய்யர் ஓட்டலு இருக்கு மாமு" என பதில் சொன்ன ரஹீமின் முகம் பார்த்து சுந்தரம் கேட்டார், "ஏம் பாய் மாப்பிள்ளை எதனால வீட்ட விட்டுப் போயிட்டாரு?" அது அவர் மூளையில் சதா குடைந்து கொண்டிருக்கும் கேள்வி. ரஹீம் பாய் பதில் ஏதும் சொல்லவில்லை. அவர்கள் காளவாசலை நோக்கி நடந்து கொண்டிருந்தனர். சூரியன் உச்சியிலிருந்து மேற்குப் பக்கம் சாயத் தொடங்கியிருந்தான். வீதியின் வலது ஓரம் கரை கட்டியிருந்த கட்டிடங்களின் நிழலை நோக்கி கால்கள் அவர்களை இழுத்துப் போனது.

~16~

பசுபதியக்கா வீட்டின் பின்புறம் போன வேளையில், கோவிந்து கிளம்பி விட்டான். அக்காவிடம் சொல்லிவிட்டுப் போனால், காசு கொடுப்பாள். நேற்று கொடுத்த காசே செலவழியாமல் சட்டைப் பாக்கெட்டில் பத்திரமாக இருந்தது. இன்று ரயில்வே ஸ்டேசனுக்கு சீக்கிரமாகவே கோவிந்து சென்று விட்டான். போகும் வழியில் பெட்டிக்கடை முன்பு செய்தித்தாள் போஸ்டர் தொங்கிக் கொண்டிருந்தது. அதில் “சட்டமன்றத் தேர்தல் தேதி அறிவிப்பு” என கொட்டை எழுத்துகளில் அச்சடிக்கப்பட்டு இருந்தது.

பாலக்காடு பாஸஞ்சர் ரயிலுக்காக ஜட்கா வண்டிகள் தயாராக இருந்தன. சுப்புவின் வண்டியைக் காணவில்லை. வயதான வண்டிக்காரர் தென்படுகிறாரா என சுற்றிலும் பார்த்தான். அவரையும் காணவில்லை. ஆலமரத் திண்டு காலியாகத்தான் இருந்தது. கோவிந்து அதில் அமர்ந்து கொண்டான். சடைசடையாக இறங்கி இருந்த விழுதுகள் ஆசையாக இவனை சிறு வயதுக்கு அழைத்துப் போயின. சுலோச்சனாக்கா, விடுமுறை நாட்களில் பக்கத்து வீட்டுப் பெண்களுடன் சாணி பொறுக்கப் போவாள். அப்பாயிதான் அனுப்பி விடும். ஊருக்கு அருகிலிருந்த கண்மாய்கரைக்கு போவார்கள். அங்கே நிறைய மாடுகள் மேய்ந்து கொண்டிருக்கும். கண்மாய்த் தண்ணீர் மதகு வழியே பீறிட்டு வரும். கருங்கற் சுவர் தொட்டியில் விழுந்து வாய்க்கால் வழியே நெல் வயல்களுக்குப் பாயும், கரையில் வரிசை கட்டி புளிய மரங்கள் நிற்கும், கரை இறக்கத்தில், ஆலமரம் ஒன்று நிலை கொண்டு இருக்கும். கோவிந்து, சுலோச்சனாவை தொற்றிக் கொண்டு போவான், “அவனைத் தண்ணி கிட்ட விட்றாதடி” என அப்பாயி எச்சரித்து அனுப்புவாள்.

பெரும் மூங்கில் கூடை நிறைய இருவரும் சேர்ந்து சாணி பொறுக்குவார்கள். கூடை கூமாச்சியாய் தட்டி தட்டி நிரம்பியதும், வாய்க்கால் நீரில் கைகால் கழுவும் சாக்கில் விழுந்து புரண்டு விளையாடுவார்கள். வாய்க்கால் கரையில் விரிந்து கிடக்கும் தாமரை இலைகளில் தண்ணீர் விட்டால் அது பளிங்கு உருண்டைகளாக மாயாஜாலம் காட்டும். தொட்டாச்சிணுங்கி இலைகளை இருவரின் கைகளும் பட்டாம் பூச்சிகளைப் போல தொட்டுத் தொட்டு விளையாடும். தொட்டவுடன் பட்டென

சுருங்கிக் கொள்ளும் இலைகள், இருவருக்கும் சிரிப்பை விட்டு விட்டு வரவழைக்கும். பள்ளிவாசலில் மாலை நேர பாங்குச் சத்தம் கண்மாய் நீரைக் கடந்து ஒலிக்கும் வரை, ஆலமர விழுதுகளில் தூரியாட்டம்தான். அந்தரத்தில் பறப்பது போலிருக்கும். ஒருமுறை பிடி விலகி, கரை இறக்கத்தில் கோவிந்து சறுக்கிக் கொண்டே போனான். கைகால்களில் சிராய்ப்புக் காயங்கள். இவன் அழுகவில்லை. சுலோச்சனாதான் "அய்யோ தம்பி.." என காயங்களைப் பார்த்து அழுதாள்.

அக்காவின் அன்பு ததும்பும் முகத்தை நினைத்ததும் கோவிந்துக்கு கண்களில் நீர் முட்டியது. அக்காவின் திருமணம் அவசரமாக நடந்தது. அப்பொழுது சிற்றப்பாவுக்கு கால்களும், கண் இரப்பைகளும் வீங்கி உடல் நலன் குன்றி இருந்தார். சித்தியின் உறவு வழியில் வந்த மாப்பிள்ளை, ஐதராபாத்தில் வட்டித் தொழில் செய்து வந்தார். நல்ல வசதி வாய்ப்புடன் இருந்தார். அக்காவைப் பார்த்ததும் அவருக்குப் பிடித்துப் போனது. சித்தப்பா, "அப்பா அம்மா இல்லாத புள்ளய எங்கடி கண்காணாத பூமிக்கு அனுப்புறது" என தடுத்துப் பார்த்தார். ஆனால் சித்தி ஒத்துக்கொள்ளவில்லை. அப்பொழுதும் அவள் எடுத்த அஸ்திரம், "ஓடுகாலி பெத்த புள்ளய ஒருத்தனும் கட்டுவானா, ஏதோ எந்தம்பி முறைக்காரன் பெரிய மனசு பண்ணி கட்டிக்கிறேங்கறான், ஒழுங்கா கல்யாண வேலையப் பாரு" என கத்தி ரகளை செய்து விட்டாள்.

திருமணத்தின்பொழுது, கோவிந்துக்கு புது உடை கிடைத்தது. கல்யாணத்தைப் பற்றி அக்காவுக்கு புரிகிற வயசா என்று தெரியவில்லை. அக்கா, மாப்பிள்ளையுடன் ரயிலேறும் போது இவன் முகம் பார்த்தாள். கோவிந்து புதுச் சட்டையின் கழுத்துப் பட்டனைப் போட்டுக்கொண்டே, குனிந்து கொண்டான். அவனுக்கு என்னவென்று தெரியாத துக்கம் தொண்டையை அடைத்தது. அக்காவின் கழுத்தைக் கட்டிக்கொண்டு அழ வேண்டும் போலிருந்தது. ரயில் கிளம்பி விட்டது. வாசலில் நின்றவாறே தலையாட்டிய அக்காவின் கண்களில் கண்ணீருடன் தீராத ஏக்கமும், கவலையும் வழிந்தது. "தம்பி வர்றண்டா.." என்ற அவளது கடைசிச் சொற்கள் இப்பொழுதும் கோவிந்துக்கு கேட்டுக் கொண்டே உள்ளது. ரயிலின் பின்புற பெருக்கல் குறி மறையும் வரை கோவிந்தும், சிற்றப்பாவும் அங்கேயே நின்று இருந்தனர். சித்தி, பெரிய பாரத்தை இறக்கி வைத்தவர் போல கைகளை வீசி

பிளாட்பாரத்தை விட்டு வெளியேறிக்கொண்டிருந்தார். சிற்றப்பா, இவன் கைகளைப் பிடித்துக் கொண்டார். அதில் கண்ணீரின் பிசுபிசுப்பு இருந்தது. அதற்குப் பிறகு கோவிந்து சுலோச்சனா அக்காவைப் பார்க்கவே இல்லை. அடுத்த ஆறு மாதத்தில் சிற்றப்பா இறந்தபொழுதுகூட சுலோச்சனா அக்காவால் வரமுடியவில்லை. இவன் கல்யாணத்திற்குக் கூட தகவல் சொல்ல முடியவில்லை. அக்கா இருந்தும் இல்லாமல் போய்விட்டாள்.

கோவிந்து, திண்டை விட்டு இறங்கி ஆலமரத்தின் விழுதுகளை மேலிருந்து கீழாக வருடினான். அது பால்ய காலத்து நண்பனைப் போல பழைய சங்கதிகளை மனம் விட்டு பேச அழைத்தது. கோவிந்துக்கு அக்காவின் அன்பு முகம் பிரேமிட்ட படம் போல அப்படியே மனதில் இருந்தது. அக்காவை இனி பார்க்க முடியுமா? என்ற ஏக்கம் பெருமூச்சாய் வெளிப்பட்டது.

~17~

வரதய்யர் ஹோட்டல் சாப்பாடு ரஹீம் பாய்க்கு திருப்தியாக இருந்தது. பருப்புப் பொடியும் நெய்யும், கலந்த சுடு சாப்பாடும், அன்னாசிப் பழம் போட்ட தக்காளிப் பச்சடியும் அவ்வளவு ருசியாக இருந்தது. பசிக்கு கொஞ்சம் சாப்பிட்டு விட்டு இலையை மூடக் காத்திருக்கும் சுந்தரத்தைப் பார்க்க ரஹீமுக்கு கஷ்டமாக இருந்தது. “சோத்த வாங்கி நல்லாச் சாப்பிடுங்க மாமு” எனக் கூறியவர். சர்வரைப் பார்த்து, “இவருக்கு அந்த பச்சடியக் கொஞ்சம் போடப்பா” என்றார். சுந்தரம் வேண்டாம் எனத் தலையாட்டிவிட்டு இலையை மூடி விட்டார்.

சுந்தரம் ஹோட்டல் வாசலில் இருந்த பீடா கடையில் வெற்றிலை பாக்கு வாங்கி போட்டார். ரஹீம் பாய் சற்றுத் தள்ளிச் சென்று பீடி புகைத்து விட்டு வந்தார். “ஏம் பாய், எங்கூட இப்படி வந்துட்டீங்களே, உங்க கடைய யாரு பாத்துக்குவா” என கவலையுடன் கேட்டார். “அதெல்லாம் ஒங்க மக பாத்திமா பாத்துக்குவா மாமு” என்ற பாய், “அப்பா அவசியமில்லாம இப்பிடி கூப்பிட மாட்டாக, மொதோ அதப் போயி பாருன்னு சொல்லி அனுப்பிச்சா மாமு, அவளுக்கு மட்டும் விசயம் தெரிஞ்சதுன்னா, சசி பாப்பாவ நெனச்சு ரொம்ப வருத்தப்படுவா மாமு” என பாய் பேசிக்கொண்டிருக்கும் போதே சுந்தரத்திற்கு கண்கள் நிறைந்து விட்டது. ஊரே சொந்தபந்தம் சாதி சனம் இருந்தும், உதவிக்கு ரஹீம் பாய் தான் தோதுப்படுவார் என முடிவு செய்தது எவ்வளவு சரியாய் போயிற்று என சுந்தரம் மனம் நெகிழ்ந்தார்.

ஐந்தாறு வருடங்களுக்கு முன்னர் பஞ்சம் பிழைக்க சட்டி பானைகளுடன் வந்திறங்கிய ரஹீமையும், அவரது மனைவியையும் சுந்தரம் நினைத்துப் பார்த்தார். பஞ்சாயத்து ஆபிஸில் இருந்த சுந்தரத்தை பஸ் ஸ்டாப்பில் இருந்த யாரோ பார்க்கச் சொல்லி இருக்கிறார்கள். சுந்தரம், ரஹீம் பாய்க்காக ஊராட்சித் தலைவரிடம் பேசினார். மெயின் ரோட்டிலிருந்து பிரிந்து தெற்கே செல்லும் மண்ரோட்டின் ஓரம் ஒரு இடத்தை தலைவர் ஒதுக்கிக் கொடுத்தார். ரோட்டைப் பாத்தது மாதிரி பெட்டிக்கடையைப் போட்டு, பின்புறம் ஒரு குடிசையை ரஹீம் பாய் குடியிருக்க அமைத்துக்கொண்டார்.

ரஹீம் பாய் ராமநாதபுரம் ஜில்லாவிலிருந்து இடம் பெயர்ந்திருந்தார். அங்கே என்ன கஷ்டமோ தெரியவில்லை. திருமணமாகி பத்து வருடங்கள் ஆனபோதும் மனைவி பாத்திமாவுக்கு குழந்தை ஏதும் உண்டாகவில்லை. இங்கே வந்த பிறகு தான் கரு தரித்தாள். ரஹீம் சேதி சொல்ல சுந்தரம் வீட்டுக்குத்தான் ஓடோடி வந்தார். கோமதி பட்சணம் பலகாரங்களுடன் பாத்திமாவைப் போய்ப் பார்த்தாள். பெற்ற தாயாய் கருதி கோமதியைக் கட்டிப் பிடித்து பாத்திமா கதறிவிட்டாள். வலி வந்தவுடன், கோமதி தான் மருத்துவச்சியை அழைத்துக் கொண்டு ரஹீம் வீட்டை நோக்கிப் போனாள். ஆண் குழந்தை பிறந்தது. அவன் இப்பொழுது அக்பர் அலி என்ற பெயருடன் இரண்டாம் வகுப்பு போய்க் கொண்டிருக்கிறான்.

ரஹீம் பெட்டிக்கடையோடு, ஞாயிற்றுக் கிழமைகளில் கறிக்கடை போட்டார். அலால் செய்யப்பட்ட ஆட்டின் கறி ருசியாக இருக்கிறது என்ற செய்தி, காளிப்பட்டியைத் தாண்டியும் போனது. கார்த்திகை, புரட்டாசி மாதங்கள் தவிர, கறிக்கடை வியாபாரம் அமோகமாக நடைபெற்றது. ரஹீமின் கைகளில் காசு புரண்டது. உதவிக்கு ஊரிலிருந்து வந்த மச்சினன் குடும்பமும் காளிப்பட்டியில் செட்டிலானது. ரஹீம் அவ்வப்போது பாத்திமாவுடன் சேர்ந்து கடந்த காலத்தை நினைத்துக் கொள்வார். சுந்தரத்திற்கு நன்றி செலுத்தும் விதமாக அல்லாவிடம் அவரது நலம் வேண்டி அடிக்கடி துவா செய்து கொள்வார். அப்படிப்பட்ட சுந்தரத்திற்கு இப்படி ஒரு கஷ்டம் வந்து விட்டதே என்ற கவலையில் ஆழ்ந்த ரஹீம் இதை எப்படி பாத்திமாவிடம் சொல்வது என்றும் யோசித்தார்.

சுந்தரம் ஏதோ கேட்பது போலிருந்தது. "என்னாங்க மாமு.." எனக் கேட்ட ரஹீமிடம் சுந்தரம் எதுவும் பேசவில்லை. சாப்பாட்டுக்கு முன் சுந்தரம் கடைசியாக கேட்ட கேள்வி மனசிற்குள் வந்தது. "ஏம் பாய் மாப்பிள்ள எதனால வீட்டை விட்டு போயிட்டாரு?" இதற்கென்ன பதில் சொல்வது. ஆறுதல் வார்த்தைகளை ரஹீம் தேடிக்கொண்டிருந்தார். ஒன்றும் அகப்படவில்லை. "ஏம்மாமு, பாப்பாவ நல்லா விசாரிச்சீங்களா, ஏதாச்சும் சண்டை சச்சரவா" என தயக்கமுடன் கேட்டார். சுந்தரம், "என்ன கேட்டாலும் பாப்பா சொன்னதையே திரும்ப சொல்றா பாய், கோமதிய விசாரிக்கச் சொல்லியிருக்கேன் பாப்பம்" என்றார். வெயில் தாழ இறங்கிக் கொண்டிருந்தது. நடுவானில் வட்டமிட்ட கழுகு இரை தேடி வெகு நேரம் பறந்து கொண்டிருப்பது போலிருந்தது.

~18~

சசி தன்னை மறந்து உறங்கிக் கொண்டிருந்தாள். உண்ட களைப்பும், உறக்கமின்மையும் சேர்ந்து கொண்டது. அது சதா பதட்டம் கொண்டிருந்த அவளது மனதை கடலின் அடி ஆழத்தில் கொண்டு போய் நங்கூரமிட்டதைப் போல ஆடாமல் அசையாமல் நிறுத்தியிருந்தது. கோமதி அவ்வப்பொழுது அறைக்குள் எட்டிப்பார்த்துக் கொண்டாள். சசியின் மாராப்பு விலகியிருந்தது. பால் சுரக்காத மார்பையும், பிறப்பெடுக்காத தட்டை வயிற்றையும் பார்த்து கோமதிக்கு அவள் மீது பரிவு ஏற்பட்டது. “வரட்டீன்னு பேரு வாங்கவாடி ஒன்னப் பெத்து வளத்தேன்” என மனதுக்குள் அழுதாள்.

ஒருவேளை, சசிக்கு இனி குழந்தை பிறக்காது என்ற வெறுப்பில் கோவிந்து விலகிச் சென்று விட்டானோ..என யோசித்த கோமதிக்கு, “வேற ஏதாவது பொம்பள சகவாசம் கோவிந்துக்கு இருக்குமோ...” என்ற சந்தேகமும் உடன் வந்தது. இதை எப்படிக் கேட்டுத் தெரிந்து கொள்வது. மாப்பிள்ளையைப் பற்றி ஏதாவது கேட்டால், சண்டைக்கு நிற்கும் மகளிடம் அவசரப்பட்டு அதையும், இதையும் கேட்டுவிடக்கூடாது என கோமதியின் மனம் எச்சரிக்கை செய்தது. மாப்பிள்ளையை தேடிட்டுப் போன கணவன் நல்ல சேதியோடு வரவேண்டும் என ஆறு குதிரை காளியம்மனை கோமதி வேண்டிக்கொண்டாள்.

வீட்டின் புழக்கடையில் இருந்த தென்னமரத்தின் தலை வழியாக வெயில்கள் இறக்குபவனைப் போல கீழே இறங்கிக் கொண்டிருந்தது. கோமதி தாய்க் கோழியை குஞ்சுகள் புடை சூழ புழக்கடை வாசல் வழியாக வீட்டுக்குள் அழைத்து வந்தாள். கேழ்வரகை இறைத்துவிட்டு பஞ்சாரத்தை வைத்து மூடினாள். தானியம் தீரும்வரை கோழிகள் கொத்தும் சத்தம் கேட்டது. பிறகு பஞ்சாரம் அமைதியானது. திண்ணையில் அமர்ந்த கோமதி தாய்க் கோழியைப் போல கொத்தும் குழையுமாக திரிய வேண்டிய தன் மகள், கட்டிய புருசனையும் தொலைத்துவிட்டு நிர்கதியாக நிற்கிறாளே... என மனம் வெதும்ப புலம்பியவளைச் சுற்றி இருள் படர்ந்ததை அவளால் உணர முடியவில்லை.

“கோமு...கோமு..” என அழைத்துக் கொண்டே காய்காரக் கிழவி வீட்டுக்குள் வந்தாள். கோமதி திண்ணையில் சிலையாக

சமைந்திருப்பதை பார்த்ததும், "ஏ..கோமு இந்தா புள்ள நாங் கூப்பிடுறது காதுல விழல" என உரக்க குரல் கொடுத்தாள். சத்தம் கேட்டு நிமிர்ந்த கோமதியிடம், "வெளக்கேத்தற நேரத்துல இப்படி இடி விழுந்தாப்புல ஒக்காந்து கெடந்தா வீடு வெளங்குமா..." என காய்காரக் கிழவி அரற்றியவாறு திண்ணையேறி லைட்டைப் போட்டாள். "வா..ஆயா" என அழைத்த கோமதி, காய்கார கிழவியை உட்கார சொன்னவள், அடுப்பு மூட்டி காபி வைத்தாள். சில்வர் கிளாஸ் நிறைய காப்பியை சுடச்சுட கிழவியிடம் கொடுத்தவள், "ஆயா சசி வீட்டுக்காரர, கடை சோலியா அவங்க முதலாளி அவசரமாக வெளியூர் அனுப்பி இருக்காரு ஆயா, இது தெரியாம இந்தப் புள்ள இங்க வந்துருச்சு, ரெண்டு நாள்ல திரும்பி வந்துருவாராம்" என்றவள், "காலைல நான் பேசுனத வெளிய யார் கிட்டயும் சொல்லியிறாதே ஆயா ஒனக்கு புண்ணியமா போகட்டும்" என கையெடுத்து கும்பிட்டாள். அப்பொழுதுதான் கண் விழித்த சசி இதையும் கேட்டுக் கொண்டிருந்தாள்.

~19~

காலையில் நேத்ரா குளித்து உடை மாற்றி வருவதற்குள் கோவிந்து போயிருந்தான். மஞ்சள் புட்டா போட்ட சிகப்பு நிறச் சேலையை இன்று அவனுக்காகவே உடுத்தி இருந்தாள். கோவிந்து ஏதும் தட்டுப்படுகிறானா என கோவிலுக்குப் போகும் வழியில் நேத்ரா தேடிக்கொண்டே வந்தாள். உடன் வந்த இரு பெண்களும் சலசலவென்று பேசிக்கொண்டு வந்தார்கள். அவர்களில் பானுமதி கொஞ்சம் வயது மூத்தவள். மற்றவள் பெயர் விடிவெள்ளி, அவள் தோற்றத்திற்கு சிறு பெண் போலிருந்தாள். வாய் பேசாமல் வரும் நேத்ராவின் கண்கள் அங்கும், இங்கும் அலைபாய்வதை விடிவெள்ளி, பானுமதிக்கு குறிப்பில் உணர்த்தினாள்.

பானுமதி, ஆதரவாய் நேத்ராவின் தோளில் கை போட்டாள். நேத்ராவின் கண்கள் அப்போதும் தேடலை நிறுத்தவில்லை. “நேத்ரா குட்டிக்கு என்ன வேணும்” என்ற பானுமதியின் குரலில் மலையாளம் வீசியது. “ஒண்ணும் இல்லை” என தலையசைத்தவளை, “வீதியில ஏதோ தேடித் திரியற” என்பது போல கண்களால் பானுமதி கேள்வி கேட்டாள். நேத்ராவின் மனம் நிறைந்து கோவிந்து தளும்பினான். அதைச் சொல்லி விடலாமா, என யோசித்தவள், சொன்னால் அவர்கள் தன்னைக் கேலி செய்வார்களோ என்ற தயக்கத்தில் “ஒண்ணும் இல்லக்க” என தவிர்த்தாள்.

பானுமதி மீண்டும் கேட்வில்லை. சிறிது தூரம் சென்றதும் “ஒனக்கு கோவிந்துவை பார்க்கனுமோ” என நேத்ராவின் கண்களைப் பார்த்து பளிச்சென கேட்டாள். விடிவெள்ளி இதை எதிர்பார்த்தைப் போல கலகலவென சிரித்து விட்டாள். நேத்ராவுக்கு வெட்கம் பிடுங்கித் தின்றது. கோவில் நெருங்கி விட்டதால் அதற்கு மேல் அவர்கள் ஒன்றும் பேசிக்கொள்ளவில்லை.

வெளிப்பிரகாரத்தை சுற்றிவிட்டு கோவிலுக்குள் அடியெடுத்து வைத்தபொழுது, பிள்ளையார் வெள்ளி கிரீடத்துடனும், சந்தன காப்புடனும் புது மாப்பிள்ளையைப் போல உட்கார்ந்திருந்தார். இவர்கள் மூவரையும் பார்த்ததும், குருக்கள் எப்பொழுதும் போல பசுபதி பெயரைச் சொல்லி அவரது நட்சத்திரத்திற்கு பிள்ளையாரிடம் மந்திரம் சொன்னார். பிறகு மணியடித்து தீபாரதனை காட்டினார். மூவரும் கை கூப்பி வணங்கினர். இது தினமும் நடப்பது. ஆளுக்கு ஒரு ரூபாய் காணிக்கை போட்டு விட்டு, தீபத்தை கண்ணில் ஒத்திக்

கொண்டனர். குருக்கள் விபூதியும், குங்குமமும் கொடுத்தார். நெற்றியிலிட்ட விபூதி குங்குமத்துடன், கோவிலை விட்டு வெளியே வந்தனர். அவர்கள் உள்ளே நுழையும் பொழுது வாசலின் முன் விதானத்தில் ஒட்டிக் கொண்டிருந்த வெயில், இப்பொழுது கோபுரத்தின் செப்புக் கலசங்கள் மீது ஏறிக்கொண்டிருந்தது.

வாசலின் இடப்பக்கம் இருந்த மாரிமுத்து வேளார் மண்டபப் படி வாசலில் மூவரும் அமர்ந்தனர். எங்கே மறுபடியும் கோவிந்துவைப் பற்றிக் கேட்பார்களோ என்ற குறுகுறுப்புடன் நேத்ரா பானுமதியை பார்த்தாள். அவளது வலது பக்க கன்னக் கதுப்பு கருஞ்சிவப்பாய் கன்றிப் போயிருந்தது. "இது என்னக்கா?" என அதைத் தொட்டு நேத்ரா கேட்டாள். பானுமதி கவலையுடன் கண்களை இறக்கிக் கொண்டாள். "அத ஏங்கேக்குற நேத்து ஒருத்தன் கம்மங்கொல்லையில புகுந்த காய்ஞ்ச மாடு மாதிரி போட்டு பொரட்டி எடுத்துட்டாண்டி, முடியற நேரத்துல மூர்க்கமா கடிச்சு வச்சுட்டான்" என சொன்னவள் கண்களில் கண்ணீர் பொட்டு பொட்டாய் உதிர்ந்தது. "அழுகாதீங்க அக்கா" என்ற நேத்ரா, விடிவெள்ளியைப் பார்த்தாள். அவளும் தலை குனிந்து வருத்தத்தில் இருந்தாள்.

இவர்களுக்கு பசுபதியை விட்டால் வேறு நாதியில்லை. நல்ல குடும்ப வாழ்க்கை அமைய பசுபதியும் ஒரு பக்கம் இவர்களுக்காக முயற்சித்துக் கொண்டு தான் இருக்கிறாள். அப்படி நிறையப் பெண்களுக்கு பெற்ற தாயாக இருந்து, போதுமான சீர்வரிசைகளுடன் திருமணம் செய்து கொடுத்திருக்கிறாள். அவர்களும் பிள்ளைகுட்டிகளுடன் நல்லபடியாக வாழ்ந்து வருகின்றனர். ஒரு குடும்ப வாழ்க்கை அமையும் வரை இப்படி சீரழிய வேண்டும் என்பது இவர்களின் தலையெழுத்து அதை மாற்ற எவனாவது ஒருத்தன் வரவேண்டும்.

செப்புக் கலசங்களைக் கடந்து, வெயில் கோவில் கோபுரத்திற்கு பின்னால் உள்ள நாகலிங்க மரக்கிளைகளில் பற்றி பரவியிருப்பதை நேத்ரா நெற்றி வியர்வையுடன் பார்த்தாள். "போலாம்க்கா, ராசாத்தி தேடுவாங்க" என பானுமதியிடம் கூறினாள். நெடுமூச்செறிந்த பானுமதி படியை விட்டு எழுந்தவாறே, "கோவிந்துகிட்ட பேசிப்பாரு நேத்ரா... நேரம் காலம் சரியா இருந்தா எல்லாம் நல்லபடியா நடக்கும்" என உடன்பிறந்த சகோதரியைப் போல பொறுப்புடன் சொன்னாள். அது நேத்ராவுக்கு நம்பிக்கை அளிப்பதாக இருந்தது.

~20~

பாலக்காட்டு பாஸஞ்சர் வருவதற்கு பத்து நிமிடங்களுக்கு முன்னர், சுப்பு, லட்சுமியுடன் ஸ்டேண்டுக்குள் வந்துவிட்டார். "வந்து எவ்வளவு நேரமாச்சு?" எனக் கேட்டவர், குதிரையை ஜட்காவுடன் பூட்டினார். "வந்து அரைமணி இருக்கும்ணே, எங்கண்ணே போயிட்டு வர்றீங்க?" என்ற கோவிந்துவிடம், சுப்பு பதில் ஒன்றும் சொல்லவில்லை. லட்சுமியின் அடி வயிற்றை வருடிக் கொடுத்தார். லட்சுமியின் மேனி சிலிர்த்து அடங்கியது.

கோவிந்து, லட்சுமியிடம் மாற்றம் ஏற்பட்டிருப்பதை பார்த்தான். "லட்சுமியோட எங்கண்ணே போனீங்க?" என மீண்டும் கேட்டான். "லட்சுமிய ஜோடி சேர்க்கப் போயிருந்தேன் கோவிந்து. அதது நேரத்துல அதது நடக்கனுமில்ல" என சுப்பு சொன்ன பதிலில் அர்த்தம் இருந்தது.

கல்யாணமாகியும் தனக்கு குழந்தைகள் பிறக்கவில்லை என்பது சுப்புவுக்குத் தெரியாது. ஆனால் அவர் உலக நடைமுறையைத் தான் சொல்கிறார். அதிலிருந்த உண்மை கோவிந்துவை சுட்டது. தனக்கும் காலாகாலத்தில் குழந்தை பிறந்திருந்தால், வாழ்க்கை இப்படி தடம் மாறிப் போயிருக்காதோ... என யோசித்தவனின் கண் முன்பு சசி வந்து நின்றாள். "குழந்தை பொறக்கலைன்னாலும் நான் ஒனக்கு கடைசி வரை குழந்தையா இருப்பேன்" என சசிக்கு கொடுத்த உறுதிமொழி நினைவிற்கு வந்தது. அப்படி சொன்னதில் உண்மை இருந்தது. ஆனால், உளப்பூர்வமாக அப்படி நடந்து கொள்ளவில்லை. ஒரு சோதனை வந்ததும், கோவிந்து ஓடி வந்து விட்டான்.

சசிக்கு குழந்தை பிறப்பதில் சிரமம் உள்ளது எனத் தெரிந்த பிறகு, மனதளவில் அவளுடன் மேலும் நெருங்குவதற்குப் பதிலாக கோவிந்து விலகி சென்றது இப்பொழுது உறைத்தது. காலையில் போனால் இரவு வரை, கடையே கதி என தன்னை அவளிடமிருந்து தனிமைப்படுத்திக் கொண்டது, இடையில் விடுமுறை நாட்கள் கிடைத்தாலும் கோயிலுக்கோ, சினிமாவுக்கோ அவளை அழைத்துச் செல்லாமல் அன்பு காட்டாமல் இருந்தது. எல்லாம் சேர்ந்து இருவருக்கும் இடையிலான அன்யோன்யத்தை சிதைத்து இருக்கிறது. தன்னால் குழந்தை தர முடியாது என்ற தாழ்வு மனப்பான்மை, எந்த அளவுக்கு சசியின் மனதை அரித்திருக்கும்.

அதைப் பற்றியெல்லாம் சிறிதும் கவலை கொள்ளாமல் இயந்திர கதியாய் வாழ்க்கையை நடத்த தன்னால் எப்படி முடிந்தது? என கோவிந்துவின் மனம் வருத்தமுற்றது. ஆனால், அதற்காக சசியின் நடவடிக்கையை எப்படி நியாயப்படுத்த இயலும்.

ரயில், ஸ்டேசனுக்குள் நுழைந்ததற்கு அடையாளமாக ஒரு முறை தன் ராட்சதக் குரலை ஓங்கி ஒலித்ததில் கோவிந்துவின் மனம் இயல்புக்கு வந்தது. சுப்பு பயணிகளை எதிர்பார்த்து லட்சுமியின் கடிவாளத்தை இழுத்த வண்ணம் வாசலை நோக்கி முன்னகர்ந்தான். மலையடிவாரம் போக சவாரி கிடைத்தது. பஸ் ஸ்டாண்ட், பாளையம், பொய்கையைக் கடந்து மலைக் கோவில் வீதி வழியாக அடிவாரம் ரவுண்டானாவில் இறக்கி விட்டால் போதும், படி வழியாக பயணிகள் மலை ஏற வசதியாக இருக்கும். வெயிட்டான ஆளை வண்டிக்குப் பின்புறம் உட்காரச் சொல்லி லட்சுமியின் கழுத்தின் மீதான கனத்தை சுப்பு சமன் செய்தார்.

லட்சுமி கிளம்பத் தயாரான போது, கோவிந்து சுப்புவைப் போல ஜம்ப் செய்து ஜட்காவில் உட்கார முயன்றான். அவனால் முடியவில்லை. "சும்மா சக்கரத்துல கால வச்சு ஏறு கோவிந்து" என்ற சுப்பு, "ஊருல என்ன வேல பாத்த" என முதன் முதலாக கோவிந்திடம் கேட்டார். "மளிகைக் கடைல வேல பார்த்தேன்" என சொல்லி முடிக்கு முன்னே, சுப்பு சத்தமாக சிரித்தார். "அப்ப பொட்டலம் கட்டுற வேலைய நல்லா செய்வ. அது ஒரு எடத்துல நின்னு செய்யற வேல கோவிந்து. ஆனா, இது குதிரைக்கு பின்னாடி ஓடிட்டே இருக்கற வேல, இது ஒனக்கு ஒத்து வராது" என்ற சுப்பு, கோவிந்துவின் முகம் பார்த்து, கொண்டி மீசைய ஒதுக்கி விட்டார்.

அடுத்து குடும்பத்தைப் பற்றி ஏதாவது கேட்டு விடுவாரோ என்ற பதட்டத்தில் கோவிந்து பேச்சை மாற்றினான், "ஏண்ணே நம்ம லட்சுமி எப்பண்ணே குட்டி போடும்" எனக் கேட்டான். "செனை செட்டாச்சுன்னா, எண்ணி பன்னண்டு மாசத்துல குட்டி போட்டுரும்" என்று சொன்ன சுப்பு, "இன்னும் அஞ்சாறு மாசத்துக்கு லட்சுமி ஓடும். அதுக்கப்புறம் கண்மாய் ஓரம் அவுத்து விட்ற வேண்டியதுதான், அது பாட்டுக்கு மேஞ்சுகிட்டு திரியும். ஒரு கட்டுப் புல்லும், ஊற வச்ச கோதுமையும் கொடுத்தா போதும்" என்ற சுப்பு, பாளையம் கடந்து கண்மாய்க் காற்றைச் சுவாசித்தவாறே பொய்கை ரோட்டைத் தொட்டார்.

ரோட்டின் குறுக்கே கயிறு கட்டி தடுக்கப்பட்டிருந்தது. கயிற்றின் நடுவில், "ஜட்கா வண்டிகள் அடிவாரம் செல்ல அனுமதி கிடையாது - காவல்துறை அறிவிப்பு" என்ற அட்டை தொங்கியது. சுப்புவுக்கு முன்னரே, ஐந்தாறு ஜட்கா வண்டிகள் அதற்கு மேல் செல்ல முடியாமல் ஆங்காங்கே சவாரியுடன் நின்று கொண்டிருந்தன. சுப்புவைப் பார்த்ததும், வண்டிக்காரர்கள் இறங்கி ஓடி வந்தனர். சுப்புவும் வண்டியை விட்டு இறங்கி அருகில் சென்று பார்த்தார். அங்கே ஒரு காவலர் ஓரமாய் நின்று சிகரெட் புகைத்துக் கொண்டு இருந்தார்.

~21~

சுந்தரமும், ரஹீமும் முதலில் சென்ட்ரல் பஸ் ஸ்டாண்ட்டுக்கு சென்றனர். ரஹீம் பஸ் ஸ்டாண்ட் கடைக்காரரர் சங்கத் தலைவர் வேணுவிடம் கூட்டிப் போனார். வேணு மிட்டாய், பிஸ்கட், மளிகைச் சாமான்களை மொத்த வியாபாரம் செய்து வந்தார். சாமான் வாங்கிய வகையில் ரஹீம் பாய்க்கு வேணுவுடன் தொடர்பு இருந்தது.

வேணு, போட்டோவில் இருந்த கோவிந்துவைப் பார்த்தார். "ஒரு நாளைக்கு ஆயிரம் பேருக்கு மேல, பஸ் ஸ்டாண்டுக்கு வந்து போறாங்க, நேத்து கருக்கல்ல வந்ததா சொல்றீங்க, விசாரிச்சுப் பார்க்கலாம்" என்றவர், கடைப் பையனை அழைத்தார். "இவங்கள எல்லா கடைக்காரங்க கிட்டயும் கூட்டிட்டுப் போ, அப்படியே காலையில அஞ்சு மணிக்கு நியூஸ் பேப்பர் எடுக்கற அய்யனாருகிட்டயும் கூட்டிட்டு போ" என சுந்தரத்துடன் அனுப்பி வைத்தார்.

சுந்தரத்திற்கு வெட்கம் பிடுங்கித் தின்றது. போட்டோ இருந்த பையை ரஹீமின் கைக்கு மாற்றினார். ரஹீம் தான் கடைக்காரர்களிடம் போட்டோவை காட்டி விசாரித்துக்கொண்டே போனார். ஒருவருக்கும் தெரியவில்லை. பஸ் ஸ்டாண்ட் நுழைவாயிலில் நியூஸ் பேப்பர் கடை வைத்திருக்கும் அய்யனாரைத் தேடிக் கொண்டு போயினர். சுந்தரம் தோளில் கிடந்த துண்டை முகம் துடைப்பது போல் எடுத்து கையில் ஏந்திக்கொண்டார். மாப்பிள்ளையை யாசகமாய்த் தேடும் புதுப்பிச்சைக்காரத் தோற்றம் அவர் முகத்தில் வழிந்தது.

அது ஒரு மரப்பெட்டிக்கடை. ஐம்பது வயது மதிக்கத்தக்க அய்யனார் பாதி நரைத்த மீசையுடன் வெளியில் மடக்குச் சேரை போட்டு அமர்ந்திருந்தார். அவரது கால் பாதங்களை இறங்கு வெயில், ஒரு பூனை குட்டியைப் போல இதமாக உரசிக் கொண்டிருந்தது. ரஹீம் பைக்குள் இருந்த போட்டோவை எடுத்து அய்யனாரிடம் காட்டினார். அய்யனார் கோவிந்துவின் படத்தைப் பார்த்துக்கொண்டே, அருகில் மறைக்கப்பட்டிருந்த சசியின் படத்தையும் பேப்பரை கிழித்துப் பார்த்தார். அதை ரஹீமால் தடுக்க முடியவில்லை.

சிறிது நேரம் போட்டோவைப் பார்த்துக்கொண்டே இருந்த அய்யனார், “இந்தப் பையன நான் பார்க்கல, தேடிப்பார்த்து கெடைக்கலைன்னா சொல்லுங்க, நியூஸ் பேப்பர்ல போட்டோ போட்டு விளம்பரம் கொடுக்கலாம்” என்றவர், “இந்தப் பொண்ண, நேத்து ராத்திரி பஸ் ஸ்டாண்ட்ல பார்த்தேன். கூட ஒரு பையன் சைக்கிளோட நின்னுகிட்டு இருந்தான்” என்றார். ரஹீம், “தல நிறைய முடியோட இருந்தானா? எனக் கேட்டார். “ஆமா இந்தக் காலத்துப் பசங்க எல்லாம் தலை நிறைய முடி வச்சுகிட்டு, யானைக் கால் பேண்ட் போட்டுகிட்டு தான அலையறானுக” என்ற அய்யனார், சுந்தரத்தை பார்த்து, “பெரியவரு யாரு, பையனப் பெத்தவரா, பொண்ண பெத்தவரா” எனக் கேட்டார். “பொண்ணப் பெத்தவரு” என ரஹீம் சொன்னதும், “அப்ப பொண்ண நல்லா வெசாரிங்க, கையில் வெண்ணைய வச்சுகிட்டு நெய்க்கு அலஞ்ச கதையா இல்ல இருக்கு” என்றவர் “எதுக்கும் கூட வந்த அந்தப் பையனையும் சேத்து வெசாரிங்க” என அனுபவப்பட்டவர் போலக் கூறினார்.

அய்யனாரின் பேச்சில் இருந்த உட்கருத்து, சுந்தரத்தின் தலையைச் சுற்ற வைத்தது. எங்கே தன் மகள் மீது பழி வந்து சேருமோ என்ற அச்சத்தில் கை நடுங்க போட்டோவை பத்திரமாக பையில் வைத்துக்கொண்டு அந்த இடத்தை விட்டு நகர்ந்தார். ரஹீம்தான் அய்யனாரைப் பார்த்து, “அப்பிடி விளம்பரம் கொடுக்கறதா இருந்தா ஒங்கள வந்து பாக்குறம்ங்க” என அய்யனாருக்கு வணக்கம் வைத்து விட்டு வந்தார். வேணு அனுப்பிய கடைப் பையனுக்கு, காபிச் செலவுக்கு காசு கொடுத்து அனுப்பி விட்டு, “ஏங்க மாமு ஒரு காபி குடிக்கலாமா?” என சுந்தரத்திடம் கேட்டார். சரி என்ற சுந்தரம், ஆதரவாக ரஹீமின் தோளில் கை வைத்துக்கொண்டு மெதுவாக நடந்தார்.

பஸ் ஸ்டாண்டுக்கு வெளிய, மாலை நேர போக்குவரத்து கொடுத்த நெருக்கடியில் சாலையின் விழி பிதுங்கி இருந்தது. சாலைக்கு அந்தப் பக்கம் சங்கீதா கபே, தோசை வார்க்கும் வாசத்துடன் வாவென்று அழைத்தது. டவுனுக்கு வரும் சில நேரங்களில் ரஹீம் இந்தக்கடையில் நெய் ரோஸ்ட் சாப்பிட்டுள்ளார். பொன்னிறத்தில் லேசாகவும், ருசியாகவும் எப்படிச் சுட முடிகிறது என ஒவ்வொரு முறையும் ஆச்சர்யப்படுவார்.

சுந்தரத்தை இடம் பார்த்து அமர வைத்த ரஹீம் பாய், “இட்லி, ரோஸ்ட் பூரி..” என பட்டியலிட்ட சர்வரிடம் “ரெண்டு காபி

நல்லா ஸ்ட்ராங்கா கொடுங்க" என ஆர்டர் செய்தார். காபி குடித்து முடிக்கும் வரை ரஹீம் ஒன்றும் பேசவில்லை. காபிக்கான காசை ரஹீம் கொடுத்தார். அதை சுந்தரம் தடுக்கவில்லை.

சுந்தரம் சசியைப் பற்றி யோசிக்கலானார். அவள் எட்டாம் வகுப்பு மாணவியாக இருந்தபோது, பள்ளி மாணவன் கொடுத்த கடிதத்தை, அழுதுகொண்டே வந்து தன்னிடம் கொடுத்ததை நினைவு கூர்ந்தார். மணமகனான கோவிந்துவை பற்றி அபிப்ராயம் கேட்டபோது, "உங்க இஷ்டப்படி நடக்கட்டும் அப்பா" என ஒரே வார்த்தையில் முடித்துக்கொண்டாள். தன் ஒரே மகளுக்கு குழந்தை பாக்கியம் இல்லை என வருத்தமுற்றபோது, "அதனால என்னப்பா" என ஆறுதல் சொன்னாள். அப்படிப்பட்ட மகளிடம் என்னவென்று விசாரிப்பது, எதிர்த்த வீட்டுப் பையனைப் பற்றிக் கேட்டால் அவள் மனம் என்ன பாடுபடும். சுந்தரம் கலங்கிப் போய் ஹோட்டலுக்கு வெளியே பிளாட்பாரத்தில் நின்றார்.

சுந்தரத்தின் மனநிலையைப் புரிந்துகொண்ட ரஹீம் பிளாட்பாரத்தை விட்டு அகன்று அங்கே இருந்த செருப்பு தைக்கும் தொழிலாளியின் அருகில் நின்று பீடியை பற்ற வைத்தார். அவர் வெயிலுக்காக நட்டிருந்த குடையை மடக்கி, விரித்திருந்த பெரிய தோல் பைக்குள் செருப்புக்களையும், சாமான்களையும் வைத்து கடையை ஏறக்கட்டிக் கொண்டிருந்தார். அவர் முகம் முழுக்க விழுந்திருந்த சுருக்கங்கள் கருங்கல் பாறையில் இழுத்த கோடுகளைப் போல இறுகிக் கிடந்தன. அவருக்கு எவ்வளவு வயசு இருக்கும் என ரஹீம் பாயால் அனுமானிக்க முடியவில்லை. "மடக்கிய குடையை பைக்கு மேல் வைத்து, இரண்டு பக்க கைப்பிடிகளை ஒன்று சேர்த்து வலதுபக்க தோளில் மாட்டிக்கொண்டவரின் முதுகு கூன் போட்டிருந்தது. அவர் கிளம்பும் சமயம், "பெருசு உனக்கு வயது எவ்வளவு இருக்கும்?" என ரஹீம் கேட்டுவிட்டார்.

அவர், ரஹீம் பாயின் முகம் பார்த்து, வெற்றிலை பாக்கு கறையுடன் புன்னகைத்தார். பிறகு, "வயசு என்னான்னு கேட்டா என்னத்தைச் சொல்ல காந்தி இந்த ஊருக்கு வந்தப்ப நான் பொறந்ததா எங்கம்மா சொல்லும்" என்றவர், புன்னகை மாறாமல் நடக்க ஆரம்பித்தார். அவரது கூன் போட்ட முதுகு மறையும் வரை பார்த்துக் கொண்டிருந்த ரஹீம், புகைந்து போன பீடித் துண்டை காலில் போட்டு மிதித்தார். காலமும் தெரியாமல், நேரமும் தெரியாமல் இன்றைய பொழுது கடந்தால் போதும் என,

பிழைப்பிற்கான வழியை கூன் போட்டு நகர்த்தும் இது போன்ற ஜனங்களுக்கு வாழ்க்கையைப் பற்றிய மதிப்பீடு என்ன? என ரஹீம் தீவிரமாக யோசித்தார். அப்பொழுதுதான் ரஹீமுக்கு அடுத்த நாள் ஞாயிற்றுக்கிழமை என்பதும், இன்று கறிக்கு வாங்க வேண்டிய ஆடுகளை வாங்க மச்சினன் சந்தைக்குப் போனானா? என்ற ஐயப்பாடும் எழுந்தது. அது அடுத்த நாள் வாழ்க்கைக்கான கவலையாக ரஹீமின் மனதில் உருவெடுத்தது. கவலையின்றி புன்னகைத்துச் சென்ற செருப்புத் தைக்கும் தொழிலாளியின் முகம் முன்னால் வந்து சென்றது. எது வாழ்க்கை என்பதில் ரஹீம் பாய்க்கு தடுமாற்றம் ஏற்பட்டது.

ஊருக்குப் போக வேண்டும் என்ற அவசரத்தில் ரஹீம், சுந்தரத்தைப் பார்க்கத் திரும்பினார். என்ன ஆச்சர்யம் இரவு எப்போது விழுந்தது? வண்ண விளக்குகளில் விளம்பர போர்டுகள் ஜொலிக்க கடைவீதி கண் கவரும் காந்தமாய் உருமாறியிருந்தது. சுந்தரம் ரஹீமை நோக்கி வந்து கொண்டிருந்தார்.

~22~

கொஞ்சம் இரவு இறங்கிய பிறகு, சசி அறையை விட்டு வெளியே வந்தாள். புழக்கடையில் தென்னைமரத்தை ஒட்டி இருந்த துவைக்கும் கல்லில் அமர்ந்து கொண்டாள். வானில், ஐந்தாம் வளர்பிறை மேலேழும்பிக் கொண்டிருந்தது. அருகிலிருந்த கிணற்றில் நீர் மேலேயே நின்று, வீசும் காற்றில் தளுக்கென சப்தமிட்டது. தன்னைத் தவிர சுற்றிலும் சகஜ நிலையில் இருப்பது சசியின் மனதிற்கு சங்கடத்தை ஏற்படுத்தியது.

இன்னும் கொஞ்ச நேரத்தில் அப்பா என்ன சேதியுடன் வருவார் எனத் தெரியவில்லை. எங்காவது கோவிந்து இருக்கிறான் என்ற தகவல் மட்டும் கூட சசிக்குப் போதுமானதாக இருந்தது. அவன் தன்னிடம் தகராறு செய்திருந்தால் கூட இவள் எதையாவது சொல்லி சமாளித்து இருப்பாள். நாகுவை வெளியே அனுப்பிவிட்டு தான் அசதியில் தூங்கிவிட்டது மட்டும் நினைவில் இருந்தது. கோவிந்து அப்பொழுதே கிளம்பி போய்விட்டானா... இல்லை கருக்கலில் எழுந்து போனானா... சசி யோசித்துப் பார்த்ததில் பக்கத்தில் அவன் படுத்திருந்ததற்கான தடயம் எதுவும் ஞாபகத்திற்கு வரவில்லை. அவன் உடனே கிளம்பிப் போயிருக்க வேண்டும். அந்நேரம் வெளியூர் செல்ல பஸ் எதுவும் இல்லை. அநேகமாக அவன் ரயில்வே ஸ்டேசனுககுத தான் போயிருக்க வேண்டும். அப்பா ஒரு வேளை ரயில்வே ஸ்டேசனில் விசாரித்து இருப்பாரோ, ஏதேனும் துப்பு கிடைத்திருக்குமோ, சசியின் இதயம் இடமும் வலமுமாய் பெண்டுலம் போல ஆட ஆரம்பித்தது.

கோமதியின் கையில் காபி டம்ளர் இருந்தது. "இதக் கொஞ்சம் குடிச்சிட்டு ஒக்காந்துக்க சசி" என்றவாறே அருகில் வந்தாள். புழக்கடை வாசலைத் தொடர்ந்து வந்த குண்டு பல்பின் மஞ்சள் வெளிச்சத்தில் கோமதியின் நிழல் நீளியாய் அவளுக்கு முன் வந்தது. சசி காபி டம்ளரை வாங்கி ஒரு வாய் குடித்தாள்.

கோமதி, காற்றில் கலைந்திருந்த சசியின் தலைமுடிகளை ஒரு சேர நீவி விட்டாள். பிறகு, "ஏஞ் சசி, மாப்பிள்ளைக்கும் ஒனக்கும் ஏதாச்சும் சண்டை சச்சரவா..." என மெதுவாகக் கேட்டாள். "இல்லம்மா.." என சசி தலையசைத்தாள், "புள்ள குட்டி பொறக்கலன்னு மாப்பிள்ளைக்கு ஏதாச்சும் வருத்தமா?" என அடுத்துக் கேட்ட கோமதியை, சசி தலை நிமிர்ந்து பார்த்தவள்,

"அப்பிடி எல்லாம் இல்லம்மா" என்றாள். காற்றில் ஆடிய தென்னை மர ஓலைகளின் சலசலப்புச் சத்தம், அவர்களுக்கு இடையிலான பேச்சு வார்த்தையை மௌனப்படுத்துவதாக இருந்தது.

கோமதி, மேலும் குரலைத் தாழ்த்திக்கொண்டு, "மாப்பிள்ளைக்கு வேற பொம்பளைக சகவாசம் ஏதும் இருக்குமோ..." எனத் தயக்கத்துடன் கேட்டாள். சிறிது நேரம் பதில் பேசாமல் இருந்த சசி, "என்னைத் தவிர வேற எந்த பொம்பளையையும் நிமிர்ந்து கூடப் பாக்க மாட்டாரு ஒன் மாப்பிள்ளை" என திடமாகச் சொன்னாள். சசியின் பதிலால் கோமதி நிம்மதிப்பட்டாள். "பெறகு எங்கடி போனாரு, அவரப்பத்தி ஒன்னைத் தவிர வேற யாருக்குடி தெரியும், யாரப் போயி வெசாரிக்கறது" என கோமதி புலம்பிக்கொண்டிருந்த போது, சசி காபியை குடித்து முடித்திருந்தாள்.

~23~

சுப்புவின் முகத்தில் பதட்டம் ஏற்பட்டிருந்தது. "இது என்னடா அநியாயம், அடிவாரத்துக்குள்ள ஜட்கா போகாதுன்னா, பொழப்ப எப்படி ஓட்டறது? கோயிலுக்கு வர்றவங்க தான் வண்டி புடிக்கிறாங்க, இப்ப அதுக்கும் வழியில்லன்னா அவங்க எப்படிப் போவாங்க" என்றவாறே குதிரையை சங்க ஆபீஸை நோக்கி விரட்டினார். அவருக்குப் பின்புறமாக, நான்கைந்து வண்டிகள் வந்து கொண்டு இருந்தன.

சங்க ஆபீஸ் முன்னாடி சிவப்புக்கொடி பறந்தது. செயலாளர் ஆபீஸில் தான் இருந்தார். முதலில் எல்லாரையும் உட்காரச் சொல்லி விட்டு விவரம் கேட்டார். சுப்பு தான் சொன்னார், "யாரோ புதுசா டிஎஸ்பி வந்துருக்காராம், அடிவாரத்துக்குள்ள ஜட்கா வண்டிக வரக்கூடாதுன்னு இன்னக்கி காலைல உத்தரவு போட்ருக்காராம், பொய்கை ரோட்டை மறிச்சு, கோவில் ரோட்டுக்கு போக விடாம, குறுக்க கயிறு கட்டியிருக்காங்க, காவலுக்கு ஒரு போலீசு நிக்கறாரு". அதற்கு, "சரி அடிவாரம் ஸ்டேசன்ல எஸ்ஐ கிட்ட முதல்ல விவரம் கேக்கலாம், பெறகு தேவைன்னா டிஎஸ்பியைப் பாக்கலாம்" என செயலாளர் சொன்னதை சுப்பு உட்பட ஜட்கா வண்டிக்காரர்கள் ஏற்றுக்கொண்டனர். கோவிந்துக்கு போலீஸ் ஸ்டேசன் போவது புதுசாக இருந்தது.

பொய்கை ரோட்டுக்கு, இடதுபக்கமாக செல்லும் பூங்கா ரோட்டில் போலீஸ் ஸ்டேசன் இருந்தது. சங்கச் செயலாளருடன், ஸ்டேசன் வந்து அரைமணி நேரத்திற்கு மேலானது. எஸ்.ஐ.ரவுண்ட்ஸ் போயிருப்பதாக ரைட்டர் சொன்னார். சிறிது நேரத்தில் வெளியே புல்லட் பைக் சத்தம் கேட்டது. "அய்யா வந்துட்டாக" என ரைட்டர் சொல்லிக் கொண்டிருக்கும்பொழுதே, கனத்த உருவத்துடன் கருகருவென்று எஸ்.ஐ உள்ளே வந்துவிட்டார். அங்கே நின்றிருந்த பாரா போலீஸிடம், "ஸ்டேசன் வாசல்ல யாருய்யா குறுக்கா மறுக்கா ஜட்காவை நிறுத்துனது, முதல்ல அத எடுக்கச் சொல்லு" என உத்தரவிட்டார். ரைட்டர், செயலாளரைப் பார்த்தார். "ஒரு பக்கமா நிறுத்திட்டு வர்றங்க" என்றவாறு மற்ற வண்டிக்காரர்களை அழைத்துக்கொண்டு, சுப்பு வெளியில்

போனார். கோவிந்து செயலாளர் பக்கத்தில் நின்று இருந்தான். அவனை இனம் தெரியாத பயம் கவ்விக்கொண்டிருந்தது.

எஸ்.ஐ. அறைக்குள் இருந்து சிகரெட் புகை கசிந்தது. போலீஸ் ஸ்டேசனுக்குள் இப்படி புகை விடுவது செயலாளருக்கு பிடிக்கவில்லை. வந்த வேலை சுமுகமாக முடிய வேண்டும் என்ற எண்ணத்தில் பொறுமையாக இருந்தார். ஜட்காவை ஓரங்கட்டி விட்டு வந்த சுப்புவை அழைத்துக்கொண்டு செயலாளர் எஸ்.ஐ.அறைக்குள் போனார். கோவிந்துக்கு அவர் சிங்கத்தின் குகைக்குள் போவது போலிருந்தது.

வெளியிலிருந்து பார்த்தால் அறைக்குள் நடப்பது தெரிந்தது. என்ன என்பது போல புருவத்தை நெரித்த எஸ்.ஐயிடம் “அடிவாரத்துக்குள்ள ஜட்கா வண்டிக வரக்கூடாதுன்னு உத்தரவு போட்டதா சொல்றாங்க, பொய்கை ரோட்டை ஜட்கா போகவிடாம தடுத்திருக்காங்க” எனச் செயலாளர் பேசிக் கொண்டிருக்கும் பொழுதே “நீ யாரு” என எஸ்.ஐ.குறுக்கிட்டார். “நான் தொழிற் சங்க செயலாளர்” என கூறிய உடன், “ஏன் வண்டிக்காரனுக ஒருத்தனும் பேச மாட்டானுகளா” என எஸ்.ஐ.குரலை உயர்த்தினார். கோவிந்துக்கு நடுக்கம் ஏற்பட்டது.

செயலாளருக்கு பின் நின்றிருந்த சுப்பு முன்னாடி வந்தார். “எம் பேரு சுப்புங்க, என்னோட சேர்த்து நூறு பேரு இந்த ஊர்ல ஜட்கா ஓட்டறோம். கோயிலுக்கு வர்றவங்க, மலைக்கு மட்டும் போறதில்ல, மலை அடிவாரம் வரை ஜட்காவுல போனும்னு ஆசைப்படுவாங்க, இந்த தொழில நம்பித்தான் நாங்க இருக்கோம். ஏன் எங்கள அடிவாரத்துக்குள்ள விட மாட்றீங்க” என சுப்பு கேட்டதும், உடன் இருந்த வண்டிக்காரர்கள் “ஆமங்க” என்றனர். சுப்புவை பார்க்க கோவிந்துக்கு பிரமிப்பாக இருந்தது.

எஸ்.ஐ., “வண்டிகளை ரோட்டில் ஒழுங்குக்கு கட்டுப்பட்டு நிறுத்த மாட்டேங்கறாங்க, நெனச்ச இடத்துல நிறுத்தறாங்க, அங்கனையே குதிர மூத்திரம் பெய்யுது, லத்தி போடுது. கோவில் எடத்துல ஒரு சுத்த பத்தம் இல்ல. அதனால் தான் அடிவாரம் பக்கம் ஜட்கா வண்டிகளை அனுமதிக்க வேண்டாம் என டி.எஸ்.பி உத்தரவு போட்டுட்டாரு, நான் ஒண்ணும் செய்ய முடியாது” என கறாராகச் சொன்னார். “சரி, நாங்க டி.எஸ்.பி.ய பாத்துக்கறம் சார்” எனக் கூறிவிட்டு, செயலாளருடன் ஸ்டேசனை விட்டு வண்டிக்காரர்கள் வெளியேறினர்.

சங்க அலுவலகத்தில் அன்று பிற்பகலில் கூட்டம் நடந்தது. "நம்மாளுக எத்தன பேர் இருக்காங்க" எனச் செயலாளர் கேட்டார். "நூறு பேருக்கு மேல இருப்பாங்க" என சுப்பு சொன்னார். "சாயந்தரம் ஆறு மணிக்கு ஒரு ஆளு பாக்கி இல்லாம, எல்லாரையும் டி.எஸ்.பி.ஆபீஸுக்கு வண்டியோட வரச் சொல்லுங்க, அங்க வச்சுப் பேசிக்கலாம்" எனச் செயலாளர் கூட்டத்தைக் கலைத்தார்.

கோவிந்துக்கு இன்று நடப்பது யாவும் அதிசயமாகவும், பரபரப்பாகவும் இருந்தது. ஒரு சாதாரண ஜட்கா வண்டிக்காரர், போலீசை எதிர்க்க முடியுமா? கோவிந்து போலீசைப் பார்த்து பயந்தே வளர்ந்தவன். தூரத்தில் போலீஸ் வருவதைப் பார்த்தால், கழுத்து பட்டனை இரண்டு கைகளாலும் இழுத்து மூடி அவர் கடக்கும் வரை பயத்துடன் தலைகுனிந்து நின்று கொள்வான். போலீஸ் என்ற பெயரில் பல பேர் பல சந்தர்ப்பங்களில் இவனைப் பயமுறுத்தி உள்ளனர். அவனுக்கு இப்பொழுது கூட பயம் தான். சசியின் அப்பா தன்னைப்பற்றி புகார் எதுவும் கொடுத்து, போலீஸ் தன்னைத் தேடிக்கொண்டு வந்துவிட்டால் என்ன செய்வது என்ற உதறல் உள்ளுக்குள் இருந்துகொண்டேதான் இருந்தது.

~24~

நேத்ரா கோவிலில் இருந்து வந்தபிறகு இயல்பாக இல்லை. பானுமதியக்கா, கோவிந்துவிடம் பேசச் சொல்லி விட்டாள். ஆனால் எப்படி பேசுவது? இரவு சாப்பாட்டு நேரத்தில் தான் அவனைச் சந்திக்க முடிகிறது. அப்பொழுது ராசாத்தி வந்து விடுகிறாள். நேத்ரா மீது ராசாத்திக்கும் பிரியம் உண்டு. நேத்ரா தலை சீவும் போதும், உடை மாற்றும் போதும் கண் மாறாமல் பார்த்துக்கொண்டே இருப்பாள். பிறகு "நீ ரொம்ப அழகுடி" என முகத்தை வழித்து நெட்டி முறிப்பாள். அவளிடம் இதைப் பற்றிப் பேசினால் என்ன? என நேத்ரா யோசித்தாள். அவள் கண்டிப்பாக உதவுவாள் என்றே நேத்ரா நம்பினாள். ஆனால், ராசாத்தியிடம் பேச்சை எப்படி ஆரம்பிப்பது... நேத்ராவுக்கு குழப்ப மேலீட்டின் காரணமாக, காலையிலும், மதியமும் சரியாக உணவு செல்லவில்லை.

ராசாத்தி நேத்ராவின் போக்கை மௌனமாய் அவதானித்துக் கொண்டுதான் இருந்தாள். அவளுக்கு நேற்று இரவே அது புரிய ஆரம்பித்தது. பிற்பகலில் உள் அறையில் மூவரும் படுத்து உறங்குவது வழக்கம். புழக்கடைப் பக்கம் வேப்ப மரத்தின் கீழ் நேத்ரா உறங்காமல் உட்கார்ந்திருந்தாள். ராசாத்தியின் வருகைக்காக காத்திருந்தாள். ராசாத்தி, முன்புற வாசலில் பசுபதியக்காளிடம் பேசிக்கொண்டு இருந்தாள். அநேகமாக அது இந்த மாத வரவு செலவு சம்பந்தமாக இருக்கலாம். இந்த மாதம் அய்யப்பசாமி சீசன் தொடங்கி இருந்ததால் ரெகுலராக வரும் வாடிக்கையாளர் எண்ணிக்கை குறைந்து இருந்தது. இப்படி பற்றாக்குறை ஏற்படும் காலத்தில் பசுபதியக்கா, பீரோவிலிருந்து செலவுக்கு தாராளமாக பணம் எடுத்துக் கொடுப்பாள்.

பசுபதியக்கா நல்ல மனசுக்காரி. அவள் மட்டும் இல்லையென்றால், போலீஸ் நேத்ராவை சிறைக்குள் தள்ளியிருக்கும் இல்லை சமூக விரோதிகள் கையில் ஏலம் விட்டிருக்கும். மைசூருக்குப் பக்கத்தில் உள்ள கிராமத்தைச் சேர்ந்த நேத்ராவை, அவளது விருப்பத்திற்கு மாறாக சொந்த மாமா மகன் மஞ்சுநாத்துக்கு திருமணம் செய்து வைத்தார்கள். சின்ன வயதில் இருந்தே பார்த்து பழகிய அவனை கணவனாக ஏற்க நேத்ராவின் மனம் ஏனோ இசையவில்லை. அவனும் இவளை மனைவி என்ற ஸ்தானத்தில்

புது உறவாகப் பார்க்கவில்லை. மனதளவில் இணைய முடியாத சூழலில் சாதாரண விஷயங்களுக்குக்கூட சண்டை சச்சரவுகள் ஏற்பட்டன. நாளடைவில் அவனுக்கு, நேத்ரா மீது வீண் சந்தேகமும், வெறுப்பும் ஏற்பட்டது. நேத்ரா விவசாயக் கூலி வேலைகளுக்கு சென்று வருவதையும் நிறுத்தி விட்டாள்.

இரவில் குடித்து விட்டு வந்து, கழுத்தில் காலை வைத்து நசுக்கும், மஞ்சுநாத்திடமிருந்து நேத்ரா தினமும் செத்துப் பிழைத்தாள். அவள் பெற்றோரிடம் சொல்லிப் பார்த்தாள். நேத்ராவுக்கு கீழே இரண்டு மகள்களை வைத்துக்கொண்டு வறுமையில் வாடும் பெற்றோர், "ஒரு குழந்தை பிறந்தா போகப் போக எல்லாம் சரியாகிவிடும்" என சமாதானம் கூறினர்.

அன்று மாலை நிலைகொள்ளாமல், வெட்டறுவாளுடன் துரத்திய கணவனிடமிருந்து தப்பிக்க, நேத்ரா மைசூருக்கு பஸ் ஏறிவிட்டாள். மைசூர் ரயில்வே ஸ்டேசனில் கிளம்பிக் கொண்டிருந்த ரயிலில் ஏறியவளுக்கு, இனிமேல் இந்த ஊருக்கு திரும்பி வரக்கூடாது என்ற வைராக்கியம் மட்டும் மனதில் இருந்தது. ரயில் தூத்துக்குடியை நோக்கி போய்க்கொண்டிருந்தது. விடியும் நேரத்தில் நின்ற ஒரு ஸ்டேசனில் இறங்கிக் கொண்டாள். உடன் பயணம் வந்தவர்கள், மலைக்கோவில் உள்ள ஊருக்கு செல்கிறார்கள் என்பதை அறிந்து அவளும் பஸ் ஏறி இந்த ஊருக்கு வந்து விட்டாள்.

நகரில் அரக்க பரக்க நடந்து வந்தவளுக்கு எங்கே போவது என்று தெரியவில்லை. பேசும் பாஷையும் புரியவில்லை. பகலை சமாளித்தவளுக்கு இரவு நெருங்குகையில் பயம் பற்றிக்கொண்டது. வெறும் கையை வீசிக் கொண்டு அந்த ஊருக்கு புது மனுஷியாய் தெரிந்தவள் மற்றவர்களின் கவனத்திற்கு ஆளானாள்.

எங்கே இரவைக் கழிப்பது என்ற யோசனையுடன், மலைக்கோவில் செல்லும் பாதையில் நடந்து கொண்டிருந்தாள். அப்பொழுது நாற்பது வயது மதிக்கத்தக்க பெண், அருகில் பழைய சத்திரம் இருப்பதாகவும், அங்கே இலவசமாக தங்கிக்கொள்ளலாம் என கன்னடத்தில் சரளமாக பேசினாள். தன் தாய் மொழியைப் பேசும் அவளை உடனடியாக நேத்ரா நம்பி விட்டாள். அந்தப் பெண் சிதிலமான கட்டிடம் ஒன்றில் காலியாக இருந்த அறையில் இருக்கச் சொல்லி விட்டு, நேத்ராவிடம் அருகில் இட்லி வாங்கி வருவதாக காசு வாங்கிக்கொண்டு சென்றாள்.

அந்த அறையில் பழைய மரக்கட்டில் ஒன்று இருந்தது. நேத்ராவுக்கு இருந்த களைப்பில் அந்தக் கட்டிலில் படுத்தவள், அயர்ந்து தூங்கி விட்டாள். இரவு நேரம் தெரியவில்லை. தன் கணவன் மஞ்சுநாத்திடம் அடிக்கும் மது வாசனை அறை முழுவதும் அடித்தது. எங்கே தன் கணவன் தேடிக்கொண்டு இங்கேயும் வந்து விட்டானோ..என்ற அச்சத்தில் அலறி துடித்துக்கொண்டு எழுந்தவளை, ஒரு ஆணின் முரட்டுக் கரம் இழுத்து அணைத்தது. அவளைக் கட்டிலில் தள்ளி இரக்கமின்றி அவளது கண்ணியத்தை சிதைத்தது. எதிர்பாராத அந்த தாக்குதலில் இருந்து நேத்ராவினால் உடனே திமிறி எழ முடியவில்லை. அதற்குப் பிறகு நேத்ரா சுதாரித்துக்கொண்டு அறைக்கு வெளியே எட்டிப்பார்த்தாள்.

நேத்ராவை இங்கு கொண்டு வந்த பெண் வெளியில் காசை வசூல் செய்து கொண்டு, அடுத்த ஆளை அனுப்ப ஏற்பாடு செய்து கொண்டிருந்தாள். இதையறிந்ததும் நேத்ரா, அவளைப் பிடித்துக் கீழே தள்ளிவிட்டு, புயல் போல ஓடினாள். கட்டிடத்திற்கு வெளியே வீதிக்கு வந்துவிட்டாள். அந்தப் பெண் உடன் வந்த இரண்டு ஆட்களுடன் நேத்ராவை துரத்த ஆரம்பித்தாள். அவர்கள், நேத்ராவை சுற்றி வளைத்துப் பிடித்துக்கொண்டனர். நேத்ரா உயிர் பயத்தில் அழுது கூச்சலிட ஆரம்பித்தாள். அவர்களிடமிருந்து தன்னைக் காப்பாற்றிக்கொள்ள சக்தியை முழுவதும் திரட்டி போராடினாள். யார் தகவல் சொன்னார்கள் என்று தெரியவில்லை. அடுத்த சில நிமிடங்களில் போலீஸ் வண்டி அங்கே வந்தது. அவர்கள் அனைவரையும் அள்ளிப்போட்டுக்கொண்டு ஸ்டேசனுக்கு சென்றது.

அடுத்த நாள் காலை அதிகாரி வரும் வரை, ஸ்டேசனில் கம்பிக் கிராதிகள் அடைக்கப்பட்ட வாசல் திண்ணையில் உட்கார வைக்கப்பட்டனர். ஸ்டேசனுக்குள் எரிந்த ஜீரோ வாட்ஸ் பல்பு வெளிச்சத்திற்காக அழுவது போலிருந்தது. கேட் அருகில் பாரா போலீஸ் மட்டும் நின்றிருந்தார். போன் மணி அடிக்கும்போது மட்டும் உள்ளே வந்தார். போலீஸ் ஸ்டேசன் முக்கால் இருட்டில் அடங்கிப் போயிருந்தது.

நேத்ராவின் உடல் முழுவதும் பிசுபிசுப்பேறி இருந்தது. நாள்பட்ட சீக்கு கோழியைப் போல நடுங்கிக் கொண்டிருந்தாள். முகத்திலும், முன் கைகளிலும் ஏற்பட்டிருந்த காயங்களும், நகக் கீறல்களும் தாள முடியாத எரிச்சலை ஏற்படுத்தியவாறு இருந்தது.

நேத்ராவுக்கு உடனே செத்து விட வேண்டும் போலிருந்தது. சீரழிந்து போன உடலை வைத்துக்கொண்டு இனி வாழ்வதற்கு என்ன இருக்கிறது என்ற விரக்தியுடன், வெளியே படுத்திருந்த இருட்டைப் பார்த்துக் கொண்டிருந்தாள்.

இரண்டு அடி இடைவெளியில் இருந்த அந்தப் பெண், "ஸ்டேசனைவிட்டு வெளியே வந்ததும் பார்த்துக்கொள்கிறேன்" எனக் கருவிக் கொண்டிருந்தாள். நேத்ரா பதில் ஒன்றும் பேசவில்லை. நடுவில் இடம் மாறி அமர்ந்த, இரண்டு பேரில் ஒருவன் கூசாமல் நேத்ராவின் மார்பில் கை வைத்தான். நேத்ராவுக்கு வந்த ஆத்திரத்தில், அவனது அடிவயிற்றில் ஓங்கி எட்டி உதைத்தாள். இதைச் சற்றும் அவன் எதிர்பார்க்கவில்லை. தாங்க முடியாத வலியுடன் தள்ளி உட்கார்ந்து கொண்டான். காடு கழனிகளில் சுற்றியலைந்த கால்களின் வலுவை அறிந்து கொண்ட நேத்ரா, "எங்கையில தாண்டி ஒனக்கு சாவு" என அந்தப் பெண்ணைப் பார்த்து கன்னடத்தில் எச்சரித்தாள்.

~25~

முதல் நாள் இரவு சசி எதிர்பார்த்திருந்த அதே பஸ்ஸிற்கு சுந்தரமும், ரஹீமும் காத்திருந்தனர். பேப்பர்கடை அய்யனாரைச் சந்தித்த பிறகு, சுந்தரம் பேசவே இல்லை. அவராக ஏதாவது ஒரு முடிவுக்கு வரட்டும் என ரஹீம் பொறுமையாக இருந்து பார்த்தார். இன்னும் சிறிது நேரத்தில் காளிப்பட்டி போகும் பஸ் வந்து விடும். சேர்ந்து உட்கார இடம் கிடைக்குமோ என்ற சந்தேகத்தில், தானே பேசி விடலாம் என, "ஏம் மாமு, நாளக்கி ஞாயித்துக் கெழம கறிக்கடை நாளு, நாளைக்குப் பயணம் இருக்குன்னா போலாம் மாமு, கடைய வேணா மச்சினன் பாத்துக்கிடட்டும்" என்று பேச்சினைத் துவக்கினார். "என்னமோ பாய் ஒரே குழப்பமா இருக்கு, என்ன செய்யறதுன்னு தெரியல, பேப்பர்காரரு சொன்னதுல ஒரு நியாயம் இருக்கு. ஆனா பாப்பா கிட்ட எப்பிடி வெசாரிக்கிறதுன்னு தான் தெரியல. நாளக்கி நீ கறிக்கடைய பாரு, நாளைக்குள்ள துப்பு ஏதும் கிடைக்குதான்னு பாப்பம், இல்லன்னா மக்கா நாளு மறுபடியும் டவுனுக்குப் போவோம்" என பேச்சை முடித்துக்கொண்டார்.

பஸ் வந்து விட்டது. ரஹீம் பாய் சந்தேகப்பட்டது போல இருவருக்கும் சேர்ந்து உட்கார இடம் கிடைக்கவில்லை. தேடிப் பார்த்துவிட்டு மாறி உட்கார்ந்தனர். ஜன்னலோரம் உட்கார்ந்திருந்த சுந்தரத்தை, ஐந்தாம் பிறை ஒரு நட்சத்திரத்துடன் துரத்திக்கொண்டே வந்தது. வளர்பிறையின் வெளிச்சத்தில் மீனாட்சி அம்மன் கோவில் கோபுர கலசங்கள் விட்டு விட்டு மின்னின. டவுனைத் தாண்டியதும், இருட்டும் ஈரக்காற்றும் பேருந்தை சுற்றி வளைத்தன. தூரத்தில் படுத்திருந்த ஆனைமலை வாழ்வின் உன்னதத்தை அமைதியாக சொல்லிக் கொண்டிருந்தது. பார்த்துக்கொண்டே வந்த சுந்தரம் களைப்பில் கண்ணயர்ந்து விட்டார்.

ரஹீம்பாய்தான், "மாமு ஊரு வந்துருச்சு மாமு" என எழுப்பினார். பஸ்ஸை விட்டு இறங்கியதும், "மாமு எதுக்கும் பாப்பா கிட்ட நல்லா வெசாரிங்க மாமு, நாளக்கி சாயந்தரம் நான் வந்து பாக்கிறேன்" என்றவாறு ரோட்டிற்குத் தெற்குப் பக்கம் ரஹீம் போனார். சுந்தரம், வடக்குப்பக்கமாக, ஆறு குதிரைக் காளியம்மன் கோவில் வழியாக செல்லும் பாதையில் தளர்ந்து

நடந்தார். அவருக்கு கோவிந்துவைப் பற்றி சசியிடம் விசாரிக்க தயக்கமாக இருந்தது.

பொரிகடலைக்கார ராமசாமி, கடையை எடுத்து வைத்துக் கொண்டிருந்தார். சுந்தரத்தைப் பார்த்ததும், "டவுனுக்குப் போயிட்டு வர்றீங்களா?" என சம்பிரதாயமாகக் கேட்டார். "ஆமா ராமசாமி" என சுந்தரம் நின்று சொன்னார். "ரஹீம் பாயும் ஒங்களோட வந்தானாட்டாம் தெரியுது!" என போட்டு வாங்குவதற்காக அடுத்த கேள்வியை ராமசாமி கேட்டார். "இல்ல ராமசாமி, பாய் வேற சோலியா டவுனுக்கு வந்திருப்பான் போல" என்ற சுந்தரம் நடக்கலானார். "நீங்க என்ன சோலியா டவுனுக்குப் போனீங்க..." என அடுத்த கொக்கியை ராமசாமி போட்டார். சுந்தரம், நடையை நிறுத்தாமல், "சும்மா தாலுகா ஆபீஸ்ல ஒரு சோலி இருந்துச்சு" என்றவாறே அந்த இடத்தை கடந்து வந்துவிட்டார். சசி மட்டும் நேற்று இரவு பஸ்ஸிக்கு தனியாக வந்திருப்பது ஊர் முழுவதும் தெரிந்துவிட்டது. இனி கண்ணு, காது, மூக்கு வைத்து ஊரெல்லாம் கதை பேசும். இன்னும் இரண்டு நாளில் மாப்பிள்ளை வந்து சேராவிட்டால் இவ்வளவு நாள் காப்பாற்றி வைத்திருந்த மானம் மரியாதை எல்லாம் காற்றில் பறக்கும்.

ஆறு குதிரை காளியம்மன் கோவிலைக் கடக்கையில், அம்மா... என காளியம்மாளை அழைத்தார். "ஏன் இப்படி என்னை சோதிக்கிற" என கேள்வி கேட்டார். அங்கிருந்து, காற்றில் ஆடிய கதவு மணிச்சத்தம்தான் கேட்டது. அது காளியம்மனிடமிருந்து தனக்குச் சாதகமாக கிடைத்த அருள்வாக்கு என எடுத்துக்கொண்ட சுந்தரம், குதிரைகளுக்கு இடையே தெரிந்த கோவில் வாசலைப் பார்த்து கைகூப்பி வணங்கினார். "மாப்பிள்ளை நல்லபடியா வீடு வந்து சேந்துட்டார்னா, ஒனக்கு குதிரையில உருவாரம் செஞ்சி வைக்கிறேன் தாயி!" என நேர்ந்து கொண்டார். அதை ஏற்கும் விதமாக மீண்டும் மணிச்சத்தம் ஒலித்தது.

~26~

சங்க அலுவலகத்தில் ஒன்று கூடிய நூற்றுக்கு மேற்பட்ட ஜட்கா வண்டிகள், ஊர்வலமாய் நகர வீதிகளில் பவனி வந்தது. சுப்புவின் லட்சுமி ஊர்வலத்திற்கு தலைமையேற்று தலையில் வைத்திருந்த குஞ்சரத்தை தாள விடாமல் ஓடியது. சுப்புவோடு சேர்ந்து கோவிந்தும், செயலாளரும் ஜட்காவில் இருந்தனர். ஜட்கா வண்டிகள் சரியாக மாலை ஆறு மணிக்கு, நகர காவல்நிலைய வளாகத்திற்குள் நுழைந்துவிட்டன. முன்புறமிருந்த பரேடு மைதானம் போதாத அளவுக்கு ஜட்கா வண்டிகள் நிறைந்து ஒன்றிரண்டு வண்டிகள், வெளியே சாலையிலும் நிறுத்தப்பட்டிருந்தன.

டி.எஸ்.பி. அலுவலக ஏட்டு, அடிவாரம் ஸ்டேசன் எஸ்.ஐ.யை அவசரமாக வரச்சொல்லி தொலைபேசியில் அழைத்தார். எஸ்.ஐ.யின் படபடவென்று புல்லட் சத்தத்திற்கு, பயந்து குதிரைகள் ஒதுங்கி இடம் கொடுக்கவில்லை. புல்லட்டை விட்டு இறங்கி நடந்து வந்தார். டி.எஸ்.பி.அலுவலகம் முன்பு இருந்த பெஞ்ச்சில் அமர்ந்திருந்த செயலாளரும். சுப்புவும் எஸ்.ஐ.யைப் பார்த்து எழுந்து நிற்கவில்லை. அதை அவமரியாதையாக கருதிய எஸ்.ஐ.விர்ரென டி.எஸ்.பி.அலுவலகத்திற்குள் நுழைந்தார்.

ஏட்டு, “அய்யா, எஸ்.பி.யப் பாத்துட்டு மதியம் லேட்டாத்தான் வந்தாரு, படுத்துக்கிட்டு இருக்காரு, எப்பிடி எழுப்புறதுன்னு தெரியல” என எஸ்.ஐ.யிடம் படபடத்தார். “இன்னக்கி மத்தியானம் தான் வந்தானுக, அதுக்குள்ள இப்பிடி அய்யா ஆபீஸுக்கு வருவானுகன்னு எதிர்பார்க்கல” என எஸ்.ஐ.முனகினார். அவரது கருத்த தடித்த உடம்பு வியர்வையால் திளைத்து இருந்தது. “மொதல்ல இந்த ஜட்கா வண்டிகள அப்புறப்படுத்துங்க, அய்யாவுக்கு தெரிஞ்சா ஒங்களத்தான் சத்தம் போடுவாரு, மெமோ கொடுத்தாலும் கொடுத்துருவாரு” என ஏட்டு எச்சரித்ததில் பயந்து போன எஸ்.ஐ. தலையைத் தாழ்த்தியவாறு அலுவலகம் விட்டு வெளியே வந்தார்.

அங்கே, குதிரைகள் சிறுநீருடன் மாலை நேர லத்தியைப் போட்டுக் கொண்டிருந்தன. காம்பௌண்டுக்கு வெளியே பெரும் மக்கள் கூட்டம் வேடிக்கை பார்க்க கூடியிருந்தது. அதற்குள் எப்படியோ தகவல் தெரிந்து பத்திரிகையாளர்கள், புகைப்பட

கருவிகளுடன் தயாராக நின்றிருந்தனர். எஸ்.ஐ.க்கு என்ன செய்வது என்றே தெரியவில்லை. செயலாளரிடம் பேசலாம் என்றால் அவர் பெஞ்ச்சை விட்டு எழுந்து நிற்பதாகத் தெரியவில்லை. இந்த ஜட்கா வண்டிக்காரனும் கொஞ்சம் கூட அச்சமின்றி உட்கார்ந்திருப்பது எஸ்.ஐக்கு சுத்தமாக பிடிக்கவில்லை. கடைசியில் வேறு வழியின்றி, "வாங்க நம்ம ஸ்டேசன்ல வச்சு பேசிக்கலாம்" என செயலாளரிடம் பணிவாக எஸ்.ஐ.கேட்டார். "இல்ல டி.எஸ்.பி.சார் கிட்டயே பேசிக்கிறோம், நீங்க தான் ஒங்க கையில ஒன்னுமில்லன்னு சொல்லீட்டீங்களே" என செயலாளர் திருப்பி அடித்தார். இதைப் பார்த்துக் கொண்டிருந்த கோவிந்துக்கு உள்ளூர சந்தோசமும், இந்த டி.எஸ்.பி எப்படி இருப்பாரோ என்ற பயமும் ஒரு சேர ஏற்பட்டது.

வெளியே வந்த ஏட்டு, செயலாளரிடம் "அஞ்சு நிமிசம் பொறுங்க, அய்யா கூப்பிடுவாரு" என்று சொல்லிவிட்டு உள்ளே போய்விட்டார். செயலாளர், "அளவு மாற்றம் குணம் மாற்றம்னு சொல்லுவாங்க தோழர், மதியம் போலீசுக்கு மரியாதை கொடுத்து நாம மட்டும் போய் முறையா கேட்டோம். ஆனா அவங்க மதிக்கல, இப்ப நூறு ஜட்கா வண்டிக ஒன்னா உயரதிகாரி ஆபீஸ்ல திரண்டதும், திமிரா பேசுன அந்த எஸ்.ஐ.அடங்கி நடக்கறான் பாருங்க. இதுதான் நமக்கு தொழிற்சங்க வரலாறு கற்றுக்கொடுத்த பாடம். பிரச்னை நல்லபடியா முடியாம, நாம இங்க இருந்து நகரக் கூடாது தோழர், எல்லாத்தையும் ஒத்துமையாக தைரியமா இருக்கச் சொல்லுங்க. இந்நேரம் ஊர் முழுக்க இந்த விசயம் போயிருக்கும்"என சுப்புவிடம் பேசிக்கொண்டிருக்கும் பொழுதே, பத்துக்கும் மேற்பட்ட இளம் போலீஸார் லத்திகளுடன் அங்கு வந்து பாதுகாப்பிற்காக நின்று கொண்டனர்.

சிறிது நேரத்தில் டி.எஸ்.பி. உள்ளே அழைத்தார். செயலாளருடன் சுப்புவும், பெரியவர் நாட்ராயனும் பேச்சு வார்த்தைக்கு உள்ளே சென்றனர். கோவிந்துவும் இதயம் படபடக்க பின் தொடர்ந்தான். டி.எஸ்.பி.செயலாளரை சேரில் உட்காரச் சொல்லிவிட்டு "என்ன விசயம்னு" கேட்டார். "ஒண்ணுமில்லீங்க, இவங்க எல்லாம் ஜட்கா வண்டிக்காரங்க, எங்க சங்கத்துல இருக்காங்க. மலைக் கோவிலுக்கு குடும்பத்தோட வர்ற யாத்ரீகர்களை அடிவாரத்திற்கு அழச்சிட்டுப் போவாங்க. டவுன் பஸ், ஆட்டோ ரிக்ஷா வந்த பிறகு எல்லாப் பக்கமும், இந்த தொழில் அழிஞ்சி போச்சு. ஆனால் இங்க மட்டும், கோயிலுக்கு வர்ற ஜனங்க பிரியப்பட்டு

ஜட்கா வண்டியில ஏறுறாங்க, அதனால் நூறு குடும்பம் பொழச்சிருக்கு. அடிவாரம் போக தடுத்தீங்கன்னா, ஜட்கா ஓட்டம் நின்னு போகும். இந்த தொழிலே அழிஞ்சி போகும் சார்...'' என செயலாளர் சொல்லி முடிக்கும் வரை குறுக்கிடாமல் டி.எஸ்.பி.கேட்டார்.

பிறகு, ''ஆமா, நான் பல டிவிசன்ல வேல பாத்திருக்கேன். இங்க தான் இவ்வளவு ஜட்கா வண்டி ஓடுது, எல்லா வண்டியும் மோட்டாருல ஓடுற காலத்துல, ரோட்டுல குதிர வண்டி ஓடுறது கொஞ்சம் ரிஸ்க் தான். நான் இந்த எஸ்.ஐ.யை விசாரிச்சேன். அவரு ரோடு பூராம் குதிர லத்தி போடுது நெனச்ச இடத்துல ஜட்காவை நிறுத்திக்கிறாங்க பெரிய நியூசென்சுன்னு சொன்னாரு, ஆனா வேல வெட்டி கிடைக்காத காலத்துல நூறு பேரோட தொழில தட்டிப் பறிக்கிறது எங்க வேலையில்ல, ஒழுங்குபடுத்தறது தான் எங்க வேலை. சரி, எங்க நிறுத்துனாலும் ஜட்காவை ஓரமா ஜனங்களுக்கும், போக்குவரத்துக்கும் இடைஞ்சல் இல்லாம நிறுத்துங்க. இல்லேன்னா ஃபைன் போட வேண்டியதா இருக்கும்'' என பிரச்னையை முடிவுக்கு கொண்டு வந்தவர், ''இந்த லத்தி சமாச்சாரத்த ஒண்ணும் செய்ய முடியாது அது இயற்கை, அத முனிசிபாலிட்டிகாரங்க பாத்துக்கட்டும்'' என்று புன்னகைத்தார். அது அவருக்குப் பின்னால் சுவற்றில் மாட்டியிருந்த காந்தியைப் பிரதிபலிப்பதாக இருந்தது.

சுப்புவுக்கும், பெரியவர் நாட்ராயனுக்கும் பெருத்த சந்தோஷம் ஏற்பட்டது. வெளியில் காத்துக்கொண்டிருந்த வண்டிக்காரர்களிடம், ''டி.எஸ்.பி.சார் நல்லபடியா பேசி முடிச்சிட்டாரு, மத்த விஷயங்கள சங்க ஆபிஸ்ல வச்சுப் பேசிக்கலாம்''. என செயலாளர் உரக்க அறிவித்ததும், ஜட்காக்கள் அங்கேயிருந்து அமைதியாக கலைந்து, சங்க அலுவலகத்தை நோக்கிச் சென்றன. குதிரைகள் போட்டிருந்த லத்தி நடந்து முடிந்த அந்த சத்தியாகிரகப் போராட்டத்திற்கு சாட்சியமாக மணம் வீசிக்கொண்டிருந்தது. செயலாளர், ''தோழர் ஜட்கா போனப்புறம் குதிர போட்டிருக்கற லத்திகள அள்ளி எடுத்து மைதானத்தைச் சுத்தம் பண்ண ஏற்பாடு பண்ணுங்க'' என சுப்புவிடம் மறக்காமல் சொன்னதை அலுவலகத்திற்குள் இருந்து டி.எஸ்.பி. கேட்டுக்கொண்டிருந்தார். அவர் முன்பு எஸ்.ஐ. தலைகுனிந்து நின்றிருந்தார்.

~27~

நேத்ரா விச்ராந்தியாக காவல்நிலையத்தில் உட்கார்ந்து இருந்தாள். காவல்துறை ஒருவேளை சிறைக்குள் வைத்தாலும் போய்த் தொலைவது என முடிவு செய்துவிட்டாள். அட்ரஸ் கேட்டால் மட்டும் கொடுத்து விடக்கூடாது என்பதில் தீர்மானகரமாக இருந்தாள். மீண்டும் சொந்த ஊருக்கு அதுவும் போலீஸோடு என்பது நினைத்துப் பார்க்க முடியாதது. அதற்கு ஒரு முழக்கயிற்றில் நிம்மதியாக தொங்கி விடலாம் என முணுமுணுத்துக் கொண்டாள்.

இரவில் பார்த்த பெண் காலை வெளிச்சத்தில் துலாம்பரமாக தெரிந்தாள். அவளது நெற்றியில் வெட்டுக்காயம். ஒரு பக்க மேல் காது அறுந்து கிடந்தது. தெருவில் இவளை நம்பியா போனோம் என நேத்ராவுக்கு அருவருப்பாக இருந்தது. தன்னை ஒருவேளை இவள் வசியம் செய்து இருப்பாளோ.. என அவளது கண்களைப் பார்த்தாள்; நேத்ரா பார்ப்பதை அறிந்து அவள் முகத்தை வெடுக்கென்று திரும்பிக் கொண்டாள். நேத்ரா கொஞ்சம் ஒத்துழைப்பு கொடுத்திருந்தால் அவளை வைத்து ஒரு ரவுண்டு ஆடியிருக்கலாம் என்ற அவளது திட்டம் நிராசையாகிப் போனதில் அவளுக்கு பெரும் ஏமாற்றம்.

காலை 7 மணிக்கெல்லாம் காவல் ஆய்வாளர் ஸ்டேசனுக்குள் வந்துவிட்டார். அதற்கடுத்து, தூக்கு வளையத்தில் டீ டம்ளர்களை மாட்டிக்கொண்டு ஒரு சிறுவன் உள்ளே நுழைந்தான். அவன், அந்தப் பெண்ணைப் பார்த்துவிட்டு, “கஸ்தூரியக்கா மறுபடியும் வந்துட்டியாக்க” என அன்புடன் வரவேற்றான். அதற்கு “ஆமாண்டா தம்பி” என்ற கஸ்தூரி, தனக்கும் உடனிருந்த இரண்டு தடியன்களுக்கு மட்டும் மூன்று டீ கொண்டு வரச் சொன்னாள்.

பழக்கப்பட்ட சிட்டுக் குருவிகள் எவ்வி எவ்வி படியேறுவதும் பிறகு ஜிவ்வென பறப்பதுமாகவும் வேடிக்கை காட்டின. சற்றுத் தள்ளி வளைந்து நெளிந்து மெலிதாக உயர்ந்து நின்ற கொன்றை மரத்தில் சரம் சரமாய் மஞ்சள் பூக்கள் மலர்ந்திருந்தன. இரவு நேரத்தில் நேத்ராவை பயமுறுத்திய காவல்நிலையம், விடிந்தபொழுதில் வசீகரிப்பதாக இருந்தது.

ரைட்டர் உள்ளே கூப்பிடுவதாக, ஒரு காவலர் வந்து சொன்னார். கஸ்தூரியும் இரண்டு ஆண்களும் முன்னே செல்ல, இடைவெளி

விட்டு நேத்ரா கடைசியாக சென்றாள். ரைட்டர் முதலில் நேத்ராவைத் தான் விசாரித்தார். அவள் பேசும் மொழியை ஓரளவு புரிந்து கொண்ட ரைட்டர், கஸ்தூரியைப் பார்த்து "நீ திருந்தவே மாட்டியா" எனக் கேட்டார். அந்த இரண்டு ஆண்களும் கஸ்தூரி வற்புறுத்திக் கூப்பிட்டதால் தான் சென்றோம் என்றும், வேண்டுமானால் சாட்சி சொல்லத் தயார் என்றும் தலையை குனிந்துகொண்டே கூறினர். ரைட்டர் அவர்களை இருக்கச் சொல்லிவிட்டு, காவல் ஆய்வாளரைப் பார்க்கச் சென்றார்.

அப்பொழுது ஸ்டேசன் வாசலில், வந்து நின்ற ஜட்காவிலிருந்து பசுபதி இறங்கினாள். அவளைப் பார்த்ததும் ரைட்டர் மீண்டும் சேரில் வந்து உட்கார்ந்து, காலண்டரைப் பார்த்தார். இன்று தமிழ் மாதம் முதல் தேதி என உறுதிப்படுத்திக் கொண்டவர், இவர்களை வெளியில் நிற்கச் சொல்லிவிட்டார். பசுபதியைப் பார்த்ததும் கஸ்தூரிக்கு உதறலெடுத்தது. "அக்கா கிட்ட எதுவும் சொல்லியிறாதீங்க" என ரைட்டரிடம் கேட்டுக்கொண்டாள்.

பசுபதி, ரைட்டரின் அறைக்குள் நேத்ராவின் முகம் பார்த்துக்கொண்டே நுழைந்தாள். நேத்ராவுக்கு பசுபதியின் மஞ்சள் பூத்த முகமும், நெற்றியிலிருந்த சிவப்பு திலகமும், உதடுகளில் படிந்திருந்த தாம்பூலமும், மைசூர் சாமுண்டீஸ்வரி அம்மனை ஞாபகப்படுத்துவதாக இருந்தது. அவளை கையெடுத்து கும்பிட்டாள்.

ஒவ்வொரு மாதமும் ஸ்டேசனுக்குச் சேர வேண்டிய மாமூலை, மஞ்சள் பையில் கொண்டு வந்திருந்த பசுபதியை, ரைட்டர் "அக்கா வாங்க" என வரவேற்று நாற்காலியில் உட்காரச்சொன்னார். பசுபதி, மஞ்சள் பையை ரைட்டரிடம் கொடுத்துவிட்டு, நேத்ராவைப் பற்றி விசாரித்தாள். ரைட்டர் வழக்கு சம்பந்தப்பட்ட விவரங்களைக் கூறியவர், அட்ரஸ் கொடுத்தால் நேத்ராவை அவளது சொந்த ஊருக்கும், இல்லை என்றால் அரசாங்க ஹோமுக்கும் அனுப்பவிருப்பதாக கூறினார். அதற்கு, நேத்ரா விருப்பப்பட்டால் தன்னுடன் அழைத்துச் செல்வதாக பசுபதி கூறினாள்.

ரைட்டர், நேத்ராவை மட்டும் உள்ளே அழைத்து பசுபதியின் கருத்தை தெரிவித்தார். நேத்ரா, எதுவும் யோசிக்கவில்லை, உடனே சரி என்றாள். ரைட்டர், ஆய்வாளரைப் பார்த்து பேசி விட்டு வந்தவர், நேத்ராவிடம் ஒரு கையெழுத்து வாங்கிக் கொண்டு

பசுபதியுடன் அனுப்பி வைத்தார்.

பசுபதி, நேத்ராவுடன் ஸ்டேசனை விட்டு வெளியே வரும்போது, கஸ்தூரியை அருகில் அழைத்தாள். அவளிடம், "நான் ஒன்ன வளர்த்த விதம் சரியில்லடி, பதினெட்டாம் படியில அனாதப் புள்ளையா நீ அழுதுட்டு இருந்தியே அப்பவே கழுத்த நசுக்கி ஒன்ன கொன்னுருக்கனும்," என அதட்டியவள், "இனிமே இவ எங்கூடத்தான் இருப்பா, ஏதாவது சேட்டை செஞ்சே, அப்புறம் இந்த ஊர்ல நீ உயிரோட இருக்க முடியாது" என எச்சரித்த பசுபதியின் கண்களில் தெறித்த நெருப்பைப் பார்த்து கஸ்தூரி அரண்டு போனாள்.

இது நடந்து நான்கு மாதத்திற்கு மேலாகிறது. முதல் ஒரு மாதம் யாரும் நேத்ராவை அண்டாமல் ராசாத்தி பார்த்துக்கொண்டாள். அப்போது, பானுமதி, விடிவெள்ளியுடன், மீனாவும் இருந்தாள். மீனாவிடம் தினமும் ஒரு ஜட்கா வண்டிக்காரன் வந்து போனான். ஒரு கட்டத்தில் அவன் மீனாவை திருமணம் செய்து கொள்வதாக பசுபதியிடம் விருப்பம் தெரிவித்தான். அவனைப் பற்றிய முழு விவரமும் தெரிந்து கொண்ட பசுபதி, மீனாவை அவனுக்கு கட்டிக்கொடுத்தாள். மீனா போனபிறகு காலியான இடத்தில் நேத்ரா தயக்கம் ஏதுமின்றி தன்னைப் பொருத்திக் கொண்டாள்.

இந்த இரண்டு நாட்களாக, நேத்ராவின் மனதை கோவிந்து மிகவும் தொந்தரவு செய்து கொண்டிருந்தான். குழந்தையின் சாயல் மாறாத அவன் முகம், மீண்டும் மீண்டும் அவனைப் பார்க்கத் தூண்டியது. ராசாத்தியிடம் மனம் விட்டுப் பேச வேண்டும். அவள் மூலமாக கோவிந்துவை சம்மதிக்க வைத்து அவனுடன் குடும்ப வாழ்க்கையை ஏற்படுத்திக்கொள்ள வேண்டும் என ஆவலுடன் நேத்ரா காத்திருந்தாள். ராசாத்தி புழக்கடையிலிருந்து ஈரக்கைகளை இருபக்கமும் புடவையில் துடைத்தவாறு வேப்ப மரத்தை நோக்கி வந்து கொண்டிருந்தாள். அப்பொழுது அடித்த சிறுகாற்றில் உதிர்ந்த வேப்பம் பூக்களின் வாசம் நேத்ராவுக்கு உவப்பாக இருந்தது.

~28~

சுந்தரத்தின் வரவை எதிர்பார்த்து கோமதியும், சசியும் காத்திருந்தனர். வீட்டுக்குள் வந்த சுந்தரம் ஒன்றும் பேசவில்லை. கொஞ்சமாக ரசம் சாதம் சாப்பிட்டுவிட்டு பெரிதாக ஏப்பம் விட்டார். கோமதிதான் பேச்சை ஆரம்பித்தாள். "மாப்பிள்ளையை பத்தி ஏதாவது தகவல் கெடச்சுதுங்களா" என அவள் கேட்டதற்கு, ஒண்ணுமில்லை என்பது போல உதட்டைப் பிதுக்கி தலையசைத்தார். சசி அறைக்குள் ஒருக்களித்த கதவுக்குப் பின்னால் உட்கார்ந்து கவனித்துக் கொண்டிருந்தாள்.

கோமதி பையிலிருந்த புகைப்படத்தை எடுத்து முந்தானையில் துடைத்து விட்டு பார்த்தாள். பிறகு, "சசி வீட்டுக்கு போயிருந்தீங்களா" எனக் கேட்டாள். "ஆமாம்" என்று சுந்தரம் சொன்னபோது, சசிக்கு நறுக்கென்று இருந்தது. "எதுத்த வீட்டுக்காரம்மாட்ட சொல்லிட்டு வந்திருக்கு, மாப்பிள்ளை வேலை பாக்கற கடையில, பஸ் ஸ்டாண்ட்லன்னு வெசாரிச்சு பாத்தாச்சு ஒரு தகவலும் கெடைக்கல, யாரக் கேட்டாலும் பாப்பாகிட்ட நல்லா வெசாரிங்கன்னு சொல்றாங்க, பாப்பாவுக்கு வெவரம் தெரிஞ்சா சொல்லமாட்டாளா என்ன" என சுந்தரம் அறைப் பக்கம் பார்த்தார். அவள் ஒரு விவரமும் சொல்ல மறுக்கிறாள் என கோமதி சுந்தரத்திடம் சைகை மொழி பேசினாள்.

சசி வாயை இறுக்கிக் கொண்டு மௌனம் காத்தாள். ஒரு மூச்சு விட்டால் கூட பேச்சு ஊர் முழுக்க போய்விடும் என்பதில் அவள் ஜாக்கிரதையாக இருந்தாள். அவளுக்கு, கோவிந்தின் மீதும் அசாத்திய நம்பிக்கை இருந்தது. அவன் கண்டுபிடிக்கப்படும் போது உறுதியாக தன்னை காட்டிக்கொடுக்க மாட்டான் என்பதே அது. ஆனால் இதை எப்படி நிவர்த்தி செய்வது, எங்கே கொண்டு போய் இந்தப் பாவத்தை தொலைப்பது என அவள் மனசாட்சி கேட்கும் கேள்விகளுக்கு பதில் கிடைக்காமல் சசி பெரும் சங்கடத்தில் ஆழ்ந்தாள்.

சுந்தரத்திற்காக, கோமதி திண்ணையில் பாயை உதறி விரிக்கும் சத்தம் சசிக்கு கேட்டது. அப்பாவுக்கு பகல் முழுவதும் வெயிலில் அலைந்து திரிந்த களைப்பு இருக்கும். ஆனால் அவர் நிம்மதியாக தூங்குவாரா என்பது சந்தேகமே. வயதான காலத்தில் அவருக்கு பெரிய இக்கட்டினை ஏற்படுத்திவிட்டோமே என சசி சுந்தரத்திற்காக

கவலைப்பட்டாள். ஒரு மகளாகப் பிறந்து வாழ்க்கையில் எந்த ஒரு சந்தோஷத்தையும் தன்னால் அப்பாவுக்கு வழங்க முடியவில்லையே என்ற மனப்புழுக்கம், சசியை அன்று இரவு முழுவதும் தூங்கவிடவில்லை. திண்ணைக்கு கீழ் பஞ்சாரத்தை ஒட்டி படுத்துக் கிடந்த கோமதியிடமிருந்து மெலிதான குறட்டை ஒலி வெளிப்பட்டது. அவளாவது நிம்மதியாக தூங்கட்டும் என எதிர்த்த வீட்டுப் பையன் சசியை பஸ் ஏற்றிவிட்ட தகவலை கோமதியிடம் சொல்லாமல் சுந்தரம் அன்று இரவு மறைத்துவிட்டார்.

அடுத்த நாள் காலை கோழி கூப்பிட சுந்தரம் ஊருக்கு வடக்குப் பக்கம் இருந்த மாந்தோப்புக்கு சென்றிருந்தார். காவல்கார முனுசாமியுடன் தோட்டத்தை சுற்றிப் பார்த்தார். காய்ந்து தொங்கிய கோடைக் காய்கள் இன்னும் பறித்தபாடில்லை. கிணற்றில் நீர் மட்டம் கீழே வரை இறங்கி இருந்தது. “கார்மழை பெய்யலைன்னா தண்ணிக்கு ரொம்ப கஷ்டம்ங்க” என முனுசாமி சொன்னதை சுந்தரம் கவனித்ததாக தெரியவில்லை. சுந்தரம் கிணற்று மேட்டில் உட்கார்ந்து, “மாங்கா வேபாரி வந்தானா” என சுரத்தில்லாமல் கேட்டார். “ஆமாங்க எப்பவும் புடுங்கற முருகேசன் தான் வந்து பாத்துட்டுப் போனாரு, அய்யா வெலை சொன்னீங்கன்னா பேசி முடிச்சிறலாம். அழிமாட்டாம் ஜாஸ்தியா இருக்கு” என்ற முனுசாமி, சுந்தரத்தின் முகத்தைப் பார்த்தான். அதில் என்றைக்கும் இல்லாத அளவுக்கு கவலை ரேகைகள் விரவிக் கிடந்தன.

சுந்தரம் எழுந்துகொண்டார். காபிச் செலவுக்கு முனுசாமியிடம் இரண்டு ரூபாய் கொடுத்துவிட்டு, “முருகேசு வந்தான்னா முத்தின காய ஒரு ரவுண்டு புடுங்கச் சொல்லு. மார்க்கெட் நெலவரம் தெரிஞ்சிகிட்டு வெல பேசிக்கலாம் என்றவாறு தோப்பிலிருந்து வெளியேறியவரை வெயில் துரத்திக்கொண்டு வந்தது. தோளில் போட்டிருந்த துண்டை எடுத்து தலையில் சுற்றிக்கொண்ட சுந்தரத்திற்கு வீடு திரும்ப இஷ்டமில்லை. ரஹீம் பாயின் கறிக்கடை நோக்கி நடக்க ஆரம்பித்தார்.

~29~

சங்க அலுவலகத்தில், கூட்டம் நடந்துகொண்டிருந்தது. டி.எஸ்.பி.உடன் நடந்த பேச்சு வார்த்தையைப் பற்றி வண்டிக்காரர்களுடன் செயலாளர் பேசிக் கொண்டிருந்தார். அவர் அடிக்கடி, "தோழர்களே.."என்றழைப்பது கோவிந்துக்கு இஷ்டமாக இருந்தது. சுப்பு எல்லோருக்கும் டீ சொல்லி இருந்தான். செயலாளர் "இது கோவில் நகரம், ஜட்கா தொழில் இங்க பாரம்பர்யமா இருக்கு, இதப் பாதுகாக்கறது தான் நம்ம வேலை, பயப்படாம வேலை பாருங்க, சங்கம் ஒங்களுக்கு துணையா இருக்கும்" என பேச்சை முடித்தபொழுது, வண்டிக்காரர்கள் உற்சாகத்துடன் கரவொலி எழுப்பினார்கள். கோவிந்தும் அவர்களுடன் சேர்ந்து கை தட்டினான்.

கூட்டம் முடிந்து வெளியே வரும்போது, இரவு பிசிறின்றி இறங்கியிருந்தது. எரிந்து கொண்டிருந்த தெரு விளக்கு, வீதியிலிருந்த இருட்டை விரட்டுவது போல நடித்துக் கொண்டிருந்தது. பீடியைப் பற்ற வைத்துக் கொண்ட சுப்பு, "வண்டியில ஏறு கோவிந்து, அடிவாரத்தை ஒரு ரவுண்டு அடிச்சிட்டு வரலாம்" என லட்சுமியைக் கிளப்பினார். சவாரி இல்லாமல் ஜட்கா, காற்றில் பறப்பது போலிருந்தது.

பொய்கை ரோட்டை நெருங்கும் பொழுது, குறுக்கே கட்டியிருந்த கயிறு தன் அதிகாரத்தை இழந்து அவிழ்ந்து கிடந்தது. ரோட்டோரம், "ஜட்கா வண்டிகள் அடிவாரம் செல்ல அனுமதி கிடையாது" என எழுதப்பட்டிருந்த அட்டை குப்பையில் கலந்து இருந்தது. லட்சுமி, பொய்கை ரோட்டுக்குள் காலடி எடுத்து வைத்ததில், சுப்பு வண்டிச் சக்கரத்தின் ஆரக்கால்களில் சாட்டைக் குச்சியை விட்டு, கடகடவென சத்தமெழுப்பி அந்தப்பகுதி முழுமைக்கும் ஜட்கா வண்டியின் வருகையை உணர்த்தினார். இருபக்கமும் வியாபாரம் செய்து கொண்டிருந்த கடைக்காரர்கள் கவனம் பெற்று, கைகளை உயர்த்திக்காட்டி வரவேற்றனர்.

ஜட்கா எங்கும் நிற்காமல், பொய்கையைத் தாண்டி, கோவில் ரோட்டைக் கடந்து, மலைவாசலுக்கு இடதுபுறமாக திரும்பி, கிரிவலத்தைச் சுற்றிக்கொண்டு அடிவாரம் ரவுண்டானாவை வந்தடைந்தது. அதுவரை தீவிரமான முகத்துடன் பேசாமல் இருந்த சுப்பு, இப்பொழுது பேசினான், "கோவிந்து எங்க தாத்தா

காலத்துல இருந்து நூறு வருசமா நாங்க ஜட்கா ஓட்டறோம். ஒரு நாள் ஒரு பொழுது அடிவாரத்துக்கு சவாரி ஓட்டாம இருந்ததில்ல. எங்க பொழப்பே அடிவாரத்த நம்பித்தான், ஊரு ஊரா வேல பாக்கற போலீஸ்காரனுகளுக்கு இந்த ஊரப்பத்தியும், எங்களப் பத்தியும் என்ன தெரியும். நல்லவேளை டி.எஸ்.பி.நம்ம செயலாளரு சொன்னத புரிஞ்சிக்கிட்டாரு, இல்லன்னா பெரிய கலகமாயிருக்கும்" என்ற சுப்பு அவரது வீட்டை நோக்கி வண்டியை ஓட்டினார்.

இன்று வருமானம் இல்லை. இருந்தபோதும் முகத்தில் பெருமிதம் வழிய ஜட்காவை செலுத்திக் கொண்டிருக்கும் சுப்பு, கோவிந்துக்கு புது மனிதனாக தெரிந்தார். சில நாட்களுக்குள், தன் வாழ்க்கை தலைகீழாய் பயணிப்பதையும் அந்த வானத்தைப் போல பரந்து விரிவதையும் கோவிந்து படபடப்பான மனநிலையுடன் அனுபவித்தான். அது அந்தரத்தில் கயிற்றின் மீது நடக்கும் சுவாரஸ்யத்தையும், திகிலையும் ஒரு சேரக் கொடுத்துக் கொண்டிருந்தது.

கோவிந்து பசுபதியக்காவை, நினைத்துக்கொண்டான். அவர், சுப்புவை மருமகன் எனக் குறிப்பிட்டது ஞாபகத்திற்கு வந்தது. கோவிந்து, "அண்ணே பசுபதியக்கா ஒங்கள மருமகன்னு சொல்லிச்சு" என சுப்புவிடம் சொன்னான். அதைக் கேட்டதும், கொண்டி மீசைக்கும் பின்னிருந்து சிரிப்பை உகிர்த்த சுப்பு, "ஆமா, பசுபதியக்காவோட புள்ள மீனா தான் எஞ்சம்சாரம்" என்ற பதிலைக் கேட்டு, "அப்படியா" என கோவிந்து புருவங்களை உயர்த்தினான்.

"அது பெரிய கத. கொஞ்ச நேரத்துல வீட்டுக்குப் போயிறலாம். கோவிந்து இன்னக்கி நம்ம வீட்ல தான் ஒனக்கு ராத்திரி சாப்பாடு" எனக் கூறிய சுப்பு, லட்சுமியை வேகப்படுத்தினார். வீடு அடையப் போவதால் லட்சுமியின் ஓட்டத்தில் துள்ளல் இருந்தது. அதற்கேற்ப அதன் தலை மீதிருந்த குஞ்சரம் ஆடிக்காட்டியது. அதன் ஆட்டம், அன்றைய தினம் கோவிந்தின் நினைவில் தொலைதூரம் விலகி சென்றுவிட்ட சசியை மனதின் அருகில் அழைத்து வருவதாக இருந்தது.

~30~

கோவிந்தின் மீதுள்ள தன் விருப்பத்தை நேத்ரா கஷ்டப்பட்டு ராசாத்தியிடம் கடத்திவிட்டாள். ராசாத்தி, நேத்ராவை குறுகுறுவென பார்த்தாள். அவளது பார்வைக்கு ஈடுகொடுக்க முடியாமல் நேத்ராவின் விழிகள் அங்குமிங்குமாக தத்தியது. வேப்ப மரத்தைச் சுற்றிலும் வெயில் விழுந்து புரண்டு விளையாடிக் கொண்டிருந்தது.

வேனிற்காலத்து சூடேறிய மதியப் பொழுதில் தன் காதல் சங்கதியை வெளிப்படுத்திய நேத்ராவை, ராசாத்தி அன்புடன் அணைத்துக் கொண்டாள். அவளிடமிருந்த வியர்வை நேத்ராவின் நாசியில் குளிர்ச்சியாய் ஒட்டிக்கொண்டது. "அவன் யாரு, எந்த ஊரு, என்ன விஷயமா, இங்க வந்துருக்கான், எல்லாம் பசுபதியக்காவுக்குத் தான் தெரியும், அவனப் பாத்தா எதையோ பறிகொடுத்தவன் மாதிரி பாவமா இருக்கான். ஒனக்காக நான் அவன்கிட்ட பேசுறேன், அவன் என்ன சொல்றான்னு கேட்டுட்டு பசுபதியக்கா கிட்ட பேசிக்கலாம்" என ராசாத்தி சொன்ன போது, காரியம் கைகூடி வருவது போல நேத்ராவுக்கு நம்பிக்கை ஏற்பட்டது.

அன்று மாலை, கோவிந்து வரும் நேரம் தப்பிப் போயிருந்தது, அவன் இரவுச் சாப்பாட்டுக்கூட வரவில்லை. ராசாத்தி அழைத்தும் நேத்ரா சாப்பிட உட்காரவில்லை. அவன் வந்துவிட மாட்டானா என வாசலை பலமுறை பார்த்து விட்டாள். கஸ்டமர் வரும் நேரம் நெருங்கிவிட்டது. ராசாத்தி, அவன் இரவு எந்த நேரம் வந்தாலும் தான் பேசி விடுவதாக சமாதானம் கூறியும் நேத்ரா அதை ஏற்கவில்லை. அவனைப் பார்க்காமல், தான் கஸ்டமருக்கு தயாராக மாட்டேன் என முகம் கூட கழுவாமல் சமையற்கட்டிலேயே உட்கார்ந்து கிடந்தாள். பானுமதியும், விடிவெள்ளியும் புரிந்துகொண்டு நேத்ராவுக்கும் சேர்த்து கஸ்டமர்களை தாங்கள் சமாளித்துக்கொள்வதாக ராசாத்தியிடம் கூறிவிட்டனர்.

இரவு பதினோரு மணியிருக்கும். நேத்ரா சமையல் கட்டிலேயே தூங்கிவிட்டாள். திருநெல்வேலியிருந்து வரும் கஸ்டமர் வந்திருந்தான். அவன் நேத்ரா தான் வேண்டுமென்று அடம் பிடித்தான். அவளுக்கு உடல்நிலை சரியில்லை என அவனை சமாதானப்படுத்துவதற்குள் ராசாத்திக்கு பெரும்பாடாகிவிட்டது.

விடிவெள்ளி சாமார்த்தியமாக பேசி அவனை அழைத்துக்கொண்டு அறைக்குள் போய்விட்டாள்.

சத்தம் கேட்டு எழுந்த பசுபதி, நடப்பதை அமைதியாக கவனித்துக் கொண்டிருந்தாள். பிறகு ராசாத்தியை அழைத்து, "நேத்ராவுக்கு என்னாச்சு" என விசாரித்தாள். "அவளுக்கு தலை வலிக்குதுன்னு, மாத்திரையை போட்டுட்டு படுத்துட்டாக்கா எழுப்ப முடியல" என பொய் சொன்னவளின் முகம் பார்த்த பசுபதி, "நாளைக்கு காலைல எங்கிட்ட அவள பேசச் சொல்லு" என்றாள். ராசாத்திக்கு நெஞ்சுக் கூட்டில் பயம் படர்ந்தது. அக்கா கேட்கும்போது நேத்ரா ஏதும் உண்மையைச் சொல்லிவிட்டால், அக்காவுக்கு தன் மீதான நல்ல எண்ணம் அறுபட்டுப் போய்விடுமோ என ராசாத்தி அஞ்சினாள்.

முன் வாசலை சாத்தும் நேரம் வந்து விட்டதால், ராசாத்தி ஒரு சொம்புத் தண்ணியும், ஒரு பாயையும் திண்ணையோரம் கோவிந்துக்காக வைத்து விட்டுக் கதவை தாளிட்டாள். சமையற்கட்டில், நேத்ரா அருகில் சென்று படுத்தாள். நேத்ரா தூக்கத்தில் புன்னகை பூத்திருந்தாள். தூங்கிய பிறகும் அவள் கோவிந்துவின் நினைவில் ஆழ்ந்திருந்தாள் போலிருந்தது. ராசாத்திக்கு அவளைப் பார்க்க பாவமாக இருந்தது. அவள் நினைத்தது நிறைவேற, கூவாகம் கூத்தாண்டவனை ராசாத்தி வேண்டிக் கொண்டாள். இந்த கோவிந்து எங்கே போனான்? ஒரு வேளை சொந்த ஊருக்கே திரும்பப் போய் விட்டானா? அப்படிப் போனாலும் பசுபதியக்காவிடம் சொல்லாமலா போவான் என யோசித்துக்கொண்டே இருந்தவள் எப்பொழுது தூங்கினாள் என்று தெரியவில்லை.

~31~

சுந்தரம் காலை நேர இதமான வெயிலைத் தோளில் போட்டுக்கொண்டு வேகுவேகென்று நடந்து வருவதை ரஹீம் பாய் பார்த்து விட்டார். கறி வியாபாரத்தை மச்சினனிடம் விட்டு விட்டு, "வாங்க மாமு" என்றவாறே கடையை விட்டு இறங்கினார். "நீ வேவாரத்த பாரு பாய், நான் சித்த நேரம் ஒக்காந்துட்டு போறேன்" என்ற சுந்தரத்தை, "பரவாயில்ல மாமு வாங்க" என்றவாறே, "பாத்திமா யாரு வந்துருக்கான்னு பாரு, டீ வச்சுக் கொண்டா" என வீட்டைப் பார்த்து குரல் கொடுத்தார்.

கறிக்கடை வியாபாரம் அநேகமாக முடிந்தது போலிருந்தது. பின்னங்கால் சப்பை, கறுப்பு வாலுடன் இரும்புக் கொக்கியில் தொங்கியது. கடையை ஒட்டி போட்டிருந்த மரப்பெஞ்சின் ஒரு பக்கம் விரிசலோடியிருந்தது. அதில் சுந்தரத்தை நன்கு உட்கார வைத்துவிட்டு, ஓரத்தில் பாய் உட்கார்ந்த மாதிரி காட்டிக்கொண்டார். "என்ன பாய் வேபாரமெல்லாம் எப்படி?" என சுந்தரம் கேட்டார். "நேத்து, சனிக்கிழமை சந்தையில புடிச்சிட்டு வந்த மூனு வெள்ளாடும் வித்துடுச்சு மாமு, கொக்கியில தொங்கறது தான் மிச்சம்" என்றவர், ஞாபகம் வந்தவர் போல, "மாமு வீட்டுக்கு கறி கொண்டு போங்க, பாப்பா வந்துருக்குல்ல" என்ற பாய் மச்சினனைப் பார்த்து, "இருக்கற கறிய பக்குவமா வெட்டிக் கொடுப்பா மாமு கொண்டு போகட்டும்" என சொல்லிக்கொண்டு இருக்கும்பொழுதே, "வேணாம் பாய், கறி திங்கற நெலமையில வீடு இல்ல வெட்டாத" என குறுக்கே விழுந்து சுந்தரம் தடுத்தார்.

"பாப்பாவ ஏதும் விசாரிச்சீங்களா" என பாய் கேட்டார். சுந்தரம், எலும்புக்காக கடைக்கு முன் காத்திருக்கும் தெரு நாயைப் பார்த்துக்கொண்டிருந்தார். அது ரொம்ப நேரம் காத்திருக்கும் போல, வாயில் வடிந்த நீர் அது நின்ற இடத்தை ஈரமாக்கியிருந்தது. கறிக்கடைப் பந்தலின் மீது ஒரு காக்கா விடாமல் கரைந்தவாறு இருந்தது. நாய் எலும்புத் துண்டுக்காக இறைஞ்சுகிற எல்லா பாவனைகளையும் முகத்தில் காட்டியது. இடைவிடாமல் வாலை ஆட்டிக்கொண்டிருந்தது. ஒருவேளை எலும்புத் துண்டு கிடைக்காமல் போனால் நாய் பாவம் என்ன செய்யும், என சுந்தரத்திற்கு கவலை ஏற்பட்டது. "ஏம் பாய், அந்த நாய்க்கு எலும்புத் துண்டு கெடைக்குமா?" என வாயைத் திறந்தே கேட்டுவிட்டார். "நான் என்ன கேக்கறேன், பதிலுக்கு நீங்க என்னைய என்ன கேக்கறீங்க மாமு" என பாய் திகைத்துப் போனார். "மாமு அந்த ஈய வாளியப்

பாருங்க, அதுல விழுந்திருக்கற தூளுகறி, எழும்புச்சில்லுக எல்லாம் அந்த நாய்க்குத்தான், இப்பமே போட்டம்னா, வேபாரம் பண்ண விடாதுல்ல" என விளக்கமாக அவரது சந்தேகத்தை தீர்த்தார்.

அதற்குப் பிறகும் நாயிடமிருந்து பார்வையைத் திருப்பாத சுந்தரத்திடம் "மாமு ஒங்களுக்கு என்ன பண்ணுது வீணா கலவரப்படாதீங்க மாமு, நல்லவங்கள அல்லா கைவிடமாட்டார்" என பாய் ஆறுதலாக பேசிக்கொண்டிருக்கும் பொழுது, பாத்திமா ஆவி பறக்க டீயுடன் வந்துவிட்டாள். அவளுக்குப் பின்புறம் ஒளிந்துகொண்டே வந்த மகன் அக்பர் அலியை, "தாத்தா வந்துருக்காரு பக்கத்துல வாடா" என பாய் இழுத்து விட்டார். பாத்திமா, "அப்பா நல்லா இருக்கீகளா, அம்மாவும், பாப்பாவும் எப்படி இருக்காக" என அன்பு ததும்பக் கேட்டாள். சுந்தரம், அக்பர் அலியை மடியில் அமர்த்திக்கொண்டே டீ கிளாஸை வாங்கிக்கொண்டார். "நல்லா இருக்கோம்" என பாத்திமாவுக்கு அவள் முகம் பார்க்காமல் பதில் சொன்னார்.

டீ குடிக்கும்வரை பாத்திமா விலகும் முக்காட்டை இழுத்து மூடிக்கொண்டு மரியாதை நிமித்தமாய் அங்கேயே நின்றாள். ரஹீம் பாய், பாத்திமா, அக்பர் அலி, பாயின் மைத்துனன் ஆகியோரை ஒரு சேர சுந்தரம் பார்த்தார். தான் நட்ட விதை மரமாக வளர்ந்திருக்கிறது என திருப்தி அடைந்து கொண்டார். அக்பர் அலியின் தலையை தடவியவாறு தன் மகள் வாழ்க்கை மட்டும் ஏன் இப்படிப் போனது என மனம் கலங்கியவர், காலாகாலத்தில் சசிக்கு குழந்தை பிறந்திருந்தால அக்பர் அலி வயதில் தனக்கு பேரனோ, பேத்தியோ இருந்திருக்கும் என ஏங்கினார்.

கொக்கியில் தொங்கிய கறிக்கும் தேவர் வீட்டிலிருந்து பித்தளைத் தூக்குப் போசியுடன் ஆள் வந்துவிட்டது. சுந்தரம் எழுந்து கொண்டார். சுந்தரம் வடக்காக ரோட்டைக் கடக்கும் வரை ரஹீம் உடன் வந்தார். சுந்தரம் தாழ்ந்த குரலில், "பாப்பாகிட்ட பேப்பர்காரரு சொன்னபடி என்னால வெசாரிக்க முடியல பாய், அதும் மனசு கஷ்டப்படும், மாப்பிள்ளையை நாமளா தேடிக் கண்டுபிடிக்கறத தவிர வேற வழி தெரியல" எனக் கூறினார். பாய் ஒரு நிமிடம் யோசித்து விட்டு "நாளக்கி மறுபடியும் டவுனுக்கு போய் தேடிப் பாக்கலாம் மாமு, ஒரு வேள கிடைக்காட்டி நியூஸ் பேப்பர்ல விளம்பரம் வேணாம் மாமு, போலீசுல வேணா புகார் கொடுத்தர்லாம் மாமு" எனக் கூறினார். சுந்தரம் அதற்கு பதில் எதுவும் பேசாமல் வீட்டை நோக்கி நடக்கலானார். அவரது நிழலை அவருக்குத் துணையாக பக்கவாட்டில் வைத்து வெயில் அவரை பத்திரமாய் அழைத்துப் போனது.

~32~

இடது பக்கமாக கடிவாளத்தை இழுத்ததும், லட்சுமி திரும்பிய தெருவின் இரண்டு பக்கமும் நிறைய வீடுகள் நெருக்கியடித்து நின்றன. முதல் வீட்டுச் சுண்ணாம்புச் சுவரில் பொருத்தப்பட்டிருந்த இரும்புத் தகட்டில் சுப்பா நாய்க்கர் சந்து என எழுதப்பட்டிருந்ததை சுப்பு பெருமையுடன் கோவிந்துக்கு காட்டினார். "அது எங்க தாத்தா பேரு, அவரு பேரத்தான் எனக்கு வச்சிருக்காங்க" பொதுக் குடிநீர் குழாயை தாண்டி வண்டி நின்ற அதே நேரம் இரட்டைக் கோப்பு வீட்டின் ஒற்றை மரக்கதவு திறந்து கொண்டது. உள்ளேயிருந்து எட்டிப் பார்த்த பெண் "ஏன் இவ்வளவு நேரம்" என தெலுங்கில் பேசினாள். சுப்புவும், "அதை ஏன் கேக்குற மீனா, இன்னக்கி போலீஸ்காரங்கிட்ட பெரிய விவகாரம் ஆயிடுச்சு" என பாதி தெலுங்கிலும் பாதி தமிழிலும் பேசினார்.

ஜட்காவை விட்டு ஓரமாய் கைகட்டி நின்ற கோவிந்துவை, மீனா அப்பொழுதுதான் பார்த்தாள். "யாரு இந்த நாயினா" என சுப்புவிடம் கேட்டாள். "இது நம்ம கோவிந்து தம்பி, அசலூர்ல இருந்து வந்துருக்காரு, ஒங்கம்மா வீட்லதான் இருக்காரு" என சுப்பு சொன்னதும், மீனா, "உள்ள வாங்கண்ணே" என வீட்டுக்குள் அழைத்தாள்.

சுப்பு, ஜட்காவிலிருந்து குதிரையை கழற்றி விட்டதும், லட்சுமி ஒருமுறை உடம்பை உதறிக்கொண்டு கனைத்தது. மீனா வாசலோரம் இருந்த சிமெண்ட் தொட்டி நிறைய அரைத்த கோதுமையை தண்ணீருடன் கலந்து வைத்தாள். அதில் வாய் வைத்த லட்சுமி தலை நிமிராமல் குடித்து தீர்த்தது. அதுவரை லட்சுமியின் முதுகை மீனா தடவிக்கொடுத்தவாறு இருந்தாள். பிறகு, லட்சுமியை ஜன்னல் கம்பியுடன் சேர்த்துக் கட்டியவள், அதன் முன்பு பச்சைப் புல்லை பரப்பிப் போட்டு விட்டு, வீட்டுக்குள் வந்தாள்.

சுப்பு கை கால்களைக் கழுவிக்கொண்டு, கோவிந்தையும் கழுவச் சொன்னான். உள்ளே வந்ததும், சுப்பு பெரிய றெக்கைகள் கொண்ட மின்விசிறியைச் சுழல விட்டான். அது விட்டத்தில் அடைந்திருந்த வெப்பக் காற்றை முதலில் இறக்கி வெளியேற்றியது. பிறகு கடகடவென சப்தத்துடன் ஓடிய மின்விசிறியைக் காட்டி, "இது எங்கப்பா ரங்கசாமி நாய்க்கரு மாட்டின அந்த காலத்து

உஷா ஃபேனு" என போட்டோவில் முறுக்கிய மீசையுடன் நெற்றியில் நாமம் தரித்திருந்த மனிதனைக் காட்டி சுப்பு மீண்டும் பெருமைப்பட்டார்.

மீனா, இரண்டு வெங்கலத் தட்டுக்களை வைத்து, உட்கார ஜமுக்காளம் மடக்கிப் போட்டாள். "வாங்கண்ணே வந்து உட்காருங்க. அவரு பெரியவுக பெருமை பேச ஆரம்பிச்சாருன்னா, சாப்பாட்டகூட மறந்துருவாரு" என கோவிந்துவை சாப்பிட அழைத்தாள். தட்டு நிறைய சோற்றை அன்னக் கரண்டியில் வழித்து வைத்த மீனா, கருவாட்டுக் குழம்பை கலக்கி சோற்றின் மீது ஊற்றினாள்.

மீனா இன்னும் புது மணப்பெண்ணைப் போலவே இருந்தாள். மஞ்சள் பூசிய கைகளில் சிவப்பும், நீலமுமாய் கண்ணாடி வளையல்கள் கலகலவென ஏறி இறங்கின. கால் கொலுசும், மெட்டியும் மெருகு குறையாமல் மணியோசையை மெலிதாய் எழுப்பின. கறுப்பு மணிகளுடன் கூடிய தாலி அவளது கழுத்தில் மதிப்புடன் துலங்கின. மீனாவைப் பார்க்கப் பார்க்க ஏற்கெனவே அவள் கோவிந்துக்கு பரிச்சயமானவள் போலிருந்தாள்.

"அண்ணே சாப்பிடுங்கண்ணே" என பாசத்தில் இழைந்த அவளது குரலை எங்கேயோ கேட்டது போல கோவிந்துக்கு இருந்தது. குழம்பில் சோற்றைப் பிசைந்து கோவிந்து சாப்பிட ஆரம்பித்தான். மொச்சையும், கத்தரிக்காயும் கலந்து கெட்டியாய் இருந்த நெத்திலிக் கருவாட்டுக் குழம்பு சோற்றில் பிசைய பிசைய விரிந்து கொண்டே போனது. உப்பும், காரமும் கருவாட்டின் மணமும் சேர்ந்து நொப்பமாக இருந்தது. குனிந்த தலை நிமிராமல், கொஞ்ச நேரத்திற்கு முன்பு லட்சுமி இரை எடுத்தது போலவே கோவிந்தும் வயிறு நிறையச் சாப்பிட்ட பிறகு தலை நிமிர்ந்தான். அவனுக்கு முன்பே சாப்பாட்டை முடித்துவிட்டு, சுப்பு பீடியைப் பற்ற வைத்திருந்தார்.

நகருக்கு வெளியே உள்ள நூல் மில்லில் இருந்து ஒன்பது மணிச் சங்கு ஊதியது, சுப்புவின் வீடு வரை கேட்டது. கோவிந்து சுப்புவைப் பார்த்தான். அவர் புரிந்து கொண்டவர் போல, "என்ன லேட்டாயிருச்சா, ராசாத்தியக்காகிட்ட மீனா வீட்டுக்குப் போயிருந்தேன்னு சொல்லு, ஒண்ணும் சொல்ல மாட்டா" என சுப்பு சொன்னதை சமையலறையில் சாப்பிட்டுக் கொண்டிருந்த மீனாவும் கவனித்தாள்.

கோவிந்து சிமிட்டித் தரையில் போட்டிருந்த சதுரக் கட்டங்களை பார்த்துக்கொண்டிருந்தான். இளம் பச்சை நிறத்தில் இருந்த சிமிட்டித்தரை, அவ்வளவு வேக்காட்டிலும் குளிர்ச்சியாக இருந்தது. வெறும் தரையில் படுத்துக்கொண்டால் கூட போதும், உறக்கம் தூக்கியிரும் என நினைத்தவுடன் கோவிந்துக்கு கொட்டாவி வந்தது. சுப்பு பாயை விரித்துப் போட்டார். "இங்கயே படு கோவிந்து, தூங்கிட்டு காலைல வெள்ளனா பசுபதியக்கா வீட்டுக்குப் போலாம்" என்றார். கோவிந்துக்கு இருந்த களைப்பில் பாயில் சாய்ந்து கொண்டான். அப்படியே தூங்கியும் போனான்.

~33~

கறுப்பும், பழுப்பு நிறமும் கலந்த கோழிக்கு, பல நிறங்களில் குஞ்சுகள் பிறந்திருந்தன. குட்டிக் கால்களுடன் தளிர்நடை போட்ட குஞ்சுகளை ஒவ்வொன்றாக எண்ணினாள். அவள், எட்டு என எண்ணி முடிக்கும்பொழுது அவை புறவாசல் வழியாக புழக்கடைக்கு போயிருந்தன. சசிக்கு ஒரு கோழிக்குஞ்சைப் பிடித்து உள்ளங்கைக்கு கொண்டு வர வேண்டும் போலிருந்தது. கோமதி முன் வாசலில் சுந்தரத்தின் வருகைக்காக காத்து நின்றாள்.

தென்னை மரக்குழிக்குள் கோழியுடன் சேர்ந்து குஞ்சுகள் சுற்றி வந்தன. கோழி கால்களால் மண்ணைக் கீறி கண்ணுக்குத் தெரியாத புழுபூச்சிகளை கொத்தித் தின்றது. குஞ்சுகள் கோழியின் கால் அசைவை அவதானித்து அதனுடன் ஓடிக்கொண்டிருந்தன. அவைகளுக்கு இன்னும் இரை தேட தெரியவில்லை.

சசி, மஞ்சளில் கொஞ்சமாய் கறுப்பு கலந்திருந்த கோழிக்குஞ்சை பதனமாக கையில் எடுத்தாள். இரண்டு உள்ளங்கைகளையும் ஒன்று சேர்த்து அதில் குஞ்சை உட்கார வைத்தாள். குஞ்சு தடுமாறி நடக்கையில், உள்ளங்கைகளில் ஏற்பட்ட புருபுருப்பு அவளது உடலை சிலிர்க்கச் செய்தது. அது முதலிரவன்று, சசியின் பின் கழுத்தில் கோவிந்து விட்ட வெப்ப மூச்சினால் ஏறபட்டது போலிருந்தது. கோவிந்து மிகுந்த ரசனைக்காரன், எங்கே தொட்டால் அவள் என்ன ஆவாள் என தெரிந்து வைத்திருப்பவன். அவசரப்படாமல் அனுபவிக்கத் தெரிந்தவன்.

சசி, கோவிந்துவின் நினைப்பில், குஞ்சை இறக்கி விடாமல் கைகளை குவித்தும், விரித்தும் குஞ்சுவிடம் கொஞ்சு மொழி பேசினாள். தாய்க்கோழி தன் காலைச் சுற்றி வருவதை புரிந்துகொண்ட சசி, குஞ்சை இறக்கி விடப் போனாள். அப்போது வானிலிருந்து வட்டமிட்டு இறங்கிய பருந்தின் சீட்டிச் சத்தத்தில், பயந்த குஞ்சுகள் கோழியை நோக்கி வேகமாக நெருங்கி வந்தன. கோழி இறக்கைகளை படர விரித்து, குஞ்சுகளை மூடி பாதுகாத்துக் கொண்டது. ஆனால் இதையறியாத சசியால் இறக்கி விடப்பட்ட குஞ்சை, பருந்து லபக்கென கண் இமைக்கும் நேரத்தில் அள்ளிக் கொண்டு போனது. சசி, "அய்யோ..." என அலறிவிட்டாள்.

சசியால் நம்பமுடியவில்லை. தன் உள்ளங்கைகளை ஒருமுறை விரித்துப் பார்த்துக்கொண்டாள். சற்று முன் தட்டுத் தடுமாறி அழகு காட்டிய குஞ்சு, இப்பொழுது இல்லை. கண் சிமிட்டும் நேரத்தில், அது பருந்துக்கு இரையாகிப் போனது. ஒரு கோழிக் குஞ்சு மரணிக்க தான் காரணமாகி விட்டோமா... குஞ்சைத் தேடும் தாய்க்கோழி மனம் என்ன பாடுபடும் என மருகிய சசி பித்துப் பிடித்தவள் போல ஆனாள். அவளுக்கு அபசகுனம் போலிருந்தது. கோவிந்து இனி தனக்கு கிடைப்பானோ..என விக்கித்துப் போனாள். அப்பொழுது கைகால் முகம் கழுவ கிணற்றடிக்கு வந்த சுந்தரம், பேயறைந்தது போல சசி நிற்கும் கோலத்தைப் பார்த்து பதறி விட்டார். "பாப்பா..." என இருமுறை அழைத்தும் சசி அசைந்து கொடுக்கவில்லை. "என்னம்மா ஆச்சு" என சுந்தரம் சசியின் தோளைத் தொட்டார். சுந்தரத்தின் தொடுதலில் சுதாரித்துக்கொண்ட சசி, கோழியையும், குஞ்சுகளையும் தேடினாள். பருந்தின் ஆபத்து விலகியதை தொடர்ந்து கோழி மீண்டும் மேயத் தொடங்கியிருந்தது. எட்டுக் குஞ்சுகளில் ஒரு குஞ்சு குறைந்தது, அதற்குத் தெரிய வாய்ப்பு இல்லை. இரவு பஞ்சாரத்தில் அடைந்த பிற்பாடு ஒருவேளை குஞ்சுகளை எண்ணிப் பார்க்குமோ, என குற்ற உணர்வுடன் யோசித்த சசி, கோழிக்கு குஞ்சுகளை எண்ணத் தெரியாது, ஆனால் கண்டிப்பாக அம்மா எண்ணிப் பார்ப்பாள். அவளிடம் நடந்ததை எப்படிச் சொல்வது.

சுந்தரம், சசியை அழைத்துக்கொண்டு உள்ளே வருவதைப் பார்த்து, கோமதி திண்ணையில் இரண்டு தட்டுகளை எடுத்து வைத்தாள். அப்பாவின் அருகில் சசி சாப்பிட உட்கார்ந்தாள். கோமதி, கோதுமை உப்புமாவை தட்டுக்களில் பரிமாறினாள். உப்புமா மீது அஸ்கா சர்க்கரையை பரவலாக தூவி விட்டாள். சிறுமியாய் இருந்த காலந்தொட்டு சசிக்கு இது விருப்பமான உணவு. அப்பாவுடன் சாப்பிட்டு எவ்வளவு நாளாயிற்று என ஏக்கத்துடன் சுந்தரத்தின் முகம் பார்த்த சசியின் கண்கள் கலங்கி இருந்தது. சுந்தரம், "சாப்பிடும்மா" என்றார். சசி, உப்புமாவில் கை வைக்கச் சென்ற போது, அது கோழிக் குஞ்சுவின் பிஞ்சுக் கால்களாய் மாறி புருபுருத்தது. கூடவே கோவிந்துவின் ஞாபகமும் வந்து விட்டது. சசியால் சாப்பிட முடியவில்லை. உப்புமாவில் விரவிக் கிடந்த சர்க்கரையுடன் அவளது கண்ணீர், உப்புநீராக கலந்தது. அதைக் கவனித்த சுந்தரம் என்ன செய்வது எனத் தெரியாமல், கோமதியிடம் குடிக்க தண்ணீர் வைக்கச் சொன்னார்.

கோமதி பெரிய பித்தளைச் சொம்பில் குடிக்க தண்ணீர் வைத்தாள். சசி சாப்பிடட்டும் என சுந்தரம் காத்திருந்தார். சசி, திண்ணைக் கூரையைத் தாங்கியிருந்த மரத்தூண்களை மேலும், கீழுமாக அளவெடுத்துக் கொண்டிருந்தாள். “சாப்பிடும்மா..” என்ற சுந்தரம், உப்புமாவை உருண்டை பிடித்து சசிக்கு ஊட்டப் போனார். சமையல் கட்டிலிருந்து கோமதி ஆச்சர்யமாகப் பார்த்துக் கொண்டிருந்தாள். “இந்த அறிவு கெட்ட மனுசன், கல்யாணங்கட்டிக் கொடுத்த புள்ளயை கொழந்த புள்ளையா மாத்தியிருவாரு போல” என முணுமுணுத்தாள். பிறகு, “இப்பிடி எம்புள்ளைய சீரழிச்சிட்டு, அந்த ஆளு எங்க போய்த் தொலஞ்சானோ” என கோவிந்துக்கு சாபம் கொடுக்கப் போனாள்.

~34~

அது மாலை நேரமாக இருந்தது. வெயில் சாயம்போன மஞ்சள் சட்டையாக தொளதொளத்திருந்தது. ஜட்கா வண்டியில் நேத்ராவும், கோவிந்தும் ஒருவர் முகத்தை மற்றொருவர் பார்க்க நெருக்கமாக அமர்ந்து இருந்தனர். முன்புறம் ஒரு முண்டாசு கட்டிய உருவம், ஜட்காவில் பூட்டியிருந்த வெள்ளைக் குதிரையின் புட்டத்தை தட்டிக் கொடுத்தவாறு இருந்தது. கையில் சாட்டைக் குச்சி இல்லை. ஜட்கா மண் பாவாமல் காற்றில் மிதப்பது போல நழுவிக்கொண்டு ஓடியது. கோவிந்து நேத்ராவையே பார்த்துக் கொண்டிருந்தான். அவன் புதுச்சட்டையும், வேட்டியும் அணிந்து இருந்தான். அவன் தன்னையே பார்ப்பதை உணர்ந்த நேத்ரா, பெட்ஷீட் விரிப்பின் மீதிருந்த அவன் கையை செல்லமாகத் தட்டினாள். அவளும் புதுப்புடவையில் இருந்தாள். அவர்கள் ஊரை விட்டுத் தள்ளி ஆற்றங்கரையோரம் உள்ள கோவிலுக்கு செல்வது போலிருந்தது. ஜட்காவில் ஏற்பட்ட திடீர் குலுக்கலில் ஒருவர் தலையுடன் ஒருவர் மோதிக் கொண்டனர். கோவிந்து, நேத்ராவின் தலையைத் தடவிக் கொடுத்தான். நேத்ரா அவனது கையை எடுத்து தன் கையோடு சேர்த்து மடியில் வைத்துக் கொண்டாள்.

ஜட்கா ஒரு நீர்நிலையைக் கடந்து கொண்டிருந்தது. அது ஊருக்கு நடுவில் இருக்கும் கண்மாயைப் போலிருந்தது. காற்று ஈரத்துடன் பலமாக வீசியது. மழை வருவது போல வானத்தில் கொடி கொடியாய் மின்னல் வெட்டியவாறு இருந்தது. இடி முழக்கம் காதை அடைப்பது போலிருந்தது. ஒன்றும் சரியாக இல்லை. ஏதோ ஆபத்து நடக்கப் போகிறது என உள்மனம் சொன்னது. நேத்ரா, கோவிந்துவை எட்டிப் பிடித்துக் கொள்ளப் போனாள். திடீரென வெள்ளம் வந்தது போலிருந்தது. அவ்வளவு தண்ணீர் ஜட்கா தண்ணீருக்குள் இறங்க ஆரம்பித்தது. வெள்ளைக் குதிரையையும், முண்டாசுக்காரனையும் காணவில்லை. கோவிந்தும் மறைந்து போனான். தண்ணீருக்குள் மூச்சுவிட தத்தளிப்பது போன்ற திணறல். “அய்யோ...” என நேத்ரா அலறினாள். ஆனால் சத்தம் வெளியே வரவில்லை.

நேத்ரா தூக்கத்திலிருந்து விழித்துக் கொண்டதும், கனவிலிருந்து விடுபட்டாள். அவளது உடல் தெப்பமாக வியர்வையில்

நனைந்திருந்தது. அருகில் படுத்திருந்த ராசாத்தியை அரை இருட்டில் பார்த்தாள். தூக்கத்தின் இறுகிய பிடியில் அவள் அலங்கோலமாக படுத்துக்கிடந்தாள். எங்கிருந்தோ ஒலித்த நாயின் குரலுக்கு, வீட்டு வாசலில் இருந்த நாய் பதில் குரல் கொடுத்துக் கொண்டிருந்தது. அவளுக்கு கோவிந்து வீடு வந்து சேர்ந்து விட்டானா என பார்க்கத் தோன்றியது. அதற்கு முன்னர் பக்கத்து அறைகளில் இருந்து கை வளையல்களின் ஓசையோ அல்லது கொலுசுகளின் மணிச் சத்தமோ கேட்கிறதா என கூர்ந்து கவனித்தாள். ஒரு சத்தமும் வரவில்லை. கஸ்டமர்கள் வந்து விட்டு போயிருக்கும் பின்னிரவு என காலத்தை உறுதிப்படுத்திக் கொண்டவள் சமையல்கட்டிலிருந்து வெளியே வந்தாள்.

நேத்ரா பட்டகசாலையைக் கடந்து, முன்வாசலுக்கு வந்தவள் சத்தமின்றி கதவுகளைத் திறந்தாள். வாசல் திண்ணையில் சுருட்டிய பாயும் சொம்புத் தண்ணீரும் அப்படியே இருந்தது. கோவிந்து வந்து சேரவில்லை. நேத்ராவுக்கு ஏமாற்றமாக இருந்தது. தூக்கத்தில் கண்ட கனவுடன் தொடர்புபடுத்தி பார்த்த நேத்ரா, கோவிந்து தனக்கு இனி கிடைக்க மாட்டானோ என சந்தேகம் கொண்டாள். கதவை சாத்திவிட்டு, பானுமதி இருக்கும் அறைக்குள் சென்றாள். அவள் அசந்து தூங்கிக் கொண்டிருந்தாள். அவள் அருகில் போய் படுத்துக் கொணடாள். பெட்ரூம் லைட் வெளிச்சத்தில் கன்றிப் போன கன்னத்துடன் இருந்த பானுமதியின் முகத்தையே நேத்ரா பார்த்துக் கொண்டிருந்தாள். அந்த முகம் இளமையைத் தொலைக்க ஆரம்பித்து இருந்தது. பானுமதிக்காக, நேத்ரா அனுதாபப்பட்டாள். அவள் வாழ்க்கை இப்படியே முடிந்துவிடும் போல என நினைத்தவள், அவளுடன் சேர்ந்து தன் வாழ்க்கையை ஒரு கணம் ஒப்பிட்டுப் பார்த்தாள். தனக்கு விருப்பமான கோவிந்து கிடைக்கவில்லை என்றால் தானும் பானுமதியின் நிலைக்கு ஆளாகி விடுவோமோ என்ற கழிவிரக்கத்தில் அவளுக்கு அழுகை வந்தது.

நேத்ரா அழுகையுடன் “அக்கா...” என பானுமதியை எழுப்பிவிட்டாள். தூக்கம் கலைந்த பானுமதி, “ஏன்..என்னாச்சு?” என நேத்ராவின் கைகளைப் பிடித்துக்கொண்டாள். நேத்ராவுக்கு, என்ன சொல்வது என்று தெரியவில்லை. அவளால் அழுகையையும் அடக்க முடியவில்லை. பானுமதி, நேத்ராவின் நிலையை புரிந்து கொண்டவள் போல, “அழுகாமல் தூங்கு” என தோளைத் தட்டிக் கொடுத்தாள். பிறகு, “விடியக் காலைல எல்லாம் பாத்துக்கலாம்

இப்ப பதட்டமில்லாம உறங்கு" என பானுமதி சொன்ன ஆறுதல் வார்த்தைகள் நேத்ராவை அமைதிப்படுத்தின. சற்று முன்னர் கோவிந்துடன் சந்தோஷமாக போன ஜட்கா பயணத்தை நினைத்தவாறு அவள் மீண்டும் தூங்கிப் போனாள்.

கோவிந்து வாசற்படி ஏறும் பொழுது பசுபதி வாசல் திண்ணையில் விழுந்த வெயிலில் முடி உலர்த்திக் கொண்டு இருந்தாள். அவள் கையில் இருந்த பித்தளை ஈர்கோலி தங்கமாய் மின்னியது. எண்ணை வைத்து சீவினால் மறைந்து போகும் நரைத்த முடி வெள்ளிக் கம்பியாய் கறுப்பு முடியுடன் கலந்திருந்தது. அவள் திரும்பி தலை சாய்த்து ஈர்கோலியால் சிக்கெடுக்கும் போது இவனைப் பார்த்து விட்டாள். "என்ன, சுப்பு மருமகன் வீட்டுக்கு கூட்டிட்டு போயி விருந்து போட்டாரோ.." என அமர்த்தலாக கேட்டாள். இவனால் பதில் பேச முடியவில்லை. கொஞ்சமாய் சிரிக்க முயன்றான். அதுவும் வரவில்லை. கோவிந்துவின் தர்மசங்கடத்தைப் புரிந்து கொண்ட பசுபதி, "மீனா நல்லா இருக்காளா? என சூழலை எளிதாக்கினாள். "ம்.." என்று தலையாட்டியவனை அப்படியே விட்டுவிட்டு, பசுபதி பக்கவாட்டு அறைக்குள் நுழைந்தாள். கோவிந்து வீட்டுக்குள் போனான்.

இவன் வரவை மிகுந்த ஆவலுடன் எதிர்பார்த்திருந்த நேத்ரா, சமையல்கட்டில் ராசாத்திக்கு பின்புறமாக மறைந்து நின்று, பட்டகசாலையைக் கடந்து வரும் கோவிந்துவை ஆசை தீர பார்த்தாள். அவனும், ராசாத்தியைப் பார்க்க சமையல்கட்டிற்குள் தான் நேராக வந்தான். இதைக் கவனித்துக் கொண்டிருந்த ராசாத்தி இன்று எப்படியாவது, நேத்ராவைப் பற்றி கோவிந்துவிடம் பேசிவிட வேண்டும் என முடிவு செய்தாள். நேத்ராவிடம் திரும்பி கண் சாடை செய்தாள், பசுபதிக்கு சுடச்சுட இரண்டு ஆப்பத்தை தேங்காய்ப் பாலுடன் எடுத்துச் சென்றாள். ராசாத்தி விலகிப் போனதும் அங்கே நேத்ரா நிற்பாள் என கோவிந்து சிறிதும் எதிர்பார்க்கவில்லை. இவனை அருகில் வைத்துப் பார்த்ததும், நேத்ரா உணர்ச்சி வயப்பட்டாள். அவனை விட்டு நீண்ட நாள் பிரிந்திருந்தது போலவும் அவனை பார்க்காமல் இருக்க முடியாது என்பது போலவும் அவளிடமிருந்து ஒரு கேவல் எழுந்தது. பிறகு கட்டுப்படுத்த முடியாமல் விசும்பி அழலானாள்.

கோவிந்துக்கு அவளது செய்கை அதிர்ச்சியை ஏற்படுத்தியது. அது சசி அழுவது போல இருந்தது. சசியை மறக்கவும், வெறுக்கவும் முயற்சித்திருந்த அவன் மனதை நேத்ரா ஒரு சில

வினாடிகளில் உடைத்துப் போட்டுவிட்டாள். எதிரில் நிற்பது நேத்ரா என இவன் அறிவு சொன்னாலும், மனது சசியாகவே அவளை வரித்தது. அதனால் ஏற்பட்ட வினோதத்தில், கோவிந்து தடுமாறி நின்றான். நேத்ரா அழுவதைத் தவிர ஒரு வார்த்தை பேசவில்லை.

பசுபதிக்கு காலைப் பலகாரம் கொடுத்து விட்டு சமையல்கட்டுக்கு ராசாத்தி சாவகாசமாகத் தான் வந்தாள். நேத்ரா அழுவதும், கோவிந்து திகைத்து நிற்பதும் ராசாத்திக்கு சங்கடத்தை ஏற்படுத்தியது. "ஏய் எதுக்கு அழுகற, என்ன நெனக்கிறியோ அத தம்பி கிட்ட சொல்லு" என நேத்ராவை உசுப்பினாள். அந்தப் பக்கம் போன விடிவெள்ளி, சுவரோரம் சாய்ந்துகொண்டு அவர்களுக்குத் தெரியாமல் கவனித்தாள். பானுமதி அங்கே இல்லை. அவள் குளித்துக்கொண்டிருந்தாள்.

நேத்ரா சிரமப்பட்டு அழுகையை அடக்கியவள், அவள் தாய்மொழியில் அதற்கான வார்த்தைகளை அனிச்சையாகத் தேடினாள். பிறகு அதை தமிழ்ப்படுத்த முயன்றவள், தலையை குனிந்தவாறே, "எனக்கு கோவிந்து மேல தும்பா இஷ்டமா இருக்கு, மதுவை செஞ்சிக்க ஆசயா இருக்கு" என குழந்தையைப் போல தேம்பினாள். கோவிந்துக்கு ஒன்றும் புரியவில்லை. ஆனால் அவளது அழுகை அவனை என்னவோ செய்தது. சசியை பிரிந்து சுற்றிக் கொண்டிருக்கும் குற்ற உணர்வை மனதின் அடி ஆழத்திலிருந்து பிடித்து இழுப்பதாக இருந்தது.

ராசாத்தி கிடைத்த சந்தர்ப்பத்தை இழக்க விரும்பவில்லை. சூழலை தன் வயப்படுத்த முனைந்தாள். நேத்ரா மீது இருந்த உடன்பிறவா பிரியம் அவளை பேச வைத்தது. "தம்பி, இவ ரொம்ப பாவப்பட்டவ, ஒன்னப் பாத்ததுல இருந்து ஒம்மேல பித்துப் பிடிச்சு திரியறா, ஒன்னக் கல்யாணம் கட்டிக்கிட்டு மருவாதியா குடும்பம் நடத்தனும்னு ஆசப்படுறா" என ராசாத்தி சொல்லிக் கொண்டிருக்கும் பொழுதே, கோவிந்துக்கு இதுவரை இருந்த தடுமாற்றம் விலக ஆரம்பித்தது. அவனால், நேத்ராவின் முகத்திற்கு எதிராக மறுதலிக்க முடியவில்லை. "என்னப்பத்தி, பசுபதியக்காகிட்ட கேட்டுக்கங்க," என ஒரே வரியில் பேச்சை முடித்துவிட்டு, கொல்லைப்பக்கம் நகர்ந்தான். அங்கே இருந்த வேப்பமரம் அவனை ஆதுரத்துடன் தலையாட்டி அழைத்தது. அது சசியை மேலும் ஞாபகப்படுத்துவதாக இருந்தது.

~35~

சுந்தரம் அடுத்த நாள் காலை, ரஹீம் பாயுடன் மதுரைக்குப் போகும் முதல் பஸ்ஸைப் பிடித்து விட்டார். கையில், போட்டோ பை பத்திரமாக இருந்தது. சசி நம்பிக்கையுடன், ரயில்வே ஸ்டேசனில் விசாரிங்கப்பா எனக் கூறியிருந்தாள். ரயில்வே ஸ்டேசன் என்றாலும், போலீஸ் ஸ்டேசன் என்றாலும், கோவிந்துவின் புகைப்படம் அவசியம். பஸ் ஸ்டாண்டில் இறங்கி நடக்கும்போது, அய்யனாரின் பேப்பர் கடையை மறக்காமல் இருவரும் பார்த்தனர். அய்யனார் கடைக்கு முன்பு குத்தவைத்து, நியூஸ்பேப்பர்களைப் பிரித்து அடுக்குவதில் மும்முரமாக இருந்தார். மணி ஏழு தான் ஆகியிருந்தது. அந்நேரமே, வெயில் கடலின் அலைகளைப் போல தொட்டும் விட்டும் விளையாடிக் கொண்டிருந்தது. பஸ் ஸ்டாண்டுக்கு வெளியே வந்ததும், எதிரில் இருந்த சங்கீதா கபே இவர்களை காப்பி சாப்பிட அழைத்தது.

உள்ளே நுழைந்ததும் சாம்பிராணி புகை மண்டலம் இவர்களின் கண்களைக் கட்டியது. “கற்பனை என்றாலும், கற்சிலை என்றாலும் கந்தனே உனை மறவேன்” என டி.எம்.எஸ்.சின் குரல், காது கொள்ளும் அளவுக்கு மட்டுப்பட்டு ஒலித்தது அற்புதமாக இருந்தது. பாட்டை ரசித்து ரஹீம் பாய் தலையாட்டிக் கொண்டிருந்தான். “நிற்பதும் நடப்பதும் நின் செயலாலே” என்றபோது, டேபிளில் தாளம் தட்ட ஆரம்பித்து விட்டார். மூச்சுக்கு முந்நூறு தடவை அல்லாவைக் கூப்பிடும் ரஹீம் பாய், இசையில் மயங்கி கந்தனுடன் போய்க் கொண்டிருந்தார்.

சுந்தரம், டேபிளுக்கு வந்த சர்வரிடம், இரண்டு காபி என்று சொல்வதற்கு முன்னர், “பாய் டிபன் சாப்பிட்டுக்கலாமா” என கேட்டார். “அதுக்கு இன்னம் நேரம் இருக்கு மாமு, இப்ப காபி மட்டும் சாப்பிடலாம்” என்ற ரஹீம் தாளம் தட்டுவதை தொடர்ந்தார். இந்த தடவையும், காபிக்கான காசை முந்திக்கொண்டு பாய்தான் கொடுத்தார். ஹோட்டலை விட்டு வெளியே வந்ததும், பாய், மறக்காமல் செருப்புத் தைக்கும் தொழிலாளியைத் தேடினார். அவர் இன்னும் வந்திருக்கவில்லை. அவரது கூன் போட்ட முதுகையும், வெற்றிலை பாக்கு கறைச் சிரிப்பையும், மீண்டும் ஒரு முறை பார்க்க பாய்க்கு ஆவலாக இருந்தது.

அவர்கள் ரயில்வே ஸ்டேசனை நோக்கி நடக்க ஆரம்பித்தார்கள். மங்கம்மாள் சத்திரம் பழமை மாறாமல் அவர்களை பார்த்துக் கொண்டிருந்தது. சுந்தரத்தை முன்னே விட்டு பத்தடி தள்ளி, ரஹீம் பாய் சட்டைப் பாக்கெட்டிலிருந்த பீடியை அவசரமாக எடுத்தார். சுந்தரம் திரும்பி பார்க்கும் முன்னர், சரக்கென பீடியை பற்ற வைத்து ஒருமுறை வரவரவென இழுத்தார். பாதி பீடி கரைந்துவிட்டது. பீடி வைத்திருந்த கையை, பின்புறமாக மறைத்துக்கொண்டார். சுந்தரத்திற்கு, பாய் பீடி குடிக்கிறார் என்பது நன்கு தெரியும். அவர் திரும்பிப் பார்க்கவில்லை. இரண்டாவது இழுப்பில் முழு பீடியையும் முடித்த பாய், நல்ல பிள்ளையாய் சுந்தரத்துடன் வந்து சேர்ந்துகொண்டார்.

ரோட்டிலிருந்து ரயில்வே ஸ்டேசனுக்கு இடது பக்கம் திரும்புகையில் பள்ளி செல்லும் பிள்ளைகள் பரீட்சை அட்டையுடன் எதிரில் வந்து கொண்டிருந்தனர். இது முழுப்பரீட்சை நடக்கும் காலம். சசியும் இங்குள்ள அரசு பெண்கள் உயர்நிலைப்பள்ளியில் தான் படித்தாள். அப்பொழுது சுந்தரம் ஒரிரு முறை வந்திருக்கிறார். பள்ளி கொள்ள முடியாத அளவுக்கு பெண் பிள்ளைகள். ஒரே மாதிரி வெள்ளையும், பச்சையுமாய் சீருடை அணிந்து வகுப்புகளில் அடைந்திருந்தனர். பள்ளி விடும்போது, மாநாடு முடிந்தது போல வெள்ளமாய் பெண் பிள்ளைகள் ரோட்டை மறித்து வருவது பிரமாண்டமாக இருக்கும். பள்ளிச் சீருடையில் இரட்டைச் சடை போட்டு பச்சை ரிப்பன் கட்டியிருக்கும் சசி, சிறுமியாய் கண்முன் வந்தாள். சசி, நல்ல லட்சணமான பெண். சுந்தரம் குழந்தையாக இருக்கும்போதே அவரது தாயார் இறந்துவிட்டார். சுந்தரத்தின் அக்காள் அடிக்கடி, “டேய் தம்பி, சசி நம்ம அம்மாளாட்டம் ரொம்ப அழகுடா” எனக் கூறி சசியின் கன்னங்களை ஆசை தீர தடவி கைவிரல்களில் நெட்டி முறிப்பாள். உயிருக்கு உயிராக வளர்த்த ஒத்தைப் பிள்ளை, இப்படி வாழ்க்கையை இழந்து வந்து தவிக்கிறாளே என சுந்தரத்துக்கு துக்கம் தொண்டையை அடைத்தது. கையிலிருந்த புகைப்படப் பை கனத்தது. அவர்கள், இடது பக்கம் திரும்பியதும், பழைய காலத்து ரயில்வே ஸ்டேசன் வால் போல நீண்டிருந்தது. ஆர்ச் வடிவ நுழைவாயிலைத் தாண்டியதும் கோபுர வடிவில் இருந்த ஸ்டேசன் கட்டடம் வரவேற்று சிரித்தது.

சுந்தரத்தின் இதயம் வேகமாக துடித்தது. ரயில்வே ஸ்டேசனிலும், கோவிந்துவைப் பற்றிய துப்பு கிடைக்கவில்லையெனில், ரஹீம் பாய் நேராக சுந்தரத்தை போலீஸ்

ஸ்டேசனுக்கு அழைத்துச் சென்று விடுவார். போலீஸ் ஸ்டேசன் என்றாலே எதற்கென்றும் தெரியாத ஒரு பயம் நெஞ்சுக் கூட்டை நடுங்க வைத்தது. ரஹீம் பாயிடம், பிளாட்பார டிக்கெட் வாங்க சுந்தரம் காசு கொடுத்தார். முதலில் மறுத்தவர் பிறகு வாங்கிக் கொண்டு கவுண்ட்டரை நோக்கிச் சென்றார்.

சுந்தரம் அத்தி பூத்த மாதிரி ஒரே முறை மட்டும் ரயிலேறுவதற்காக, ஸ்டேசன் வந்திருக்கிறார். சசி சின்னப்பிள்ளையாக இருந்தபோது ராமேஸ்வரம் போனார்கள். அது இரவு நேரம். இப்போது பகல் வெளிச்சத்தில் ரயில்வே ஸ்டேசன் வேறு மாதிரியாக தெரிந்தது. அப்பொழுது தான் சுந்தரம் கவனித்தார். போகும் வழியில், ஒரு புள்ளையார் அரச மரத்திற்கு கீழே அமர்ந்திருந்தார். சுந்தரம், இங்கிருந்தே செருப்பைக் கழற்றிவிட்டு, "புள்ளையாரப்பா போற காரியம் செயமாகனும், எம்புள்ளைய நீ தானப்ப காப்பத்தணும்" என வேண்டிக்கொண்டார்.

சுரங்கம் போல கீழே இறங்கும் நடைபாதையில் இருவரும் உள்ளே போனபோது, அதுவரை துரத்திக்கொண்டு வந்த வெயில் வெளியே நாய்க்குட்டியைப் போல வாலாட்டிக்கொண்டு நின்று விட்டது. திரும்பிப் பார்த்த ரஹீமிடம், தன்னையும் அழைத்துச் செல்லுமாறு வெயில் சிணுங்கியது.

~36~

கோவிந்து தன்னைப் பற்றி பசுபதியக்காவிடம் கேட்கச் சொன்ன பிறகுதான், ராசாத்திக்கு ராத்திரி நேத்ராவை அழைத்து வர பசுபதி சொன்னது ஞாபகத்திற்கு வந்தது. இப்பொழுது நேத்ராவின் நிலைமை சரியில்லை. ஆகவே, பசுபதி மறுபடியும் சொன்னால் பார்த்துக் கொள்ளலாம் என ராசாத்தி முடிவு செய்தாள். நேத்ரா முதுகைக் காட்டிக்கொண்டு குனிந்து நின்றாள். அந்த நிலையில் அவளைப் பார்க்க ராசாத்திக்கு கஷ்டமாக இருந்தது. கோவிந்து வருவதற்கு முன்னர், நேத்ரா எவ்வளவு சந்தோஷமாக இருந்தாள். இவன் வந்த மூன்று நாட்களில் நேத்ரா எப்படி மாறிப்போனாள். கொஞ்சம் கன்னடச் சொற்களுடன் அவள் கொஞ்சிப் பேசும் தமிழ் கேட்க அவ்வளவு நன்றாக இருக்கும்.

நேத்ராவிடம் ஒருமுறை போன கஸ்டமர், மீண்டும் அவளையே தான் கேட்பான். மற்ற இரண்டு பேர்களைக் காட்டிலும் அக்காவுக்கு அதிகமான வருமானத்தை நேத்ரா தேடித் தந்தாள். தொழிலில் ஒருமுறை கூட சங்கடம் காட்டியது கிடையாது. சில நேரங்களில் வயிற்று வலி வந்து சிரமப்பட்டாலும் அவள் முகத்தில் சிரிப்பு மாறாது. பசுபதிக்கும், நேத்ரா மீது தனிப்பிரியம். எதையும் அவளுக்கென்று தனியாகவும், கூடுதலாகவும் செய்வாள். அதனால்தான், நேற்று இரவு தலைவலி என்று நேத்ரா படுத்துவிட்டதாக கூறியதை பசுபதி நம்பவில்லை. அவளை நேரில் பார்க்க விரும்பினாள்.

கோவிந்து, நேத்ராவை என்ன மாயம் செய்தான் என்று தெரியவில்லை. இப்படியா ஒரு பெண், பித்துப் பிடித்து திரிவாள் என ராசாத்தி தனக்குள் கேட்டுக்கொண்டாள். இப்பொழுது அவன் ஒரே வார்த்தையில் முடித்துக்கொண்டான். பசுபதியக்காவிடம் இவனைப் பற்றி என்ன விவரம் கேட்பது. நேத்ராவின் எண்ணத்தை அக்காவிடம் எப்படி பக்குவமாக வெளிப்படுத்துவது, ராசாத்திக்கு குழப்பமாக இருந்தது.

குளித்து விட்டு உடைமாற்ற அறைக்குள் வந்த பானுமதியிடம் விடிவெள்ளி நடந்ததைச் சொன்னாள். சிறிது நேரம் யோசித்த பானுமதி, “அவள குளிச்சிட்டு வரச் சொல்லு கோயிலுக்கு போயிட்டு வரலாம்” என விடிவெள்ளியிடம் சொன்னாள்.

நேத்ராவைக் கோயிலுக்குத் தான் அழைத்தால் வர மாட்டாள் எனப் புரிந்துகொண்ட விடிவெள்ளி, ராசாத்தியிடம் கூறினாள். நேத்ராவின் தோளைப் பிடித்து தன் முகம் பார்த்து திருப்பிய ராசாத்தி, "நீ குளிச்சிட்டு கோயிலுக்கு போயிட்டு வா, நான் அதுக்குள்ள பசுபதியக்கா கிட்ட கோவிந்த பத்தி பேசிப் பாக்குறேன்" என்றாள். நேத்ரா முகத்தை துடைத்துக்கொண்டே குளிக்கப் போனாள்.

வேப்பமரத்தின் கீழ் நின்றிருந்த கோவிந்துக்கு அதிர்ச்சியாக இருந்தது. இவனைக் கவனியாது குளியலறைக்கு செல்லும் நேத்ராவைப் பார்க்க கோவிந்துக்கு பாவமாக இருந்தது. சசி மீதிருந்த கோபத்தில், இப்படி அம்மாவைத் தேடிக் கொண்டு இங்கு வந்தது தவறோ.. என முதல் முறையாக கோவிந்துக்கு தோன்றியது. ராசாத்தி, பசுபதியக்காவிடம் நேத்ராவின் பொருட்டு தன்னைப் பற்றி விசாரித்தால், அக்கா இழிவாக கருதமாட்டாளா... என்ற எண்ண ஓட்டம், கோவிந்துவை அங்கே இருக்கவிடவில்லை. அவனுக்கு சுப்புவை உடனே பார்க்க வேண்டும் போலிருந்தது. அவரிடம் ஊரை விட்டு ஓடி வந்ததற்கான உண்மையைச் சொல்லிவிட வேண்டும் என கோவிந்து ஆசைப்பட்டான். ஆனால் தன் மனைவியைப் பற்றி இனி யாரிடமும் வாய் திறக்கக் கூடாது என்றும் அவனது மனது எச்சரித்தது. கோவிந்துக்கு முடிவெடுக்க முடியாமல் குழப்பமாக இருந்தது.

அக்கா, வீட்டு வாசல் திண்ணையில் கால் நீட்டி கண்களை மூடி சுவற்றில் சாய்ந்திருந்தாள். தேங்காய்ப் பாலுடன் ஆன ஆப்பம், அவளைக் கொஞ்சம் கிறங்கச் செய்திருந்தது. ராசாத்தி அருகில் நின்று கொண்டிருப்பதை அவள் கவனிக்கவில்லை. பசுபதி, கத்தரி பூ கலர் நெகமம் சேலையை பின் கொசுவம் வைத்து கட்டியிருந்த அழகு அவளை மேலும் பார்க்க வைத்தது. கெண்டைக்கால் வரை ஏறி இருந்த சேலையில் அவளது சீரான பாதமும், விரல்களும் நகக் கண்களும் அவ்வளவு நறுவிசாக இருந்தன. வாயில் தாம்பூலம் அதக்கி இருக்கிறாள். உதடுகளில் சிவப்பு சாறு கனிந்திருந்தது. பசுபதி, ராசாத்தியின் பார்வைக்கு தேவலோகப் பெண் போல இருந்தாள். அவளது கிறங்கிய நிலையை தொந்தரவு செய்ய ராசாத்தி விரும்பவில்லை.

அக்கா, வயதான காலத்திலேயே இப்படி காந்தமாக இழுக்கிறாள். சின்னஞ்சிறுசாய் இருந்த பொழுதில் எப்படி இருந்திருப்பாளோ..என ராசாத்தி விட்ட ஏக்கப் பெருமூச்சு

பெரிதாய் வெளிப்பட்டது. அது பசுபதியின் தூக்க நிலையை கலைப்பதாக இருந்தது. உட்கார்ந்த பசுபதி என்ன சங்கதி என்பது போல, ராசாத்தியைப் பார்த்து புருவம் உயர்த்தினாள். ராசாத்தி, "ஒன்னுமில்லக்கா, இந்தப் பையன் கோவிந்து இல்ல, அவன் மேல நேத்ரா உசுரா இருக்கறா, அவளக் கட்டிக்கினும்னு ஆசைப்படுறா" என வார்த்தைகளுக்கு இடம் விட்டு பேசினாள். பசுபதி வாசலில் போட்டிருந்த பச்சை நிற மிதியடியை பார்த்தவாறு இருந்தாள். அது ஒழுங்கின்றி விலகிக் கிடந்தது. அதைப் புரிந்து கொண்ட ராசாத்தி, படிகளை விட்டு இறங்கி மிதியடியை எடுத்து உதறி ஒழுங்குபடுத்தி போட்டாள். மிதியடியைக் கடந்து போட்டிருந்த நெளிக் கோலத்தில் தேர் புறப்பாட்டுக்கு தயாராக இருந்தது. அதையும் பசுபதி அர்த்தத்துடன் பார்த்தவாறு இருந்தாள்.

பிறகு, "நேத்ராவுக்கு இங்க இருக்க பிடிக்கல இல்லையா" என ராசாத்தியிடம் கேட்டாள். "அப்படியில்லக்கா, அந்தப் பையன் என்ன மாயம் செஞ்சானோ அவன் மேல பித்துப் பிடிச்சு திரியறா" என ராசாத்தி கூறியதை கேட்டவாறு "அதுக்கு அந்தப் பையன் என்ன சொல்றான்" என ஒரு முடிவுக்கு வருபவளைப் போல முடியை அள்ளி உச்சியில் முடிந்து கொண்டை போட்டாள். "அந்தப் பையனப்பத்தின விவரம் பூராம் ஒங்களுக்குத்தான் தெரியுமாம், அக்காகிட்டயே என்னப் பத்திக் கேட்டுக்கங்கன்னு ஒரே வார்த்தையில முடிச்சிக்கிட்டான்க்கா" என ராசாத்தி சொன்னதும் பசுபதி சிந்தனை வயப்பட்டாள்.

எங்கோ சுற்றிவிட்டு வந்த நாய், காலை உணவுக்காக வீட்டுப்படியை மோந்து பார்த்து பார்வையால் வேண்டியது. "மொதோ நாய்க்கு சோத்த வை" என பசுபதி உத்தரவிட்டாள். ராசாத்தி வீட்டுக்குள் சென்றதும் கடை வாயில் அதக்கி வைத்திருந்த தாம்பூலத்தை, பக்கத்திலிருந்த பித்தளைப் படிக்கத்தில் பசுபதி துப்பினாள். சுவரோரம் இருந்த சொம்பிலிருந்த தண்ணியை எடுத்து அண்ணாந்து ஒரே மூச்சில் குடித்தவள், கடைசி வாய்த் தண்ணியை கொப்பளித்து, வாசலை ஒட்டியிருந்த சாக்கடையில் துப்பினாள். வீட்டுடன் கோவித்துக்கொண்டு விலகிச் சென்றது போல சந்தின் நடுவே முறைத்துக் கொண்டிருந்த வெயிலை வைத்து, பசுபதி பொழுதைக் கணித்தாள். தினமும் கோவிலுக்கு செல்லும் பெண்கள் திரும்பி வரும் நேரம் என்பதால், நேத்ராவின் வரவுக்காக பசுபதி காத்திருக்க ஆரம்பித்தாள். அவள் முகத்தில் ஒருவித களைப்பு தெரிந்தது.

~37~

வேப்ப மரத்திண்டின் மீது சரசரவென வேகமாக ஏறிய ஓணான், நடுத்தூக்கில் நின்றது. முன்னங்கால்களையும், தலையையும் தூக்கி லென்ஸ் கண்களால், மரத்தின் உயரத்தை அளப்பது போல தலையை ஆட்டி பார்த்தது. ஓணானைப் பார்த்துக்கொண்டிருந்த கோவிந்து, அதன் அடுத்த அசைவின் போது, அந்த இடத்தை விட்டு தானும் நகர்ந்து விடுவது என முடிவு செய்தான். அடுத்து என்ன செய்வது என தெரியாத நிலையில் இப்படி கவனம் ஈர்க்கும் ஜடப்பொருளையோ, உயிர்ப்பொருளையோ வைத்து முடிவு செய்வது கோவிந்துக்கு வழக்கமாக இருந்து வருகிறது. ஆனால் வீட்டை விட்டுக் கிளம்பும்போது, அர்த்த ராத்திரியில் அப்படியெல்லாம் முடிவு செய்ய அவனுக்கு அவகாசம் இல்லாமல் போனது, அவனது துரதிருஷ்டம்தான். அப்படி ஏதேனும் நடந்திருந்தால் ஊரைவிட்டு கிளம்பாமல் கூட இருந்திருப்போமோ, என இப்பொழுது யோசித்தான். மறுபடியும் கேட்ட சரசரப்பு சத்தத்தில், ஓணான் இருந்த இடத்திலிருந்து நகர்ந்து, இடது பக்க மரக்கிளையில் கால்களை பதித்திருந்தது. கோவிந்து சுப்புவைப் பார்க்க கொல்லைப்புறம் வழியாக வீட்டை விட்டு கிளம்பி விட்டான்.

கோவிந்து ரயில்வே ஃபீடர் ரோடு வழியாகச் சென்றபொழுது, நகர் பரபரத்துக் கிடந்தது. அன்று மாலை எம்.ஜி.ஆர். தேரடித் திடலில் பேசுவதாக ஒலி பெருக்கி கட்டிய கார் ஒன்று அலறிக் கொண்டு போனது. கோவிந்துக்குக் கூட எம்.ஜி.ஆரை நேரில் பார்க்க நிறைய ஆசை.

கோவிந்து, ரயில் நிலையம் அடைந்தபோது, சுப்பு எப்பொழுதும் போல வந்திருக்கவில்லை. சுப்புவுக்கு, பாலக்காடு பாசஞ்சர் ரயில் வரும் நேரம் தான் கணக்கு. வந்த உடன் ஒரு சவாரியை சுறுசுறுப்பாக பிடித்து விடுவார். பெரியவர் நாட்றாயன், டீக்கடையிலிருந்து வந்து கொண்டிருந்தார். அவரும், சுப்புவைப் போலவே உருமால் கட்டி இருந்தார். ஜட்கா வண்டிக்காரர்கள் எல்லாமே, இப்படி உருமாக்கட்டுவதும், ஒல்லியாக திரேகத்தைப் பராமரிப்பதும், அடிக்கடி புகை விடுவதும் என ஒரே மாதிரியாக இருப்பதைப் பார்த்து கோவிந்து வியந்து போயிருக்கிறான். உடை

உடுத்துவதும் கிராப்பை முன் நெற்றியில் புரள விடுவதும் கூட அப்படித்தான். முழுக்கைச் சட்டையை, முழங்கைக்கு மேல் மடித்து விடுவதும், தாயத்து தொங்குவது தெரிகிற மாதிரி நெஞ்சு சட்டைப் பட்டன்களைத் திறந்து விட்டுக் கொள்வதும் இடுப்பில் தழையத் தழைய லுங்கி கட்டுவதும் ஒரே மாதிரி தான். ஜட்கா வண்டிக்காரர்களை வரிசையாக நிறுத்தினால் குறிப்பாக ஒருத்தனை அடையாளம் கண்டுபிடிப்பது சற்று சிரமம் தான்.

சுப்புவுடன் சேர்ந்து கோவிந்தும் முழங்கைக்கு மேல் சட்டையை மடித்துவிட்டிருந்தான். காலரை காற்றுக்காக தூக்கிவிட்டவன், அது வியர்வைப் பிசுபிசுப்புடன் இருப்பதை அறிந்து நெளிந்தான். எதைப்பற்றியும் யோசிக்காமல் தண்ணீர் தொட்டிக்குச் சென்றவன், இரும்பு வாளி நிறைய தண்ணீர் மொண்டு தலைக்கு ஊற்றிக் கொண்டான். நனைந்த சட்டை வேட்டியை களைந்து, ஓரமாய் வைத்தவன், பட்டாபட்டி டிராயருடன் மீண்டும் குளிக்க ஆரம்பித்தான். குளிர்ந்த நீர் வாளி வாளியாய் தலையில் விழ, உடம்பு சூடு தணிந்து மனது லேசாகிப் போனது.

சட்டையையும், வேட்டியையும் பிழிந்து, பழுதுபார்க்க கொடை சாய்ந்து நின்று இருந்த ஜட்கா வண்டியின் சக்கரங்களில் கோவிந்து காயப்போட்டான். ஈரமான தலைமுடியை கை விரல்களால் கோதி ஆற வைத்தவன், "ஆலமரத்திண்டில் அமர்ந்து, சுப்பு வரும் வழியை பார்த்திருந்தான். சுப்புவிடம், தன்னைப்பற்றிய உண்மைகளைச் சொல்லிவிட வேண்டும் என்ற எண்ணம் தள்ளிப் போயிருந்தது. அதற்கொன்றும் அவசரமில்லை என இப்பொழுது தோன்றியது. வேப்ப மரத்து வெப்பலில் நின்றபோது இருந்த சிந்தனை இடம் மாறி ஆலமரத்திண்டில் அமர்ந்தபோது மாறிவிட்டது. சுப்பு, உற்சாகமாக உள்ளே வந்து கொண்டிருந்தார். வேகம் குறையாமல் வந்த லட்சுமியை, ஸ்டேண்ட் அருகில் வந்ததும், சடக்கென கடிவாளத்தைப் போட்டு நிறுத்தினார்.

டிராயருடன் உட்கார்ந்திருந்த கோவிந்துவைப் பார்த்து சிரித்த சுப்பு, "அப்படியே மலைக் கோவில் அடிவாரத்துல உட்கார்ந்தின்னா, பெரிய சாமியாரா ஆக்கியிருவாங்க, பேரையும் டவுசர் சாமியார்னு மாத்தியிருவாங்க" எனக் கேலி செய்ததைப் பார்த்து, அங்கே வந்த பெரியவர் நாட்றாயனும் சிரித்தார். கோவிந்துவுக்கு வெட்கம் பிடுங்கித் தின்றது. ஓரளவு காய்ந்திருந்த சட்டையையும், வேட்டியையும் எடுத்து அவசரமாக உடுத்திக்கொண்டான்.

சுப்பு, "இன்னக்கி, வாத்தியாரு டவுனுக்கு வர்றாரு, சாயந்தரம் தேர்முட்டியில கூட்டம் நடக்குது" என நாட்றாயனிடம் கூறினார். நாட்றாயன் முகத்தில் பல்பு எரிந்தது. "இன்னக்கி சாயந்தரம் எல்லாரையும் சவாரியை நிறுத்தச் சொல்லு, வாத்யாரப் பாக்கப் போயிற வேண்டியதுதான்" என்ற நாட்றாயன், "நெஞ்சமுண்டு, நேர்மையுண்டு ஓடு ராஜா..." என்று ஜட்கா வண்டிக்காரனாய் எம்.ஜி.ஆர்.நடித்த பாடலைப் பாடிக்கொண்டே, அவரது ஜட்காவை நோக்கிப் போனார். அவருக்கு இளமை திரும்பியது போலிருந்தது. சுப்பு, "பெருசுக்கு எம்.ஜி.ஆர்னா உசுரு," என்றவர் பாசஞ்சர் ரயில் வருவதற்கு முன்னர், வண்டிக்காரர்களிடம் இந்த தகவலைச் சொல்ல அவசரமாகப் போனார்.

கோவிந்துக்கு, திருமணமான புதிதில் சசியுடன் சினிமாவுக்குப் போனது ஞாபகத்திற்கு வந்தது. அதுவும் எம்.ஜி.ஆர்.படம் தான். மாட்டுக்கார வேலன். இரண்டு எம்.ஜி.ஆர். என்று படத்தோடு கொஞ்ச தூரம் பயணம் செய்தவன். இருட்டில் நெருக்கமாக அமர்ந்திருந்த சசியை நினைத்துக் கொண்டான். சசி புதுப்பெண்ணாய் தலை நிறைய மல்லிகைப் பூவுடன், முகப்பவுடர் தந்த மெல்லிய வாசத்துடன் ஒட்டி உரச படம் பார்த்தது, இப்பொழுதும் கோவிந்துக்கு சசியின் அருகாமையை உணர்த்துவதாக இருந்தது. பாசஞ்சர் ரயிலின் கூவல் ஒலி கேட்டு, பரபரப்பான சுப்பு, கோவிந்து.. என அழைத்த சத்தம், கிணற்றுக்குள் இருந்து வருவது போலிருந்தது.

~38~

சுரங்கப்பாதை முடிந்து வலதுபக்கமாக, சென்ற படிகளில் மேலேறிய போது அகலமான ரயில்நிலைய நடைமேடை வாவென வரவேற்றது. நடைமேடையில் இரண்டு பக்கமும், தண்டவாளங்கள் அடுத்த ரயில் வரவுக்காக காத்திருந்தன. “பைக்குள்ள இருந்து போட்டாவ எடுங்க மாமு, மொதல்ல சாயா விக்கிறவங்க கிட்ட விசாரிக்கலாம்” என்றார், சுந்தரம் சுற்று முற்றும் பார்த்தார். சற்று தள்ளி ரயில்வே கேண்டீனும், ரயில்வே போலீஸ்டேசனும் இருந்தது. இரண்டிற்கும் இடையே, ஸ்டேசன் மாஸ்டர் அறை இருந்தது. அங்கும் இங்குமாக ஆட்கள் நின்று கொண்டிருந்தனர்.

பையிலிருந்து போட்டோவ எடுக்க சுந்தரம் யோசித்தார், “என்ன பாய் கூட்டத்தையே காணோம்” என்றார். “ரயில் வர்றப்ப தான் கூட்டம் வரும், அது நமக்கு எதுக்கு நேரா கேண்டீனுக்கு போய் அவங்கள விசாரிப்போம்” எனக் கூறிக்கொண்டே ரஹிம் போட்டோவை சுந்தரத்திடம் வாங்கிக் கொண்டார்.

கேண்டீன் முன் தொங்கிய மரப்பலகையில் “கேண்டீன் ஒப்பந்தக்காரரர் ஜோசப் சேவியர். எக்ஸ், சர்வீஸ் மேன்” என போர்டு தொங்கியது. கல்லா பெட்டியில உட்கார்ந்திருந்தவர் தலையை ஒட்ட வெட்டி பெரிய மீசை வைத்து, தான்தான் ஒப்பந்ததாரரர் என கரடுமுரடாக அறிவித்திருந்தார். குனிந்து கணக்கு பார்த்துக் கொண்டிருந்த அவருக்கு முன்பு இருந்த கண்ணாடி ஜாடிகளில் பன்னும், பொறையும் விற்பனைக்காக காத்திருந்தன. மூன்றுபேர் சாப்பிட்டுக் கொண்டிருந்தனர். சமையலறைக் கண்ணாடிக் கதவின் வழியாக, இரண்டுபேர் சாப்பாடு பொட்டலங்கள் கட்டிக் கொண்டிருந்தது தெரிந்தது.

ரஹீம், “டிப்பன் இருக்குங்களா” என ஜோசப் சேவியரிடம் இயல்பாக பேச்சை ஆரம்பித்தார். “இல்ல சாப்பாடு தான்” என்ற சேவியர் மீண்டும் கணக்கில் ஆழ்ந்தார். “சரி, இங்க சாயா விக்கிற ஆளுங்க யாருங்க?” எனக் கேட்ட ரஹிமிடம், “அந்தா அங்க சாப்பிட்டுகிட்டு இருக்கிறவனுக தான்” என சேவியர் சொன்னதும் ரஹீம்பாய் சுந்தரத்திடம் கண்சாடை செய்துவிட்டு சாயா விற்பவர்களின் அருகில் சென்று உட்காந்து கொண்டார். “அடுத்த ரயிலு எப்ப வரும்?” எனக் கேட்டார். “மத்தியானம்

பனிரெண்டரைமமணிக்கு கோயமுத்தூர் ரயிலு வரும்'' என்ற பச்சை சட்டைக்காரனிடம், ரஹீம் போட்டோவைக் காண்பித்து ''இவர பாத்த ஞாபகம் இருக்காப்பா'' என வினய பாவத்துடன் ரஹிம் கேட்டார். இடது கையால் போட்டோவை வாங்கி நெருக்கமாய் வைத்து பச்சை சட்டைக்காரன் பார்த்தான். மற்ற இருவரும் அவனுடன் சேர்ந்து பார்த்து விட்டு, உதட்டை பிதுக்கினர்.

இதைக் கவனித்த சேவியர், சுந்தரத்தை அருகில் அழைத்து விவரம் தெரிந்து கொண்டார். அவரும் போட்டோவைப் பார்த்தார். பிறகு ''ரயில்வே போலீஸ்கிட்ட வேணா நான் சொல்றேன், போய் பாக்கிறீங்களா'' எனக் கேட்டார். சுந்தரம் அவசரமாக மறுத்து விட்டார். ''இல்ல, நீங்க சொல்ற நாளுள, தண்டவாளத்துல ஒருத்தன் தலையை கொடுத்துட்டான், அவன் யாருனு அடையாளம் தெரியாம, போலீஸ் வெசாரிக்கிது'' என சேவியர் பேசிக் கொண்டிருக்கும் போதே சுந்தரத்துக்கு தலை சுற்றி வந்தது. ''குடிக்க கொஞ்சம் தண்ணி கொடுங்க'' என்ற சுந்தரத்தை அருகில் இருந்த சேரில் சேவியர் அமர வைத்தார். பச்சை சட்டைக்காரனிடம் தண்ணீர் கொண்டுவரச் சொன்னவர், ''இதுல பயப்பட என்ன இருக்கு வெசாரிக்கிறது நல்லது தான'' என கனிவோடு சொன்னார். சேவியர் பார்வைக்கும் நடவடிக்கைக்கும் சம்பந்தமில்லாமல் இருப்பதை ரஹீம் பார்த்துவிட்டு மிலிட்டிக்காரக எல்லாம் இப்படித்தான் வெளியில முரடாகவும் மனசுல ஈரமாகவும் இருப்பாங்க போல, என முணுமுணுத்துக் கொண்டார்.

''மாமு, நீங்க இங்கனயே ஒக்காந்திருங்க. நான் வெசாரிச்சிட்டுவர்றேன்'' என ரஹீம் சொன்னதும், சேவியர் பச்சை சட்டைக்காரனை உடன் அனுப்பிவைத்தார். சுந்தரத்திற்கு, தண்ணீர் குடித்த பிறகும் தாகமாக இருந்தது. ''ஆறு குதிர காளியாத்தா எம்புள்ள வாழ்க்கைய காப்பாத்து!'' எனக் கண்களை மூடிக் கொண்டார்.

நேத்ரா, பிள்ளையார் முன்பு கைகூப்பி நின்று இருந்தாள். மனது எதையும் வேண்ட மறுத்தது. கோவிந்து, தன்னை ஏற்றுக்கொள்வான் என நம்பியிருந்தவளுக்கு, நேரிடையாக பதில் தராமல், அவன் பசுபதியை நோக்கி கைகாட்டி விட்டுச் சென்றது ஏமாற்றமாக இருந்தது. பசுபதி கேட்டால் என்ன பதில் சொல்வது?

குருக்கள் எரியும் சூடத்தட்டுடன் உள்ளிருந்து வந்தார். தழலைத் தொட்டு கண்ணில் ஒற்றிக் கொண்டவளின் உள்ளங்கையில் விபூதி, குங்குமம் துகள்கள் விழுந்தது. நெற்றியில் இட்டுக் கொண்டு நேத்ரா திரும்புவதற்குள், பானுமதியும் விடிவெள்ளியும் எப்பொழுதும்போல, மாரிமுத்து வேளார் மண்டபப் படிகளில் உட்காந்திருந்தனர். அவர்கள் இருவருக்கும் இடையே இடம் பார்த்து நேத்ரா உட்கார்ந்தாள். மூவரின் முகத்திலும் வருத்தம் தேங்கியிருந்தது. கோவிலுக்கு வெளியே ஒரு குழந்தை வீறிட்டு அழும் சத்தம் கேட்டது. கூடவே குழந்தையின் பசியாற்றும் தாயின் குரலும் கேட்டது. சமாதானமாகிப் போன குழந்தையின் அழுகை மெல்ல அடங்கியதும், அங்கே நிசப்தம் சூழ்ந்தது போல் இருந்தது. அந்த அமைதி அவர்களுக்கு தேவையாக இருந்தது.

வீட்டுக்குப் போனால் பசுபதியின விசாரணை இருக்கும். இந்நேரம், ராசாத்தி நடந்ததை சொல்லியிருப்பாள். பசுபதி என்ன கேட்பாள், அதற்கு என்ன பதில் சொல்லுவது என்று சிந்திக்கும் மனோ நிலையில் நேத்ரா இல்லை, நடப்பது நடக்கட்டும் என கோவிலின் கோபுரத்தை ஒரு முறை நேத்ரா பார்த்துக் கொண்டாள். "என்னைபத்தி பசுபதியக்கா கிட்ட கேட்டுக்கங்க" என கோவிந்து சொன்ன விதம் கண்முன் வந்து போனது. அப்படி என்றால் அவனுக்கு தன்மீது விருப்பம் இல்லை என்று அர்த்தமா? அவனுக்கு விருப்பமில்லை என்று தெரிய வரும்போது பசுபதி மூலம் சமாதானம் செய்வதற்கு, தான் என்ன பசிக்கு அழும் குழந்தையா? என நேத்ரா தனக்குள் கேட்டுக்கொண்டாள்.

விடிவெள்ளி மூலமாக, ஓரளவு தெரிந்துகொண்ட பானுமதி கோவிந்தின் மனநிலையைப் புரிந்துகொண்டாள். அதனால் அவள் வேறு மாதிரியான சிந்தனைக்கு போயிருந்தாள். அதைப்பற்றி நேத்ராவிடம் பேசவும் முனைந்தாள். "ஏன் நேத்ரா, அந்த திருநெல்வேலி கஸ்டமரப் பத்தி என்ன நெனைக்கிற" எனக்

கேட்டதும், ஏன் என்பது போல நேத்ரா புருவம் உயர்த்தினாள். “இல்ல அந்த ஆளு கொஞ்சம் வயசானவன் தான் ஆனா உம்மேல ரொம்ப ஆசயா இருக்கான்” என பானுமதி சொன்னதும், நேத்ராவின் இதழில் இருந்து வேதனையுடன் புன்னகை வெளிப்பட்டது. விடிவெள்ளி, “நம்ம ஆசப் பட்டது எதுவும் நடக்கறதில்லை, நம்ம மேல யாருக்காவது ஆசை இருந்தா அதை ஏன் நம்ம தள்ளி வைக்கனும்” என இயல்புக்கு மாறாக பெரிய மனுஷியைப் போல பேசினாள்.

நேத்ராவின் கண்களில் நீர் தளும்பியது. “அக்கா நான் ஊரவிட்டு ஓடிவந்தது, சாகறதுக்காக இல்லை, வாழ்றதுக்காகத்தான், இந்த ஊருக்கு வந்த அன்னக்கி நைட்டே நான் சீரழிஞ்சிட்டேன். நான் அப்பவே செத்துப் போயிருக்க வேண்டியவ, இவ்வளவு நாள் இருக்கன்னா அது பசுபதியக்கானால தான். என்னன்னு தெரியல கொழந்தையாட்டம் அவன் மொகத்த பாத்ததும் எனக்கு பிடிச்சுபோச்சு. அது எந்நேரமும் எம்மனசப் போட்டு ஆட்டுது. நான் யாரையும் பார்த்து இப்படி ஆனதில்ல. கோவிந்துக்கு விருப்பம் இருந்தா என்னக் கட்டிக்கிறட்டும், இல்ல எந்தலைவிதிப்படி நடக்கட்டும். எம்புருசங்கிட்ட நான் பட்ட கஷ்டம் போதும், திருநெல்வேலிக்காரன் ஒரு கஸ்டமரு. நேத்து நான் இல்ல, உங்ககிட்ட வந்துட்டு போயிட்டான். அவனப்பத்தி பேச என்ன இருக்கு” என நிதானமாக பேசிய நேத்ராவை இருவரும் மனம் கலங்க பார்த்தனர்.

பானுமதி, “மனச மட்டும் விட்றாத நேத்ரா” என அவள் கைகளை பிடித்துக் கொண்ட போது “ஆகட்டும்கா எனக்கும் மனசுல உள்ளத வெளியில சொல்ல ஒங்கள விட்டா வேறு யாரு இருக்கா” என்றவாறே நேத்ரா எழுந்துகொண்டாள். விடிவெள்ளி, கோவிலை விட்டு வெளியே வரும்போது, நேத்ராவுக்காக மீண்டும் ஒருமுறை வேண்டிக்கொண்டாள்.

கோவிலுக்கு வெளியே தரையில் காய்கறிக்கடை போட்டிருந்தவளின் மடியில் குழந்தை சிரித்துக் கொண்டிருந்தது. நேத்ராவுக்கு அந்தக் குழந்தையை எடுத்துக் கொஞ்ச வேண்டும் போலிருந்தது. யதேச்சையாக தலைநிமிர்ந்த காய்கறிக்காரி நேத்ராவைப் புரிந்து கொண்டவள் போல சிநேகமாக சிரித்தாள். நேத்ராவின் இறுகிப் போயிருந்த மனது இலகுவாகிக் கொண்டு இருந்தது. அது எதற்கும் தயாராக இருந்தது.

அன்றைக்கும் போலவே, ஊர்கோவிலுக்கு ஒரு சவாரி கிடைத்தது. மதியம் பனிரெண்டு மணிக்குள் நடை சாத்தி விடுவார்கள் என்பதால், வண்டியிலிருந்த வயதான பயணி "கொஞ்சம் புண்ணியமாகப் போகட்டும்பா, வெரசா வண்டிய ஓட்டு" என சுப்புவிடம் கோரிக்கை வைத்தார். "அதுக்கென்ன பெரியவரே நடை சாத்துறதுக்குள்ள போயிரலாம்" என்றவாறே லட்சுமி ஜட்காவைத் தாங்கும் பக்கவாட்டுக் கட்டையை, சாட்டைக் குச்சியால் அடித்து ஹெய்.... ஹெய்....என சுப்பு வேகப்படுத்தினார். லட்சுமி அதற்கு சம்மதப்பட்டு தலையை ஆட்டியவாறே பாய்ச்சல் எடுத்தது.

கடிவாளத்தை சுண்டியவாறே, வலது காலை மடக்கியும், இடது காலை நீட்டி பக்கவாட்டுக் கட்டையில் அண்டக் கொடுத்தும், புட்டத்தை சற்றுத் தூக்கியவாறு சுப்பு ஜட்காவை ஓட்டிய நிலையை கோவிந்து, அங்குலம் அங்குலமாக பார்த்தவாறு இருந்தான். தன்னால் அரைநொடி கூட அப்படி இருக்க முடியாது என நினைத்த கோவிந்து, ஜட்கா ஓட்டுவது ஒன்றும் அவ்வளவு எளிதல்ல என தனக்குள் சொல்லிக்கொண்டான். கோவிந்தின் மனதில் நாளுக்கு நாள் சுப்பு கதாநாயகனாக உயர்ந்து கொண்டிருந்தார்

ஜட்கா, ஊர் கோவிலை அடைந்தபோது உச்சிக்கால பூஜை இன்னும் ஆரம்பிக்கவில்லை. "நல்லாயிருப்பா" என ஆசிர்வதித்த பெரியவர், வண்டிச்சத்தத்தை கொடுத்துவிட்டு, கோவிலுக்குள் நடந்தார். அவரது கால் பாதங்கள் சூடு பொறுக்க முடியாமல் ஓட்டமும் நடையுமாக கோவிலுக்கு சென்றது, அவருக்கு பின்புறம் ஒரு தவளையைபோல வெயில் தத்தி தத்தி சென்றது. ஊரின் மேற்கு கோடியில் கோவில் அமைந்திருந்தது. ஊர் கோவிலுக்கு சவாரி கிடைத்தால் ஒரு அரை மணி நேரமாவது லட்சுமிக்கு ரெஸ்ட் கொடுக்க வேண்டும் என்பது நியதி. வாகை மரத்தடி நிழலில் ஜட்காவை ஓரங்கட்டும் போது ருக்குமணி இவர்களை வரவேற்றாள். சுப்பு பச்சைப் புல்லை அள்ளி லட்சுமி முன் போட்டுவிட்டு, இரண்டு கைகளையும் தட்டியவாறு, "ரெண்டு கம்மங் கூழ்" என்றார்.

ருக்குமணி கோவிந்துவை "நல்லா இருக்கியாப்பா" என வாஞ்சையுடன் குசலம் விசாரித்தாள், இவன் தலையாட்டிக் கொண்டான். மண் கலயத்தில் கம்மங் கூழும், அலுமினியத் தட்டில்

மோர் மிளகாயும் வந்தது. இருவரும் குடித்து முடிக்கும் வரை பொறுமை காத்த ருக்குமணி "ஏங்கண்ணு, அம்மா பேர ஈஸ்வரின்னு சொன்ன, அவங்க எப்படி இருப்பாங்கன்னு சொல்ல மாட்டீங்கிற, ஏதாவது அடையாளம் இருந்தா சொல்லப்பா" என ஞாபகமாக கேட்டாள். பாசத்துடன் கேட்கும் அவளை கோவிந்துவால் நிராகரிக்க முடியவில்லை, சற்று யோசித்த கோவிந்து "ஒங்கள மாதிரிதான் இருப்பாங்க, ஆனா கலர் சேலய முன்கொசுவம் வச்சு கட்டியிருப்பாங்க" என சொன்னதும் "இது போதும்பா நான் வெசாரிச்சிக்கிறேன் இன்னும் ஒரு வாரத்துல தகவல் வந்துரும்" என நம்பிக்கையுடன் ருக்குமணி சொன்னாள்.

தான் மறந்துவிட்ட அம்மாவை, உடன் இருக்கும் சுப்பு கூட கேட்க மறுக்கிறார், இந்த அக்காளுக்கு மட்டும் ஏன் இவ்வளவு அக்கறை, என யோசித்தவாறே ஜட்காவுக்கு கோவிந்து வந்தான். கடைசியாக ஒருமுறை சுண்டிய பீடியை கீழே போட்டு நசுக்கிய சுப்பு, "என்ன ஒங்கம்மாவப் பத்தி அந்தக்கா மறுபடியும் வெசாரிச்சுதா?" எனக் கேட்டார். கோவிந்து மௌனமாக நின்றான், "இந்த அக்கா கதையும் ஏறக்குறைய ஒங்கம்மா கத தான், கேட்டா நீ ரொம்ப வருத்தபடுவ" என பீடியை போட்ட சுப்பு, புல்லை குனிந்து சுவைத்துக் கொண்டிருந்த லட்சுமி முன்பு குத்துக் காலிட்டு அமர்ந்தார். கம்மங்கூழ் விற்பனையிலிருந்த ருக்குமணியை ஒரு தரம் பார்த்துக் கொண்டார்.

கோவிந்து ஆர்வமேலீட்டில், சுப்புக்கு எதிரில் சம்மணமிட்டான். சுப்பு உடனே ஆரம்பித்துவிடவில்லை. லட்சுமியின் முகத்தை கொஞ்ச நேரம் வருடிக் கொண்டிருந்தார். கோவிந்து, கெட்டியான தண்டு உள்ள பச்சை புல்லை பொறுக்கி, கடித்துப் பார்த்தான். அது மணத்துடன் இனித்தது. பேசுவது எங்கே ருக்குமணிக்கு கேட்டு விடுமோ என்ற எச்சரிக்கையுடன் குரலைத் தாழ்த்திய சுப்பு, "அந்தக்காவுக்கு, இங்கிருந்து தெற்கே பத்து மைலு தொலைவுல கரட்டுக்கு பக்கமா தோட்டம் இருந்தது. கல்யாணமாகி, ஒரு பொண்ணும் பையனும் பொறந்த பிறகு சீக்குல புருசங்காரன் செத்துப் போயிட்டான். இந்தக்கா மாமனாரு தயவுல பத்து உருப்படி வெள்ளாட வச்சு பொழப்புத்தனம் பண்ணிக்கிட்டு இருந்துச்சு, இங்க இருந்த ஒரு கறிக்கடை வேபாரி, அடிக்கொரு தரம் ஆடு பிடிக்க அந்தக்காகிட்ட போயிருக்கான். அப்ப எப்படியோ ரெண்டு பேருக்கும் பழக்கமா போச்சு. வேபாரிய நம்பி, புள்ளைக ரெண்டையும் கூட்டிக்கிட்டு அந்தக்க இங்க ஓடி வந்துருச்சு. வேபாரியும் நல்லவிதமா சொக்கனாதன் சந்துல ஒரு வீடு புடிச்சி குடித்தனம் வச்சான்.

கொஞ்ச நாள் போன பெறகுதான் வேபாரியோட பூலவாக்கு அந்தக்காவுக்கு தெரிய வந்திருக்கு. ஏற்கனவே கல்யாணமாகி அவனுக்கு பொண்டாட்டி, புள்ளைங்க இருக்கு, இது இல்லாம இப்படி ஏமாந்த பொம்பளைங்கள அங்கங்க சேத்து வச்சிருக்கான். அந்தக்காவுக்கு ரொம்ப அவமானமா போச்சு, அவன் மேல நம்பிக்கையும் சுத்தமா போயிருச்சு. இருந்தாலும் இவ்வளவு பெரிய ஊர்ல என்ன பண்ணுறது. பேரு கெட்டுப் போனதுனால இனி சாதிசனத்துக்கிட்டயும் போக முடியாதுன்னு பொறுமையா அவனோட பொழப்புத்தனம் பண்ணுனா. இதுக்கு இடையில, அந்த அக்காவோட பொண்ணு மளமளன்னு வளந்து வயசுக்கு வந்துட்டா.

வேபாரி அந்தப் பொண்ணுகிட்ட தகப்பன் மாதிரி நடக்கல்ல. அப்பப்ப அவள சீண்டிக்கிட்டே இருந்தான். அந்தக்காவும் சொல்லி பாத்துச்சு அவன் கேட்டபாடில்ல. ஒருநா ராத்திரி வேபாரி வீட்டுக்குள்ள போனப்ப, அந்தக்கா கொல்லைப் பக்கம் போயிருந்துருக்கா. தூங்கிட்டு இருந்த அந்த பொண்ணு மேல அவன் தாறுமாறா கைய வச்சிருக்கான். அந்தப் பொண்ணு போட்ட சத்தத்துல ஓடி வந்த அந்தக்கா பத்திரகாளியாகிட்டா, எரவாணத்தில் சொருகி வைத்திருந்த அருவாளை எடுத்து ஒரே போடா போட்டா வெட்டு கழுத்துக்கு பக்கத்துல தோள்பட்டையில விழுந்ததுனால வேபாரி உசுரு பொழைச்சிக்கிட்டான்.

அதுக்கப்புறம் போலீஸ் வெசாரணையில, வேபாரி புகார் எதுவும் கொடுக்கல உசுரு பொழச்சதே போதும்னு அத்தோட போயிட்டான். அந்தக்காவும் கஷ்டப்பட்டு நாலுகாசு சேத்துவச்சு, பொண்ண நல்ல எடமா பாத்து கட்டிக் கொடுத்துருச்சு. பையன படிக்க வச்சு லேத்து பட்டறையில வேலக்கி விட்டுருக்கா; ஒரு காலத்துல ஓடுகாலினு ஏசுன சாதி சனமெல்லாம் இப்ப ருக்குமணியக்காங்கறதுக்கு மறு வார்த்தை இல்ல" என சுப்பு சொல்லி முடித்த பொழுது லட்சுமியும் புல்லைத் தின்று முடித்திருந்தது.

அம்மாவைவிட உயர்ந்து நிற்கும் ருக்குமணியக்காளை கோவிந்து ஏக்கத்துடன் பார்த்தான். தன்னையும் அக்காவையும் அம்மா ஏன் அழைத்துச் செல்லவில்லை. அனாதையாக விட்டுச் செல்ல அவளுக்கு எப்படி மனம் வந்தது. எனத் தீவிரமாக யோசித்தான். "என்னையும் ஒங்கம்மா மாதிரி ஓடுகாலின்னு நெனச்சீங்களா" என சசி சீற்றத்துடன் கேட்டது கோவிந்தின் ஞாபகத்திற்கு வந்தது. தலை உஷ்ணத்தால் வியர்த்தது.

~41~

சசியின் காதுக்குள் யார் யாரோ பேசுவது போல அடிக்கடி தோன்றியது. அது அவளுக்குப் பயமாகவும், புது அனுபவமாகவும் இருந்தது. அறையை விட்டு வெளியே, அதுவும் திண்ணையில் உட்கார்ந்து கொண்டால் கொஞ்சம் பாதுகாப்பாக உணர்ந்தாள். அவளது பெரியம்மா ஒருத்தி இருந்தாள். அவள் பெயர் ரங்கம்மாள். ஆணும் பெண்ணுமாய் ஆறு குழந்தைகளைப் பிரசவித்திருந்தாள். ஏழாவது குழந்தை பிறந்த பிறகு கொஞ்ச நாள் யாருடனும் பேசாமல் அமைதியாக இருந்தாள். யாரவது ஏதாவது கேட்டாள் இயல்புக்கு மாறாக சத்தமாகச் சிரித்தாள். செத்துப்போன மாமியாரும் வெளியூரில் வசிக்கும் நாத்தனாரும், எப்பவோ பாடம் சொல்லிக் கொடுத்த வாத்தியாரும் அடிக்கடி காதுக்குள்ள வந்து பேசுவதாக ரங்கு பெரியம்மா, பெரியப்பாவிடம் சொல்லி இருக்கிறாள். அவர் கருப்பணசாமி கோவில் பூசாரியிடம் அழைத்துச் சென்றார். பூசாரி மந்திரிப்பதற்கு முன்பு என்ன செய்யுது என இவளைப் பலமுறை கேட்டார். இவ பதில் எதுவும் சொல்லவில்லை. காதுக்குள்ள பேசிக்கிட்டே இருக்காங்க என பெரியப்பா சொன்னார். வேப்பிலையால் அவள் காதிலேயே நாலு தடவை சாத்திய பூசாரி "இது காத்துக் கருப்பு வேல தான்" என மந்திரித்து நெற்றியில் விபூதி வைத்து அனுப்பி விட்டார். பெரியப்பாவைப் பொறுத்தவரை வைத்தியம் முடிந்து விட்டது.

அன்று இரவே பெரியம்மாவின் காதுக்குள் அவர்கள் மீண்டும் வந்து உட்காந்து பேச்சுக் கொடுத்தார்கள். பதிலுக்கு எவ்வளவு நேரம்தான் பேசாமல் இருப்பது, இவளும் பேச ஆரம்பித்து விட்டாள். ஒரு பின் மதிய நேரம், பெரியப்பா வீட்டிற்குள் வந்தார். பிள்ளைகள் பள்ளிக்கூடம் போயிருந்தன. முன்னறையில் தொங்கிய தூளியில் குழந்தை தூங்கிக் கொண்டிருந்தது. ரங்கு பெரியம்மா உள்ளே யாருடனோ பேசிக் கொண்டிருந்தார். பெரியப்பா இரண்டு முறை குடிக்க தண்ணீர் கேட்டார். ரங்கு பெரியம்மா பேச்சு தொடர்ந்து கொண்டிருந்ததே தவிர, பெரியப்பாவுக்கு தண்ணீர் வந்தபாடில்லை. கோபத்துடன் உள்ளே சென்றவருக்கு அதிர்ச்சியாக இருந்தது. அங்கே ரங்கு பெரியம்மாவைத் தவிர யாருமில்லை.

பெரியம்மா ஊறவைத்த உளுந்து பருப்பை இட்லிக்கு ஆட்ட களைந்து கொண்டிருந்தாள். அகண்ட பிருஷ்டத்துடன் முக்காலியில் அமர்ந்து தலை குனிந்தவாறு பேசிக் கொண்டிருந்தாள். “ஒரு ரவா லட்டு ஒன்னு இவ்வளவு பெரிசு” என ஈரக்கையை விரித்து பெரிதாக காட்டியவள், “மொத்தம் அம்பது அறுபது லட்டு இருக்கும், பெரிய பித்தளை தூக்குவாளி நிறைய போட்டு, மூடறதுக்குள்ள பெரியபாடா போச்சு. இவரு வேற என்னைய சத்தம் போடுறாரு, வேகாத வெயிலு பஸ்டாண்டு போயி மருதைக்கு பஸ் ஏறிட்டோம். தூக்குவாளிய காலுக்கடியில வச்சிட்டு ஒக்காந்தோம். பஸ் வேகமா போயிட்டு இருந்துச்சு, மாடு குறுக்க வந்திருச்சுனு டைவரு பிரேக்க போட்டாம் பாரு தூக்குவாளி எகிறிக்கிட்டு முன்னால போயிருச்சு. பஸ் பூரா லட்டு உருளுது, ஒரு லட்டு டைவரு காலுக்கடியில போயிருச்சு. பஸ்சுல எல்லாரும் சிரிக்கிறாங்க, இவரு என்னடான்னா பல்லக் கடிச்சிகிட்டு என்னைய பாத்து மொறைக்கிறாரு” என்றவள் களுக்...களுக்...என சிரித்துக்கொண்டே இருந்திருக்கிறாள்.

பெரியப்பாவுக்கு அழுகை வந்து விட்டது. “ரங்கு..” என அன்பொழுக அழைத்தவரைப் பார்த்ததும் பெரியம்மா சிரிப்பை நிறுத்திக் கொண்டு, குடிக்க தண்ணீர் குடித்திருக்கிறாள். பெரியப்பா இருந்தவரை பெரியம்மாளை நன்கு பார்த்துக் கொண்டார். அவர் இறந்த சில மாதங்களில் ரங்கு பெரியம்மா வீட்டை விட்டு வெளியேறி விட்டாள். அவள் எங்கு இருக்கிறாள் என்ற தகவல் பிறகு கிடைக்கவே இல்லை. அத்தனை குழந்தைகளை பெற்றும் அவளைத் தேடுவதற்கு ஆளில்லாமல் போனது, அவள் வாழ்ந்த வாழ்க்கைக்கு அர்த்தம் அற்றுப் போனது.

இளம் வயதில் வீட்டை விட்டு போனால் அவளை ஓடுகாலி என்பதும், வயதான காலத்தில் வீட்டை விட்டு போனால் அவளை வெளியேறியவள் என்பதும் தொன்று தொட்டு இந்த ஜனங்களுக்கு வாடிக்கையாக இருந்து வருகிறது. ஆனால் அவள் ஏன் போனாள் என்பது குறித்தான அக்கறையோ அவசியமோ எவருக்கும் இருந்ததாகத் தெரியவில்லை.

ரங்கு பெரியம்மாவை இப்பொழுது ஏன் நினைத்துக் கொண்டோம், என சசி சங்கடமாய் உணர்ந்தாள். மளிகைக் கடைக்குச் சாமான் வாங்கப் போன அம்மா இன்னும் வீடு திரும்பவில்லை. “இவளே நிறைய பேசுவாள், யாராவது வாயக்கிண்டுனா வண்டி வண்டியா பேசுவாள்” என அம்மாவை

நினைத்து அலுத்துக் கொண்டவள், “ஊரு பூரா எம் பொழப்பு நாறுறதுக்குள்ள, போன மனுசன் திரும்ப வந்துரனும்” என நெஞ்சில் தொங்கிய தாலியைப் பிடித்துக்கொண்டாள்.

வாசற்கதவு மூடியிருந்தது, உடை கற்களை செம்மன் சாந்து கலக்கி அடுக்கியிருந்த சுற்றுச் சுவரை தாண்டிக் குதித்த வெயில் திண்ணைவரை எட்டி பார்த்தது. சசி திண்ணையில் அப்படியே சாய்ந்து பக்கவாட்டில் கை நீட்டி படுத்துக்கொண்டாள். தூக்கம் வருவது போலிருந்தது. அப்போது பழக்கப்பட்ட குரல் சசி என பெயரைச் சொல்லி அழைத்தது. அது கோவிந்துவின் குரல்தான் எனத் தெரிந்ததும் தூக்கிவாரிப் போட்டது போல எழுந்தாள். அங்கே கோவிந்து இல்லை, அம்மா கோமதிதான் வாசல் நடையை சாத்திவிட்டு உள்ளே வந்து கொண்டிருந்தாள்.

~42~

கோயமுத்தூர் பாசஞ்சர் ரயில் வரும் நேரம் நெருங்கியதும் கேண்டீன் பரப்பரப்பானது. கட்டிய சோற்று பொட்டலங்களை, கேண்டீன் முன் டேபிளில் வைத்து ஒருவன் விற்பனைக்கு தயாரானான். இரண்டுபேர், பொட்டலங்களை, தட்டில் அடுக்கி தலையில் வைத்துக் கொண்டனர். இன்னும் இரண்டுபேர், டீ கேன்களை கையில் ஏந்தி நின்றனர். ரயில் தட தடவென நுழைந்து நின்றதும், ஸ்டேசன் கல்யாண வீடு போல் மாறிவிட்டது. தக்காளி சாதம்... தயிர் சாதம்.. சாய் சாய் என அவ்வளவு இரைச்சலுக்கு மத்தியில் இவர்களின் குரல் தூக்கலாகக் கேட்டது. ரயிலில் பிரயாணிகள் ஏறியும் இறங்கியும் இடம் பிடித்தும், பரபரப்பாக இயங்கிக்கொண்டு இருந்தனர்.

ரஹீமுடன் போன பச்சை சட்டைக்காரன் அப்போதே வந்து விட்டான். கல்லா அருகில் நின்று, கடைக்குள் வந்தவர்களை சேவியருடன் சேர்ந்து கவனித்துக் கொண்டிருந்தான். ரஹீம்தான் இன்னும் வந்தபாடில்லை. என்ன சேதியைக் கொண்டு வரப் போகிறானோ என்ற பதட்டத்தில் சுந்தரம் கேண்டீனை விட்டு வெளியே வந்து நின்று கொண்டார். வண்டி வந்த பத்து நிமிடங்களுக்குள் கிளம்ப முஸ்தீபுகள் காட்டியது. இரண்டு முறை கூவல் சத்தத்தை காது கிழிய எழுப்பியதும் பதிலுக்கு ஸ்டேசன் மாஸ்டர் நீளமாக ஒருமுறை விசில் அடித்தார். ராட்சத மலைப் பாம்பைப் போல ரயில் நிலையத்தை விட்டு மேற்குப் பக்கமாக ஊர்ந்தது.

ரயில் போன அடுத்த நிமிடம் ஸ்டேசன் காலியான கல்யாண மண்டபம் போல வெறிச்சோடி இருந்தது. கேண்டீனுக்குள் சேவியர் வரவான காசை கணக்கு பார்த்துக் கொண்டிருந்தார். மீண்டும் கேண்டீனுக்குள் போக சுந்தரத்துக்கு தயக்கமாக இருந்தது. முன்புறம் இருந்த சிமெண்ட் பெஞ்சில் உட்கார்ந்து கொண்டார். ஸ்டேசன் மாஸ்டர் காலி டிபன் காரியருடன் சுந்தரத்தைக் கடந்து போனார். பார்ப்பதற்கு நடிகர் எஸ்.வி.ரங்காராவைப் போல வளர்த்தியாகவும் ஆகிருதியாகவும் இருந்தார். பிளாட்பார டிக்கெட் கேட்பாரோ... என மேல்பாக்கெட்டில் சுந்தரம் கையை விட்டார். ஆனால் அவர் டிக்கெட் கேட்கவில்லை. மாறாக அடுத்த ரயில் நான்கு மணிக்கு தான் வரும் என சொல்லிக்கொண்டே போய் விட்டார்.

கேண்டீன்கார சேவியரும் கிளம்பி விட்டார். சுந்தரத்தை பார்த்தவர், "கூட வந்த பாய் இன்னும் வரல" என கேட்டுக் கொண்டிருக்கும் போதே, ரயில்வே போலீசுடன் ரஹீம் அங்கு வந்து விட்டார். போலீசைப் பார்த்ததும் சுந்தரம் வெலவெலத்துப் போனார். "ஒண்ணும்

பயப்படாதீங்க மாமு, அது நம்ம மாப்பிள்ள இல்ல, யாரோ ஒரு வயசான ஆளு" என ரஹீம் சொன்னதும், சுந்தரத்துக்கு போன உயிர் திரும்பி வந்த மாதிரி இருந்தது. போலீஸ்காரர் தொப்பியை எடுத்து விட்டு அசடு வழிய சிரித்தார். புரிந்துகொண்ட சுந்தரம் பத்து ரூபாய்த் தாளை கொடுத்தனுப்பினார்.

சேவியர் "கீழ ரெட்டைமலை அண்ணங்கிட்ட விசாரிச்சீங்களா" என ரஹீமிடம் கேட்டார். ரஹீம், இல்லை என்றதும், "டிக்கெட் கௌண்ட்டருக்கு எதிர்த்தாப்புல பாசஞ்சர் தங்கற பெரிய ஹால் இருக்கு, அங்கதான் ரெட்டைமலை அண்ணனோட பீடா ஸ்டால் இருக்கு. உள்ளூர்காரர்தான், எதுக்கும் அவர விசாரிச்சிட்டும் போங்க" என்றவாறே சேவியர் சுவற்றில் சாத்தி வைத்திருந்த சைக்கிளைத் தள்ளிக்கொண்டு நடந்து போனார்.

காலையிலிருந்து சாப்பிடாமல் களைத்துப் போயிருந்த ரஹீமின் முகத்தில் வெளிச்சம் வந்தது. "மாமு படியில எறங்குங்க, நாம போகறதுக்குள்ள அவரு கடைய சாத்திட்டு போயிறப் போறாரு" என சுந்தரத்தை அவசரப்படுத்தினார். சுரங்கப் பாதைக்கு மேல்புறம் அவ்வளவு பெரிய பாசஞ்சர் ஹால் இருப்பதை எப்படி கவனிக்காமல் உள்ளே போனோம் என இருவரும் ஆச்சரியப்பட்டுக் கொண்டனர். வரிசையாக இருந்த சிமெண்ட் பெஞ்சுகளை, ஒன்றிரண்டு பயணிகள் தவிர பிச்சைக்காரர்களும், சாமியார்களும் ஆக்கிரமித்திருந்தனர். வலது பக்க மூலையில் இருந்த கழிவறையிலிருந்து வந்த சிறுநீர் நாற்றம் ஹால் முழுக்க வியாபித்திருந்தது. தலைக்கு துணிமூட்டையை அண்டக் கொடுத்து ஒரு சாமியார் விட்ட புகையில் கஞ்சா நெடி கலந்திருந்தது. ஹாலின் இடது பக்கம் சிறிய அளவிலான பெட்டிக்கடை முன்புறமாக துருத்திக் கொண்டிருந்தது. அதற்கு மேல் ரெட்டை மலை பீடா ஸ்டால் என எழுதப்பட்ட போர்டு துருப்பிடித்து தொங்கியது.

பக்கத்தில் போன பிறகு தான் உள்ளே ஆள் இருப்பதே தெரிந்தது. ரெட்டைமலை குள்ளமாக அகத்தியர் போல நீள தாடி வைத்திருந்தார். பச்சை கலர் கண்ணாடிக் காகிதத்தில் சுருட்டி இருபக்கமும் முடிச்சுப் போட்டிருந்த பாரீஸ் சாக்லெட், ரஹீமைப் பார்த்து கண் சிமிட்டியது. ரஹீம் ரெண்டு சாக்லெட்டு கொடுங்க சாமி" எனக் கேட்டதும், ரெட்டைமலை ஜாடியை எடுத்து மூடியை வேகமாக திருகினார். சுந்தரம் ரஹீமுக்கு பின்னால் நின்று, குழிக்குள் பார்ப்பது போல ரெட்டைமலையைப் பார்த்தார். ரெட்டைமலை என்றால் பெரிய ஆளாக கற்பனை செய்திருந்த சுந்தரத்திற்கு, அவரை நேரில் பார்க்க பொசுக்கென்று இருந்தது.

~43~

பசுபதி குடியிருக்கும் வீடு, வெகு தூரத்தில் இருக்கும் செட்டிநாட்டைச் சேர்ந்த ஒருவருக்கு சொந்தமானது. இது பசுபதியைத் தவிர ஊருக்குள் வேறு யாருக்கும் தெரியாது. ஒரு வேளை கொல்லையிலிருக்கும் வேப்ப மரத்திற்கு தெரிய வாய்ப்புள்ளது. அவர் பெயர் நாகப்பன். அவர் பெயரைச் சொன்னால் இப்பொழுது இருப்பவர்கள் யாருக்கும் தெரியாது. ஆனால் முப்பது வருடங்களுக்கு முன்பு, நாகப்பன் நடத்திய அலமேலு பேங்கர்ஸ் என்ற நகை அடமானக் கடை நகரில் பிரபலமானது. அலமேலு அவரது மனைவியின் பெயர். அவளை செட்டிநாட்டில் இரண்டு பிள்ளைகளுடன் விட்டு விட்டு நாகப்பன் இங்கு வந்து தொழில் தொடங்கினார். பசுபதி இருக்கும் இந்த வீட்டில்தான் அலமேலு பேங்கர்ஸ் என்ற போர்டு மாட்டியிருந்தது.

நரை விழ ஆரம்பித்திருந்த நாற்பது வயதிலும் நாகப்பன் நல்ல முறுக்கோடு இருந்தார். நான்கைந்து மாதங்களுக்கு ஒருமுறை நாகப்பன் சொந்த ஊர் போய் மனைவி மக்களை பார்த்துவிட்டு திரும்புவார். சுப்பையா என்பவர் பக்கத்தில் பித்தளைப் பாத்திரம் தயாரிக்கும் பட்டறை போட்டிருந்தார். அவருக்கு கல்யாணம் ஆகியிருக்கவில்லை. இருவர் கையிலும் பணப்புழக்கம் ஜாஸ்தி. இரவு நேரங்களில் ஜமா சேர்த்துக் கொண்டு சீட்டு விளையாடியவர்கள், கொஞ்சம் பெண்களையும் தேட ஆரம்பித்தனர். சனிக்கிழமை மதியத்திற்கு மேல் பாலாக்காட்டுக்குப் போனால், அடுத்த நாள் பின்னிரவில் ராமேஸ்வரம் ரயில் பிடித்து ஊர் வந்து சேர்ந்து விடுவார்கள். திங்கட்கிழமை காலை, குளித்து முடித்து நெற்றி நிறைய விபூதி பட்டையுடன் தொழிலுக்குள் இறங்கிவிடுவார்கள்.

திட்டமிட்ட சங்கதிகளுடன், நாகப்பனுக்கும், சுப்பையாக்கும் பொழுதுகள் கொண்டாட்டமாகப் போய்க் கொண்டிருந்தன, ஒருமுறை பாலாக்காட்டிலிருந்து பொள்ளாச்சி வந்து, ராமேஸ்வரம் ரயிலை அவசரமாகப் பிடித்தனர். கம்பார்ட்மெண்டில் யாரும் இல்லை. சிறிது நேரங்கழித்து, கழிவறை சென்ற சுப்பையா போன வேகத்தில் திரும்பி வந்தார். சத்தமில்லாமல் சைகை செய்து நாகப்பனை அழைத்துக்கொண்டு கழிவறை நோக்கிச் சென்றார்.

கழிவறைக்கு அருகே ஜன்னலோரம் அவள் நின்றிருந்தாள். பின்புறமாக அவளைப் பார்த்த நாகப்பன் திகைத்துப் போனார். இடுப்புக்கு கீழே அடர்த்தியாக தொங்கிய கூந்தலும் புடவைக்கும், போட்டிருந்த ஜம்பருக்கும் இடையே எலுமிச்சை நிறத்தில் தோலின் மினுமினுப்பும், அவள் முகத்தை பார்க்கும் ஆவலைத் தூண்டின. நாகப்பன், சுப்பையாவை பார்த்தார், "ஏ...பொண்ணு தனியாவா வந்த?" என சுப்பையா அதட்டலாக கேட்டதும், அவள் திரும்பினாள். நெற்றியின் நடுவே அகலமான குங்குமப் பொட்டும் அந்த பெரிய கண்களும், ரயிலின் மங்கிய மஞ்சள் வெளிச்சத்தில் அவளை காட்டுத் தேவதையாக காட்டியது.

அவளது கீழுதடு கிழிந்து ரத்தம் உறைந்திருந்தது, இரு பக்க கன்னங்களும் விரல் பதிந்து சிவப்பேறியிருந்தது. அவள், நீளமான கை விரல்களால் முகம் பொதித்து அழுததைப் பார்த்ததும் நாகப்பன் மனம் பதறினார். அவள் யாரிடமிருந்தோ தப்பித்து உயிர் பிழைத்து ஓடி வந்தவள் போலத் தோன்றினாள். அப்பொழுது அங்கு வந்த டிக்கெட் பரிசோதகரிடம், அபராதத்துடன் அவளுக்கு டிக்கெட் வாங்கிய நாகப்பன், உள்ளே இருக்கைக்கு அழைத்து சென்று அமர வைத்தார். அவள் இன்னும் அழுது கொண்டிருந்தாள். நாகப்பன் சிறிது நேரம் கழித்து அவளது பெயரைக் கேட்டார். அவள், "பசுபதி" என நடுங்கும் குரலில் சொன்னாள். அதற்குப் பிறகு அவளைப் பற்றி ஒரு விவரமும் தெரிந்து கொள்ள நாகப்பன் விரும்பவில்லை.

நாகப்பன் தன் வீட்டோடு பசுபதியை வைத்துக்கொண்டார். சுப்பையாவுடன், பசுபதியை பங்குப் போட்டுக்கொள்ள விரும்பவில்லை. சுப்பையாக்கு இது பிடிக்கவில்லை. இருவருக்கும் இடையிலான நட்பு அதிக நாள் நீடிக்கவில்லை. நாகப்பன், சீட்டு விளையாடுவதையும், வார இறுதியில் பாலக்காடு போவதையும் சட்டடியாக நிறுத்திக்கொண்டார். மனைவி மக்களை பார்ப்பதற்கு, செட்டிநாட்டுப் பக்கமும் நாகப்பன் எட்டிப் பார்க்கவில்லை. அடகுக்கடை வேலை போக, மீதி நேரம் முழுவதும் பசுபதியுடன் ஆன உலகத்தில் சஞ்சரித்தார். அவருக்கு அது மட்டும் போதுமானதாக இருந்தது.

செட்டிநாட்டு உணவை மிஞ்சும் வகையில் பசுபதியின் கைப்பக்குவம் இருந்தது. இளம் வயது பருவத்தில் நாகப்பனுக்கு விடை தெரியாமல் இருந்த பல கேள்விகளுக்கு, பசுபதி பதிலும் விளக்கமுமாக இருந்தாள். நாகப்பன் புது மாப்பிள்ளையைப்

போல உருமாறினார். இருவரும் மாலை நேரங்களில் கோவில், சினிமா, கடைவீதி என ஊர் முழுவதும் ஜோடியாக வலம் வந்தனர். பசுபதியை பார்க்கும் ஆண்கள் மட்டும் அல்ல, பெண்களின் கண்களும் நிலைகுத்தி நின்றன. அது தனக்கு கிடைத்த கௌரவமாக நாகப்பன் கருதினார். ஆனால் சுப்பையாவோ, அது தனக்கு ஏற்பட்ட இழிவாகவும், ஏமாற்றமாகவும் மனம் புழுங்கினார். பசுபதியை எப்படியாவது அடைய வேண்டும் என கறுவிய சுப்பையா, நாகப்பனின் செட்டிநாட்டு முகவரியைத் தேட துவங்கினார்.

~44~

அக்னி நட்சத்திர மதிய வெயில் வீதியில் நடந்து கொண்டிருந்தவர்களை லத்தி சார்ஜ் செய்து கொண்டிருந்தது. ஊர் கோவிலில் இருந்து திரும்பிய பொழுது, லட்சுமியை அதன் போக்கில் சுப்பு விட்டு இருந்தார். ஜட்கா, ஒரு ரதம் போல செல்லமாய் நகர்ந்து கொண்டிருந்தது. சுப்பு, புட்டத்தை தூக்காமல், இருக்கையில் அமர்த்தி பின்புறம் லேசாக சாய்ந்திருந்தார். கோவிந்து வண்டிக்குள் வசதியாக உட்கார்ந்திருந்தான். வயிறு நிறைய குடித்திருந்த கம்மங்கூழ் ஜட்காவின் மேலும் கீழுமான அசைவில் தளுங்கியவாறு இருந்தது. லட்சுமி பழக்கப்பட்ட பாதையில் ரயில் நிலையம் போய்க் கொண்டிருந்தது. சுப்பு கவலை இன்றி கண் அசந்ததைப் போலிருந்தார்.

ஒரு ஜவுளிக்கடையை கடக்கும் போது, அதன் வாசலில் வடிவான பெண்ணொருத்தி கை கூப்பி நின்றிருந்தாள். அசப்பில் நிஜமென்று நம்பிய கோவிந்து பிறகு அது பொம்மை என்று அறிந்து ஏமாந்தான். நளினம் நிறைந்த அந்த பெண்ணின் வடிவம், அவனுக்கு நேத்ராவை ஞாபகப்படுத்தியது. காலையில் கண்ணீருடன் இறைஞ்சியவாறு நேத்ரா நின்றிருந்த கோலம் கோவிந்தின் கண்முன் வந்து போனது. பெயருக்கேற்றவாறு நேத்ராவின் கண்கள் நீண்டு அகலமாக இருந்தது. ஆசையுடன் அவள் பார்த்த போதெல்லாம் அவனுக்கு சசியின் நினைவுதான் வந்ததே தவிர அவள் மீது எந்த ஈடுபாடும் வரவில்லை. தன் மீது இப்படி ஒரு எண்ணத்தை வளர்த்துக் கொண்டிருப்பாள் என கோவிந்து துளியும் நினைக்கவில்லை.

ராசாத்தி கண்டிப்பாக நேத்ரா பக்கம்தான் நிற்பாள். ஒருவேளை, தன்னுடைய வாழ்க்கையைப்பற்றி தெரிந்திருந்தால் நேத்ராவை சமாதானப்படுத்தி இருப்பாள். பசுபதியிடம் என்னவிதமாக தன்னைப் பற்றி சொல்வார்கள் என பதட்டப்பட்ட கோவிந்து நேத்ரா விஷயத்தில் தான் ஏதும் தவறு செய்து விட்டோமோ என கவலையுடன் யோசித்து பார்த்தான். ஒரே ஒருமுறை அவள் யாரென ராசாத்தியிடம் விசாரித்தது ஞாபகத்திற்கு வந்தது.

ஜட்கா, பஸ் ஸ்டாண்டை தாண்டும் போது சவாரி ஏதும் கிடைக்கிறதா என சுப்பு சுற்றும் முற்றும் பார்த்துவிட்டு மீண்டும்

சாய்ந்துகொண்டார். நேத்ராவைப்பற்றி சுப்புவிடம் பேச கோவிந்துக்கு தயக்கமாக இருந்தது. அம்மாவைத் தேடிக் கொண்டுவந்தவன், என்ற பிம்பம் தவிடு பொடியாகி விடும் என கோவிந்து பயந்தான். சசியின் மீதான வெறுப்பில் வீட்டை விட்டு ஓடிவந்தபோது அவனுக்கு அம்மாவை எப்படியாவது தேடிப் பிடித்து விட வேண்டும் என்ற வெறி இருந்தது. அது அவனை இவ்வளவு தூரம் கொண்டு வந்து விட்டது. ஆனால் இப்பொழுது யோசிக்கும் போது, அது அவசரத்தில் எடுக்கப்பட்ட முடிவாகத் தெரிந்தது. இருக்கும் வாழ்க்கையைத் தொலைத்துவிட்டு ஏற்கெனவே இழந்த வாழ்க்கையை தேடித்திரிவது மாயமானைத் துரத்துவது போல கோவிந்துக்கு தோன்றியது.

கோவிந்து, “அண்ணே நான் ஊருக்கு போறண்ணே” என்று சொன்னது சுப்புவுக்கு சரியாக கேட்கவில்லை. “என்னப்பா” எனக் கேட்டவர், சாய்மானத்திலிருந்து மாறி நேராக உட்கார்ந்து கொண்டார். “இல்லண்ணே வந்து நாளாச்சு, அதான் ஊருக்கு போலாமுன்னு” என கோவிந்து இழுத்தான். சுப்பு கோவிந்துவின் முகத்தை திரும்பிப் பார்த்தார். பிறகு, “நீ யாரு எங்கிருந்து வர்ற இதெல்லாம் எனக்குத் தெரியாது, அம்மாவத் தேடிட்டு வர்றேன்னு சொன்ன, அதனாலதான் பசுபதியக்காகிட்ட அனுப்பி வச்சேன், அங்க ஏதும் பிரச்னையா?” என நாடி பிடித்தார். கோவிந்து அவசரமாக, “அப்படியெல்லாம் ஒண்ணும் இல்லண்ணே” என மறுத்தான். “அப்புறம் வந்த சோலி முடியல அம்மாவ தேடவே வேணாம்னு ஒருவேள முடிவு பண்ணிட்டியோ” என சுப்பு ஆழம் பார்த்தார்.

சுப்பு சாதாரணப்பட்ட ஆளில்லை. தான் சொல்லாவிட்டாலும் தன் மன ஓட்டங்களை சரியாக புரிந்து வைத்துள்ளார். இவரிடம் பேசி தப்பிக்க முடியாது என முடிவு செய்தவன் கொஞ்ச நேரம் அமைதி காத்தான். பிறகு பேச்சை மாற்ற, “ஏண்ணே எம்.ஜி.ஆர் எத்தன மணிக்கு வர்றாருண்ணே” என ஏதோ ஞாபகம் வந்தவன் போல கேட்டவனைப் பார்த்து “எங்கிட்டியே வா..” என்பது போல சுப்பு உதட்டைக் கோணி சிரித்தார்.

ஜட்கா, ரயில் நிலைய வாசலைக் கடந்து, ஸ்டேண்ட் அருகில் நின்றதும் “இந்தா ஓலை வந்துருச்சுல்ல” என சுப்பு கூறியதைக் கேட்டு, கோவிந்து வண்டிக்குள் இருந்து எட்டிப்பார்த்தான். இவர்களின் வரவை எதிர்பார்த்து, கோவிந்து உட்கார்ந்து இருக்கும் ஆலமரத்திண்டில் ராசாத்தி உட்கார்ந்திருந்தாள்.

~45~

"இந்தப் பையன் இங்கதான், இந்த சிமெண்ட் பெஞ்சுலதான் படுத்திருந்தான்." என போட்டாவைப் பார்த்து விட்டு ரெட்டமலை சொன்னதும், சுந்தரத்துக்கு கடலில் மூழ்க இருந்தவனுக்கு மரத்துண்டு அகப்பட்டது போலிருந்தது. அவர் காட்டிய பெஞ்சில், ஒரு சாமியார் மல்லாக்க படுத்து அட்டணங்கால் போட்டு ஆட்டிக் கொண்டிருந்தார். "கையில ஏதுனாச்சும் வச்சிருந்தாரா" என ரஹீம் கேட்டதும், "ஒரு மஞ்சப் பையி வச்சிருந்தான்" என கொஞ்சம் யோசித்து சொன்ன ரெட்டைமலை "ராத்திரி ஒன்னரை மணிக்கு இங்கிட்டு கோயமுத்தூர் எக்ஸ்பிரசும், அங்கிட்டு ராமேஸ்வரம் எக்ஸ்பிரசும் இந்த ஜங்சன்ல சந்திச்சுக்கும். ரெண்டுல ஒன்னப் பிடிச்சு போயிருப்பான், என்ன சொல்றீங்க" என இவர்களைப் பார்த்துக் கேட்டார். "ஆமாமா.." என தலையாட்டிய ரஹீம் "மாமு, மாப்பிள்ள ரயிலு தான் ஏறியிருக்காரு, இனி ஈசியா கண்டுபிடிச்சருலாம்" என ரகசியம் பேசும் பாவனையுடன் சொன்னார்.

சுந்தரத்துக்கு, அந்நேரம் எந்த ரயிலில் மாப்பிள்ளை ஏறியிருப்பார் என குழப்பமாக இருந்தது. அதைப் புரிந்து கொண்ட ரெட்டமலை "நீங்க இங்கிட்டு போன கோயமுத்தூர் எக்ஸ்பிரஸ்ல போய்ப் பாருங்க" என குறி சொல்பவரைப் போல தலையை ஆட்டி தீர்க்கமாகச் சொன்னார். அவரது நெற்றியில் துலங்கிய விபூதிப்பட்டையும், குங்குமப் பொட்டும் அதை ஆமோதித்தது. சுந்தரம் "அப்பனே முருகா" என அழைத்தார். "அதே தான் முருகன் மலை மேல இருக்கிற பழனிக்கே தேடிப் போயிருங்க" என ரெட்டமலை சொன்னதும், அதை சுந்தரம் அப்படியே தெய்வ வாக்காக ஏற்றுக்கொண்டார். பாய், "ஆமாஞ்சாமி நல்லாச் சொன்னீங்க நாங்க இன்னைக்கு நைட்டே கௌம்பிர்றோம்" என ரெட்டமலையைப் பார்த்து சொல்லிவிட்டு "என்ன நான் சொல்றது" என சுந்தரத்தை தேடினார். சுந்தரம் பாசஞ்சர் ஹாலைக் கடந்து போய்க் கொண்டிருந்தார்.

சுந்தரத்துக்கு, சசிவர்ணம் சின்னவளாக இருந்தபோது, மலைக் கோவிலுக்குப் போனது ஞாபகத்திற்கு வந்தது. அவள் பட்டு பாவாடை சட்டை அணிந்திருந்தாள். தூக்கி வழித்துச் சீவிய தலைமுடியை ரிப்பன் கட்டி இரட்டை சடை போட்டிருந்தாள்.

மலையேறும் போது, கோமதி அவளைத் தூக்கி இடுப்பில் வைக்கப் போனாள். ஆனால் அவளோ, சுந்தரத்தின் கையைப் பிடித்துக் கொண்டு "ஜல் ஜல்" என கொலுசுகள் சத்தமிட படியேறி வந்தாள்.

யானைப் பாதை வழியாகப் போகும் போது, பாறைச் சரிவில் வளைந்து நெளிந்து வந்த மலைப்பாம்பும், அதற்கு அருகில் பயந்த நிலையில் இருக்கும் குரங்கையும் பார்த்து விட்டு அது காங்கிரீட் பொம்மைகள் என அறியாமல் சசி "அய்யோ... அப்பா" என அலறியவாறு சுந்தரத்தின் மீது தொற்றிக்கொண்டாள். அதற்குப் பிறகு மலை ஏறி இறங்கும்வரை சுந்தரத்தின் தோள் பட்டையிலேயே சாய்ந்து கிடந்தாள். அவளைத் தூக்கிச் சுமந்த சுந்தரத்தின் தோளும் கைகளும் இன்று தளர்ந்து விட்டன. ஆனால், சுந்தரத்தின் மனம் முழுக்க சசி கனமாய் கனக்கிறாள். இறக்கி வைக்க வழியின்றி தவிக்கும் சுந்தரத்திற்கு, கோவிந்து உயிருடன் தான் இருக்கிறான் என்ற செய்தி ஆறுதலாக இருந்தது.

ஸ்டேசனுக்கு வெளியே இருந்த நாயர் கடையில் புரோட்டா தான் கிடைத்தது. அலுமினிய வட்டையில் அடுக்கி வைத்திருந்த புரோட்டா, பைசா நகரத்து கோபுரம் போல கண்ணாடிப் பெட்டிக்குள் சாய்ந்திருந்தது. ரஹீம் பாய்க்கு சரியான பசி. இலையில் வைத்த புரோட்டாவை கணக்குப் பார்க்காமல் சால்னாவுடன் சேர்த்து அடித்துக் கொண்டிருந்தார். சால்னாவில் கொண்டைக் கடலையைப் பார்த்ததும், அவருக்கு ஒரு சந்தேகம் வந்தது. "நாயர் இது கொழா புட்டுக்கு செஞ்சதா இல்ல புரோட்டாவுக்கு செஞ்சதா" எனக் கேட்டார். "ரண்டுக்கும் சேர்த்துதான்" என, நாயர் ஒரு கல்லில் இரண்டு மாங்காய் அடித்தார். "அது சரி நல்லா ருசியாத்தான் இருக்கு" என ரஹீம் பாய் புரோட்டா வட்டையைப் பார்த்தார். வெளியே கரண்ட் கம்பியில் கால் பதித்திருந்த காக்காவும், ரெட்டமலையைப் போல இங்கிட்டும் அங்கிட்டுமாக தலையைச் சாய்த்து புரோட்டாவை நோட்டம் விட்டது.

இரண்டு புரோட்டாக்களுடன் முடித்துக் கொண்ட சுந்தரம், இலையை மடித்து, வெளியிலிருந்த தகர டிரம்மில் போட்டு விட்டு கை கழுவினார். வாயைக் கொப்பளித்து வீதியில் துப்பினார். வழிந்த நீரின் தாரை தெரியாமல் வெயில் துடைத்து சுத்தப்படுத்தி விட்டு மண்ணில் சிரித்தது. சுந்தரம், நாயர் சொன்ன கணக்கை நேர் செய்து விட்டு, பாயுடன் மீண்டும் ரயில் நிலையத்திற்குள்

போனார். பாஸஞ்சர் ஹாலில் இரண்டு சிமெண்ட் பெஞ்சுகள் காலியாக இருந்தன. இருவரும் ஒன்றும் பேசிக்கொள்ளவில்லை ஆளுக்கொரு பெஞ்ச்சில் படுத்துக் கொண்டனர். காற்றில் பரவியிருந்த வெயில் படுத்துக் கிடந்தவர்கள் மீது வெப்பத்தை துப்பட்டியாய் போர்த்திருந்தது. ரஹீம் பாயிடம் இருந்து உடனே குறட்டை ஒலியும், கொஞ்ச நேரங்கழித்து சுந்தரத்திடம் அனத்தல் சத்தமும் வெளிப்பட்டது.

சசி, ஆறு குதிர காளியம்மன் கோவிலுக்கு அம்மாவுடன் போகப் போகிறாள். அழைத்தால் வராமல் முரண்டு பண்ணுவாளோ, என கோமதி முதலில் யோசித்தாள். பிறகு "பொழுது சாய கோயிலுக்குப் போலாமா?" எனக் கேட்டதும், சசி, தலையை வேகமாக ஆட்டி சம்மதம் தெரிவித்தது அவளுக்கு ஆச்சரியமாக இருந்தது. சசி, மதியத்திற்கு மேல் குளித்து விட்டு, கோமதியின் அரக்கு நிற நூல் புடவையை எடுத்துக் கட்டிக் கொண்டாள். அவள் அந்த சேலையை பின் கொசுவம் வைத்துக் கட்டினாள் எப்படி இருப்பாள் என கோமதி கற்பனை செய்து பார்த்தாள். சராசரிக்கு கொஞ்சம் கூடுதலான உயரமும், பூசியது போன்ற உடல்வாகும், கோதுமை நிறமும் சேர்ந்த சசி நிகுநிகுவென்றிருந்தாள். யார் கண்பட்டதோ ராணி மாதிரி வாழ வேண்டிய மகளின் வாழ்க்கை அந்தரத்தில் இப்படி ஊசலாடுகிறதே என கோமதி வருத்தப்பட்டாள்.

தலைமுடியை வழித்துச் சீவி கொண்டை போட்டுக் கொண்ட சசி, கண்ணாடி பார்க்காமலேயே நடு நெற்றியில் திலகமிட்டுக் கொண்டு கிளம்பினாள். தாய்க் கோழியையும் குஞ்சுகளையும் ஒரு தரம் பார்த்து விட்டு வாசல் கதவை இழுத்துச் சாத்தி கோமதி பூட்டு போட்டாள். அதற்குள் சசி வீட்டு வாசலில் இருந்து மண்பாதையைக கடந்து, சிமெண்ட் ரோட்டில் கால் வைத்திருந்தாள்.

பள்ளி விட்டு முதுகில் பைக்கட்டுகளுடன் வீட்டுக்குச் செல்லும் பிள்ளைகள், விட்டு விடுதலையாகி வீதி முழுக்க சிறகடித்துப் பறந்தனர். அன்றைய மேய்ச்சல் முடிந்து பட்டிக்குச் செல்லும் எருமை மாடுகளுடனும், வெள்ளாடுகளுடனும் இரண்டறக் கலந்தனர். தூசு தும்பைக் கிளப்பிக்கொண்டு வீதி நிறக்க வரும் கூட்டத்தைப் பார்த்து, சசி பரவசமானாள். அவளுக்கு நீண்ட நாள் வீட்டுக்குள் அடைப்பட்டிருந்ததை போலிருந்தது. அவளைக் கடந்து வீதி முக்கில் அந்தக் கூட்டம் திரும்பும் வரை, சின்னப் பெண்ணாய் மாறி வைத்த கண் மாறாமல் வேடிக்கை பார்த்துக் கொண்டிருந்தாள்; அவளுள் பள்ளிக்கால பால்ய நினைவுகள் முளைவிட்டன.

கோமதி ஒரு எட்டு முன் வைத்து நடந்து கொண்டிருந்தாள். சசி முதன் முதலாக பள்ளிக்குச் செல்லும் பிள்ளையைப் போல தயக்கத்துடன் அம்மாவின் பின்புறம் நடை பயின்றாள். கோமதி

நின்று, சசியை திரும்பிப் பார்த்தவள், அவள் சரியாக இல்லையோ... என சந்தேகப்பட்டாள். சசி அருகில் வந்ததும் "அம்மா, ஆறு குதிர காளியம்மன் கோவிலுக்கா கூட்டிட்டுப் போற" எனக் கேட்டாள். "ஆமா" என கோமதி கூறியதும், "அம்மா எனக்கு பயமா இருக்கும்மா, நான் வரலம்மா" என திடீரென மிரண்டாள். வீதியில் நின்று கொண்டு, இவள் இப்படி நடந்து கொள்கிறாளே, என கோமதிக்கு சங்கடமாக இருந்தது.

சசியை சமாதானப்படுத்தும் விதமாக அவள் கைகளைப் பிடித்து "தப்பு பண்ணவங்கதாம்மா பயப்படணும், நீ எதுக்கு பயப்படுற" என கோமதி கேட்டதும், "அப்படியாம்மா அப்ப நான் எப்படியம்மா கோவிலுக்கு வர்றது"என பூடகமாக பேசிய சசிக்கு என்ன பதில் சொல்வது எனத் தெரியாமல் கோமதி விழித்தாள். வீதி நடுவே, நகராமல் நின்று கொண்டு வம்பு செய்யும் மகளின் மீது கோமதிக்கு கோபம் வந்தது, "உம்புருசன் ஓடிப் போனதுக்கு நீ என்ன பண்ணுவ வா ஆறு குதிரக்காரி கிட்ட நியாயம் கேட்போம், உம்புருசன் கெடைப்பானா இல்லையான்னு அவ சொல்லட்டும்" என கோமதி ஆவேசப்பட்டாள்.

சசிக்கு துணுக்கென்றிருந்தது. அம்மா கோவில் பூசாரியிடம் குறி கேட்கும் எண்ணத்துடன் தான், கோவிலுக்கு தன்னை அழைத்துப் போகிறாள் என்று தெரிந்ததும், சசி எச்சரிக்கையாகி விட்டாள். "கோவில் பூசாரி ஒன்னு கிடக்க ஒன்னு கேட்டு, தானும் உளறிவிட்டால் என்ன செய்வது என கையைப் பிசைந்தவள், "நான் கோவிலுக்கு வரல, எம்புருசன தேடிட்டுப்போன எங்கப்பா வரட்டும், அப்புறம் பாத்துக்கலாம்" என பேச்சை வெட்டிக் கொண்டு, விடுவிடுவென்று வீட்டை நோக்கி சசி நடக்கலானாள். அவள் பின்னாடியே "எல்லாம் எந்தலையெழுத்து" என புலம்பிக் கொண்டே வந்த கோமதி, "கோயிலுக்கு வந்து சாமியக் கும்பிடுறதுக்கும், பூசாரிகிட்ட குறி கேட்குறதுக்கும் இவளுக்கு என்ன நோகுது ஏதாவது காத்து குணமா இருக்குமோ" என தன் மகள் மீது சந்தேகப்பட்டாள். சசி திரும்பிப் பார்க்காமல் வீதியில் வெளிறிப் போய் வீழ்ந்து கிடந்த மாலை வெயிலை மிதித்துக் கொண்டே வீட்டை நோக்கி வேகமாக நடந்து கொண்டிருந்தாள்.

அலமேலு வரும்போது, நாகப்பனை எண்ணெய்க் குளியலுக்கு பசுபதி தயார் செய்து கொண்டிருந்தாள். கொல்லைப்பக்கம், காலை இளம் வெயிலில் கோவணத்துடன் முக்காலியில் உட்காந்திருந்த நாகப்பனின் உச்சந்தலையிலிருந்து உள்ளங்கால் வரை பசுபதி எண்ணெயில் திளைக்க வைத்திருந்தாள். பசுபதி குளியலறைக்குள் வெந்நீர் கலக்கிக் கொண்டிருக்கும் பொழுது, அலமேலுவிடம் நாகப்பன் கையும் களவுமாக மாட்டிக் கொண்டார்.

சுப்பையா, கடிதத்தில் என்ன சொல்லியிருந்தானோ தெரியவில்லை. அலமேலு, தானும் பிள்ளைகளுமாக ஒரு காரிலும் இன்னொனாரு காரில், பெரிய மனிதர்கள் என்ற பெயரில் நாலைந்து மீசைக்காரர்களையும் அழைத்து வந்திருந்தாள். நாகப்பனின் கோலத்தைப் பார்த்து தலையிலடித்துக் கொண்டு அழுதவள்; பிள்ளைகள் முன்னாடி பெத்தவன் அசிங்கப்பட்டு விடக் கூடாது என வீட்டின் முன்புறம் சென்று திண்ணையில் அமர்ந்து கொண்டாள்.

நாகப்பன் குளியலறைக்குள் ஓடி ஒளிந்து கொண்டார். கதவைச் சாத்தி விட்டு பசுபதியை கட்டிக்கொண்டு அழுதார். பசுபதிக்கு ஒன்றும் புரியவில்லை. நாகப்பனை குளிக்கச் சொல்லிவிட்டு, பின்புற வாசல் வழியாக பட்டக சாலையில் வந்து நின்றாள் இவள் வந்துவிட்டதை அறிந்து ஆங்காரமாக வீட்டிற்குள் அலமேலு வந்தாள். ஆனால் பசுபதியை அருகில் பார்த்ததும், அப்படியே நின்று விட்டாள். அவள் நெற்றியில் நிறைந்திருந்த சிவப்பு திலகமும், மூக்கில் அணிந்திருந்த வைர பேசரியும் அலமேலுவை பேச விடாமல் செய்தது. அலமேலுவுக்கு நாகப்பன் மீதுதான் கோபம் அதிகமானது. “இந்த ஆளு மொகறைக்கு இவள் எங்கிருந்து கிடைத்தாள்” என அதிசயித்து போனவள் பேசமறந்து மீண்டும் முன்வாசல் திண்ணைக்கே போய்விட்டாள்.

நாகப்பன் குளியலை முடித்துவிட்டு, பூஜையறைக்குள் போனவர், நெற்றி நிறைய திருநீருடன் வெளியில வந்தார். அவரிடம் அலமேலு பேசவில்லை, பிள்ளைகளும் அருகில் செல்லவில்லை. உடன்வந்த பெரிய மனிதர்கள்தான் பேசினார்கள். நாகப்பனை, காரில் ஏறுமாறும் எதுவாக இருந்தாலும் செட்டிநாட்டில் போய் பேசிக்கொள்ளலாம் என்றும் நாசூக்காக மிரட்டினார்கள். அவர்களுடன் நாகப்பன் போக மறுத்துவிட்டார். போய் இருந்தால்கூட பரவாயில்லை, அவசரப்பட்டு போலீசுக்கு போன் செய்து உயிருக்கு ஆபத்து என புகார் செய்து விட்டார்.

அடுத்த பத்தாவது நிமிடம், இன்ஸ்பெக்டர் ராஜாங்கம் ஜீப்பிலிருந்து இறங்கினார். ஆள் கருப்பணசாமி கையிலிருக்கும் அருவாளைப் போல மிடுக்காக இருந்தார். வேகமாக விஷயங்களை கிரகித்துக் கொண்ட இன்ஸ்பெக்டர் அலமேலு பக்கம் உள்ள நியாயத்தை புரிந்துகொண்டார். "யார்யா அந்த பொம்பள, வெளிய வரச் சொல்லு" என அதட்டினார். நாகப்பன் வீட்டிற்குள் பார்த்தார். பசுபதி தயக்கமின்றி, தலைநிமிர்ந்து வெளியே வந்தாள். அவளை மேலிருந்து கீழ்வரை பார்த்த இன்ஸ்பெக்டர் வெறும் ராஜாங்கமாக மாறிப் போனார். பசுபதியை அங்கேயே விட்டுவிட்டு நாகப்பன் உட்பட அனைவரையும் ஸ்டேசனுக்கு அள்ளிக் கொண்டு போனார்.

இன்ஸ்பெக்டரின் கெடுபிடியில் இருந்து நாகப்பனால் திமிர முடியவில்லை. அலமேலுவுடன், நாகப்பனை காரில் அடைத்து, எங்கேயும் நிறுத்தாமல் நேராக செட்டிநாட்டுக்குப் போகுமாறு கார் டிரைவரிடம் இன்ஸ்பெக்டர் உத்தரவு போட்டார். நாகப்பனுக்கு ஒரு சுகமான கனவிலிருந்து அடித்து எழுப்பப்பட்டது போல் ஆகிவிட்டது. கார் செட்டிநாட்டை நெருங்கிய பிறகு, பிள்ளைகள் "அய்யா..." என்றழைத்தவாறு நாகப்பனை இருபக்கமும் சேர்த்து அணைத்துக் கொண்டனர். நாகப்பன் வாய்விட்டு அழுதார். அவர் நீண்டநாள் பிரிவிற்குப் பின்னர் பிள்ளைகளின் மீதான புத்திர பாசத்தில் அழுதாரா? இல்லை இழந்துவிட்ட பசுபதியின் காதலை நினைத்து அழுதாரா என்று தெரியவில்லை. அலமேலுவுக்கும் கணவனைக் கட்டிக்கொண்டு அழவேண்டும் போலிருந்தது. அவரது கண்ணீரை தன் முந்தானையில் துடைத்து விட்டாள். அது நாகப்பனின் அழுகையை மேலும் கூட்டியது. அதற்குப் பிறகு நாகப்பன் செட்டிநாட்டைவிட்டு வெளியே வரமுடியவில்லை. நாகப்பனின் நினைவிலிருந்து அகல முடியாமல் தவித்த பசுபதி பல நாட்கள் அவருக்காக காத்திருந்து ஏமாற்றம் அடைந்தாள்.

இவ்வளவுக்கும் காரணமான, பசுபதியை அடைய வேண்டும் என்ற சுப்பையாவின் எண்ணம் ஈடேறவில்லை, நாளடைவில் பசுபதியை நயந்து நாகப்பன் இடத்தில் இன்ஸ்பெக்டர் ராஜாங்கம் வந்து அமர்ந்து கொண்டார். அவர் வந்து போக ஆரம்பித்ததும், சுப்பையா அடங்கிப் போனார். பசுபதி, ராஜாங்கத்திடம் என்ன சொன்னாளோ தெரியவில்லை. ஒரு சில மாதங்களில் சுப்பையா, தன் பட்டறையைக் காலி செய்து கொண்டு ஊரை விட்டு வெளியேறி விட்டார்.

பசுபதி எங்கே இருந்தாள், எதனால் இருக்கும் இடத்தை விட்டு ஓடி வந்தாள் என்பதெல்லாம் யாருக்கும் தெரியாத ரகசியங்கள். அவள் யாரிடமும் இதை தெரியப்படுத்திக் கொள்ள விரும்பவும்

இல்லை. ஆனால் கைவிடப்பட்ட குழந்தைகள், ஆதரவற்ற பெண்கள் மீது அளப்பறியா பரிவும், பாசமும் கொண்ட தாயாக நடந்து கொண்டாள். ரயில்வே ஸ்டேசன், பஸ் ஸ்டாண்ட், மலைக்கோவில் என பொது இடங்களில், யாரும் அறியா இரவு நேரங்களில் வீறிட்டு அழும் குரல் பெரும்பாலும் தனிமையில் விடப்பட்ட பெண் குழந்தைகளுடையதாகத்தான் இருக்கும். தகவல் கிடைத்ததும் பசுபதி அழுது கொண்டிருக்கும் குழந்தைகளை அள்ளி எடுத்துக் கொண்டு வந்து விடுவாள். அவர்களைத் தன் சொந்த மகள்களாக பாவித்து வளர்த்து ஆளாக்கினாள். சுப்புவின் மனைவி மீனாவைப் போல, பசுபதிக்கு நிறைய மகள்கள் ஊருக்குள் உண்டு. அவளுக்கென்று சொந்த மகள் இல்லை. பிள்ளைப் பேறுக்கான வாய்ப்பிருந்தும் பிடிவாதமாக கர்ப்பம் தரிக்க மறுத்து விட்டாள்.

வாழ்க்கை நிச்சயமானதாக பசுபதிக்கு என்றும் தோன்றியது இல்லை. எங்கு போவது எனத் தெரியாமல் ரயிலேறிய பொழுது, அத்துடன் வாழ்க்கை முடிந்து விட்டதாகவே பசுபதி கருதினாள். நாகப்பன் இணைத்துக் கொண்ட போது, வாழ்க்கை வசப்பட்டதாக பசுபதி நம்பினாள். ஆனால் நாகப்பனைக் காலம் பிரித்த பொழுது, வாழ்க்கையின் மீதான நம்பகத்தன்மையை பசுபதி முற்றிலுமாக இழந்து விட்டாள். ராஜாங்கம், பணி மாறுதல் கிடைத்து வெளியூர் செல்லும் வரை, பசுபதியை கண்ணியமாகவே நடத்தி வந்தார். அலமேலு பேங்கர்ஸ் வாடிக்கையாளர்கள் வீட்டை முற்றுகையிட்ட பொழுது, போர்டை ஒரு பக்கம் கழற்றி வைத்து விட்டு, பேங்க் சார்ந்த விவகாரங்களை சமாதானமாக முடித்துக் கொடுத்தார். ராஜாங்கத்தின் மூலம் உள்ளூர் காவல் நிலையத்தில் கிடைத்த அறிமுகம் இன்று வரை கௌரவமாகத் தொடர்கிறது. மாதம் ஒரு முறை கப்பம் கட்டப்போகும் போது, காவல் நிலையம் மகாராணியைப் போல பசுபதியை நடத்துகிறது.

நாகப்பனின் மனைவி அலமேலு ஏதோ ஒரு காரணத்திற்காக, இந்த வீட்டை விட்டு வைத்திருக்கிறாள் என பசுபதிக்கு தோன்றியது. அது அவளது கணவனின் மீதான மதிப்பாகக் கூட இருக்கலாம். ஆனால் அவளுக்குப் பிறகு வரும் சந்ததிகள் அப்படி இருப்பார்கள் என பசுபதி நம்பவில்லை, அவர்கள் கண்டிப்பாக ஒரு நாள் வருவார்கள், அதற்குள் தான் கண்கள் மூடி விட வேண்டும் என பசுபதி அடிக்கடி ஆண்டவனை வேண்டிக் கொண்டாள்.

~48~

ராசாத்தி, கோவிந்தின் தோளைப் பிடித்து ஜட்காவில் ஏறினாள். லட்சுமி, பசுபதியின் வீட்டை நோக்கி ஓடிக் கொண்டிருந்தது. வழக்கத்திற்கு மாறாக அதன் தலைக்கு மேலிருந்த வர்ணக் குஞ்சரம் பதட்டத்தை ஏற்படுத்துவதாக கோவிந்துக்கு தோன்றியது. நேத்ரா குறித்து பசுபதி கேட்டால் என்ன பதில் சொல்வது என்பதில் கோவிந்துக்கு பயமும், குழப்பமும் ஏற்பட்டது. ராசாத்தி, அவன் முக பாவங்களை பார்த்தும் பார்க்காமலும் கவனித்திருந்தாள்.

கோவிந்து, சுப்புவின் முகத்தைப் பார்த்தான், அவன் ஒரு சவாரியை ஏற்றிச் செல்லும் மனநிலையிலேயே முகத்தை வைத்திருந்தது, கோவிந்துக்கு ஏமாற்றமாக இருந்தது. ஏன் எதற்கு எனக் கேட்காமல் எல்லாம் தெரிந்தது போல நடந்து கொள்ளும் சுப்பு தனக்கு இந்த விஷயத்தில் உதவி செய்ய முன் வர மாட்டார் என்றே கோவிந்துக்கு தோன்றியது.

பேருந்து நிலையத்தை அடைந்ததும், ஜட்கா மேற்கு நோக்கி திரும்பியது. அதுவரை பக்கவாட்டில் தொற்றிக் கொண்டு வந்த வெயில், தோற்றுப் போய் பின்புறமாக துரத்த ஆரம்பித்தது. எதையாவது பேசா விட்டால், கோவிந்துக்கு தலை வெடித்து விடும் போலிருந்தது. லட்சுமியைப் பற்றிப் பேசினால் சுப்பு வாய் திறப்பார் என்ற நம்பிக்கை வீண் போகவில்லை. "ஏண்ணே, லட்சுமிய எங்கிருந்து பிடிச்சிட்டு வந்தீங்க" என கோவிந்து கேட்டதும், சுப்பு இவன் முகத்தைப் பார்த்து விட்டு, ஓடும் லட்சுமியின் புட்டத்தை செல்லமாக தட்டிக் கொடுத்தார், பிறகு, "அது அஞ்சாறு வருசமிருக்கும், அந்தியூர் சந்தையில் இருந்து கொண்டு வந்தேன்" என்று சொன்னார், "ஏன் கேட்குற" என்றார். இவன் "ஒண்ணுமில்லேண்ணே, பொட்டக் குதிரைக்கு பதிலா ஆம்பளக் குதிரைய வாங்கியிருந்தா இன்னும் வேகமா ஓடுமில்ல" என கோவிந்து சொன்னதும், சுப்பு கொண்டி மீசைக்கு கீழே இருந்து வெடிச் சிரிப்பை வெளிப்படுத்தினார், "நல்லாச் சொன்ன போ இது என்ன ரேக்ளா வண்டியா ஆம்பளக் குதிரைய பூட்ட, இது சவாரி ஏத்துற ஜட்கா வண்டிப்பா, பொறுப்பா ஓடற பொம்பளக் குதிரதான் சரியாயிருக்கும். சில பேரு ஆம்பளக் குதிரய பூட்டி ஓட்றானுக, அது அங்கங்க நிக்கும் போது கொடியை

இறக்கி மூத்தரம் பெய்யும் பாரு, சவாரிக்கு வர்ற பொம்பள புள்ளைக ச்சைன்னு பயந்து ஓடிரும்" என மீசையை ஒதுக்கியவாறு பேசிய சுப்பு, வண்டியில் ராசாத்தி இருப்பதை மறந்திருந்தார்.

குதிரையைப் பற்றிய சுவாரஸ்யத்தில் நேத்ராவை மறந்த ராசாத்தி, "ஏண்ணே எங்கள மாதிரியான குதிரையெல்லாம் ஜட்கா வண்டிக்கு ஆகாதாண்ணே" என தன்னிலிருந்து கேட்டவளின் இருப்பை உணர்ந்த சுப்பு, என்ன பதில் சொல்வது எனத் தெரியாமல் நாக்கைக் கடித்துக் கொண்டார். கோவிந்துக்கு, ராசாத்தியின் மீது பரிவு ஏற்பட்டது. அவள் பதிலை எதிர்பார்க்காமல் திரும்பி, முன்னகரும் ஜட்காவுக்கு எதிர்த்திசையில் ஓடிக் கொண்டிருக்கும் சாலையின் மாயத் தோற்றத்தை பார்த்தவாறு வந்தாள், அதிலுள்ள நுட்பமான முரண்பாடு அவளுக்கு வேடிக்கையாக இருந்தது.

ஆரம்ப பாட சாலைக்கு எதிர்ப்புறம் இருந்த தெருவில் ஜட்கா நுழைந்தது, பள்ளி வளாகத்திலிருந்த சிறுநெல்லி மரங்களில், கொத்து கொத்தாய் நெல்லிக் காய்கள் காய்த்திருந்தன. மரமேறியிருந்த ஒரு சிறுவன், காய்களைப் பறித்து டவுசர் பாக்கெட்டை நிரப்பிக் கொண்டிருந்தான். கோவிந்துக்கு நெல்லி மரத்தைப் பார்த்ததும், புளிப்பில் வாய் ஊறியது. அதையே தான் ராசாத்தியும் செய்து கொண்டிருந்தாள். சுழிக்கும் அவள் உதட்டில் அது தெரிந்தது. ஒருவரையொருவர் பார்த்து சிரித்துக்கொண்டனர். அது கோவிந்தின் புழுக்கமான மனதை ஆசுவாசப்படுத்துவதாக இருந்தது. பசிக்கிறக்கத்தில் இருந்த போது அவள் கையால் மீன் சோறு வாங்கிச் சாப்பிட்டது கோவிந்தின் ஞாபகத்திற்கு வந்தது, அவளது உள்ளங்கையை நாசியில் வைத்து மீன் மணம் நுகர அவனது மனம் ஆசைப்பட்டது.

தெருவிலிருந்து வலது பக்கமாக பிரியும், பசுபதி வீட்டுச் சந்தில் இடமிருந்தும், ஜட்கா உள்ளே செல்லவில்லை. தெரு முனையிலேயே சுப்பு மரியாதை கருதி ஓரமாக நிறுத்திக் கொண்டார், ராசாத்தி ஜட்காவை விட்டு இறங்கி முன்னே நடந்து சென்றாள். கோவிந்து சுப்புவையும் அழைத்துச் செல்ல காத்து நின்றான். அதைப் புரிந்து கொண்டவன் போல, சுப்பு, வண்டிக்கு கீழே பின்னல் சாக்கிலிருந்த பசும்புற்களை கை நிறைய அள்ளி லட்சுமிக்கு முன்பு பரப்பி விட்டு சாட்டைக் குச்சியை ஜட்காவின் மேற்கூரையில் சொருகினார். ஏற்றி மடித்து விட்டிருந்த கைச்சட்டையை இறக்கி விட்டார். லுங்கியை உதறி இடுப்பில்

இறுகக் கட்டிக்கொண்டார், அடங்க மறுக்கும் கொத்து மீசையை தடவி உதட்டோடு சேர்த்து மடக்கி விட்டார். மாமியாரைப் பார்க்கப் போகிறோம் என்கிற மரியாதை அவரை இவ்வாறெல்லாம் செய்ய வைத்தது. சுப்பு, இப்படி தன்னை ஒழுங்குபடுத்திக் கொண்டிருப்பதைப் பார்க்க கோவிந்துக்கு அடிவயிறு கலங்கியது.

திண்ணையில் பசுபதி உட்கார்ந்திருந்தாள். நல்லவேளை நேத்ரா அங்கு இல்லை. "வாங்க மருமகப்புள்ள" என பசுபதி சுப்புவை வரவேற்றாள். சுப்பு, "அத்தே நல்லா இருக்கீங்களா" என பவ்யமாகக் கேட்டார், "நல்லா இருக்காம என்ன," என்றவள், "என்ன இந்த தம்பிய ஒங்க கம்பெனியில வேலைக்கு சேத்திருக்கீகளாக்கும்" எனக் கேட்டாள், அவளது வாய் தாம்பூலம் தரித்திருந்தது. கையில் விசிறி மட்டையிருந்தும் முகத்தில் வியர்வை முத்துக்கள் போட்டிருந்தது. அதை அவள் முந்தியில் துடைத்துக் கொண்டால் தேவலாம் என கோவிந்துக்கு தோன்றியது,

"இல்லத்தே, அம்மாவத் தேடிட்டு கோவிந்து வந்தாப்புல, அதான் சவாரி போற எடத்துக்கெல்லாம் கூட அழச்சிட்டுப் போறேன்" என சுப்பு பின்னந் தலையை சொறிந்தார். பசுபதி, கோவிந்து பக்கம் பதவிசாக திரும்பினாள். "அம்மாவப் பத்தி துப்பு ஏதும் கெடச்சுதா தம்பி" என முகம் பார்த்துக் கேட்டாள். கோவிந்துவால் பதில் ஏதும் சொல்ல முடியவில்லை. ஓட்டுக் கூரையில் சக்சக்கென ஒரு காக்கா மாறி மாறி உட்காரும் சத்தம் கேட்டது, எங்கோ தொலை தூரத்திலிருந்து பாங்கு ஒலியை பள்ளிவாசலில் இருந்து கடத்தி வந்த காற்று அமைதி என்றது.

வெளிச்சம்படாத வீட்டுக்குள்ளே, இயல்புக்கு மாறாக பெண்கள் மௌனித்து இருந்தார்கள், ஒரு சிறு வளையல் சத்தம்கூட எழவில்லை. அவர்களைப் பொறுத்தவரை அது நேத்ராவுக்கும் கோவிந்துக்கும் இடையில் பின்னப்பட்ட சிலந்தி வலைபோல, சின்ன அசைவிலும் காற்று வலையை அறுத்து விடுமோ என அச்சப்பட்டார்கள்.

பசுபதி, படிக்கத்தில் தாம்பூலத்தை துப்பி விட்டு, இடது கை கட்டை மற்றும் ஆள் காட்டி விரல்களைச் சேர்த்து உதட்டின் ஓரங்களை துடைத்துக் கொண்டாள். தொண்டையைச் செருமிக் கொண்டவள், "ஏம் மருமகப்புள்ள, இருபது இருபத்தஞ்சு வருசத்துக்கு முன்னாடி காணாமப் போன இவங்கம்மா கெடைப்பாங்கன்னு நெனைக்கிற" என சுப்புவைப் பார்த்து

கேட்டவள், “பொம்பளைங்கள பத்தி இந்த தம்பிக்கு நீங்க என்ன சொல்லி புரிய வச்சிருக்கீங்க” என சத்தமாகக் கேட்டாள். சுப்பு பதில் சொல்ல வேண்டும் என்பதற்காக அவள் அந்தக் கேள்வியைக் கேட்ட மாதிரி தெரியவில்லை.

பசுபதி, தாம்பூல பித்தளைப் பெட்டியை திறந்து வைத்தாள். பெட்டிக்குள் தளிர் வெற்றிலைகள் ஒரு பக்கமும், பாக்கும், சுண்ணாம்பும் மறுபக்கமுமாக தனித்தனி அறைகளில் நேர்த்தியாக வைக்கப்பட்டிருந்தன. அதிலிருந்து வந்த சுகந்த வாசனை சூழ்நிலையின் இறுக்கத்தை இளக்கியது.

பசுபதி, கோவிந்தின் முகத்தை தீர்க்கமாக பார்த்தாள். அவனை முதன்முதலாக பார்த்த பார்வையிலிருந்து அது மாறியிருந்தது, அடுத்து அவள் என்ன பேசுவாளோ, என கோவிந்தின் இருதயத் துடிப்பு கூடியது. பசுபதி, “இந்த தம்பி பாவம், இவங்கம்மாவ ஓடிப் போனவள்னு ஒலகம் ஏசறதை அப்படியே நம்புது. புருசன இழந்துட்டு ரெண்டு புள்ளைகளோட அவ என்ன கஷ்டப்பட்டாள்னு யாருக்கு தெரியும். வீட்டுல, தெருவுல, வெளியில, வேலைக்கிப் போன எடத்துலன்னு எவ்வளவு அவமானப்பட்டாளோ... அப்படியே இருந்தாலும் அவ பெத்த குழந்தைகள அம்போன்னு விட்டுட்டு எப்படி போயிருப்பா, இந்த தம்பி எனக்கு நாலு நாளா தான் பழக்கம். ஆனா, ஒரு நா ஒரு பொழுது இதும் முகத்தப் பாக்கலைன்னாலும், என்னாச்சோ ஏதாச்சோன்னு மனசு ஏங்கிப் போயிருதே, பத்து மாசம் சுமந்து பெத்து வளர்த்தவ, எப்படி விட்டுட்டு உயிரோட இருப்பா, எனக்கென்னமோ, ஊரு ஒலகம் சொல்றமாதிரி அடுத்தவனோட, புருச சுகத்துக்கு ஆசப்பட்டு இவங்கம்மா ஓடிப் போயிருக்க மாட்டா. யாருகிட்ட என்ன அசிங்கப்பட்டாளோ, யாரு அவள துக்கிரித்தனமா வளைச்சுப் போட சுத்துல விட்டாங்களோ, என்ன ஆபத்து வந்துச்சோ, பெத்த புள்ளைங்களாவது நல்லா இருக்கட்டும்னு எங்கோ கண்காணாம போயி ஆத்துலயோ, கொளத்துலயோ விழுந்து செத்திருப்பா.. அந்த வேதனைய அனுபவிச்ச என்னைய மாதிரி பொம்பளக்கித் தான் இந்த ஆம்பளைங்க ஒலகத்துல அவ எவ்வளவு சீப்பட்டுருப்பான்னு புரிஞ்சிக்க முடியும். ஆனா இதுக்கு என்ன தெரியும், ஓடுகாலி பெத்த புள்ளன்னு சொன்னா ரோசம் மட்டும் பொத்துக்கிட்டு வரும். சரி அது இருக்கட்டும், எந்த பொம்பளையும் மனசார புருசனுக்கு துரோகம் செய்யமாட்டா, சந்தர்ப்பம், சூழ்நிலை என்ன பண்றோம் ஏது பண்றோம்னு தெரியாம ஏமாந்து

போயிருக்கலாம். புருசனோட உசுர கண்ணுல வெச்சிருக்கிற பொண்டாட்டிய கை விட்டுட்டு இந்தத் தம்பி இப்ப ஓடி வந்திருக்கானே அதுக்கு என்ன சொல்றது. ஆம்பள வீட்டை விட்டு சொல்லிக்காம வெளியேறிட்டானா அவன் காணாமப் போயிட்டான்னு சொல்ற இந்த ஒலகம், அதே பொம்பளப்புள்ள தாங்க முடியாத கஷ்டத்துக்கு வீட்டை விட்டு வெளியேறுனா, அவ அடுத்தவனோட ஓடிப்போயிட்டான்னு கூசாம சொல்லும், நீ காணாமப் போனதற்கு உம் பொண்டாட்டி சொந்தம் பந்தம் எல்லாம் பதறியடிச்சிட்டு ஒன்னைத் தேடித் திரிஞ்சிக்கிட்டு இருக்கும். அதே உங்கம்மா மாதிரி பொம்பள காணாமாப் போனா, எவங்கோடயோ ஓடிப் போயிட்டாள்னு அவுசேரி பட்டம் கட்டிட்டு, வீட்டுக் கதவ இழுத்துச் சாத்திக்கும்" பசுபதி மிகவும் உணர்ச்சிவசப்பட்டிருந்தாள். விடாமல் பேசியதில் அவளுக்கு மூச்சு வாங்கியது. கோவிந்தின் தலை குனிந்திருந்தது. பெண்கள் குறித்த தவறான பொதுப் புத்தியிலிருந்து விலகி பசுபதி எவ்வளவு தூரம் உண்மையின் அருகாமைக்கு சென்றிருக்கிறாள் என்பதை அவனால் ஓரளவுக்கு அனுமானிக்க முடிந்தது. அவளுடைய பேச்சு அவனுடைய அம்மாவைப் பற்றியும், மனைவியைப் பற்றியும் அவனுக்கு புதிய சிந்தனையை ஏற்படுத்தியிருந்தது. இன்னும் அவள் பேச வேண்டும் என அவன் மனது ஏங்கியிருந்தது.

~49~

மாலை வரை ரயில்வே ஸ்டேசனுக்கு வெளியே சுற்றித் திரிந்தவர்கள், இரவு எட்டிப் பார்த்ததும் ஸ்டேசனுக்குள் சென்று சிமெண்ட் பெஞ்சில் உட்கார்ந்து கொண்டனர். இரவுக் காவலுக்கு வந்த ரயில்வே போலீஸ், "எந்த ட்ரெயினுக்கு" என விசாரித்தார். "கோயம்புத்தூர் எக்ஸ்பிரஸ்சுங்க" என ரஹீம் பாய் தான் பதில் சொன்னார். "அதுக்கு இன்னம் நேரங்கிடக்குது இன்னாரம் வந்து ஏங் காத்துக் கெடக்கறீங்க" என போலீஸ் சந்தேகத்துடன் பார்த்தார், சுந்தரம் சிமெண்ட் பெஞ்சிலிருந்து எழுந்து கொண்டார். "நாங்க பக்கத்து ஊருங்க, ஊருக்கு போயிட்டு வந்தா ரவ்வுல பஸ் கெடைக்காதுங்க" என ரஹீம் பாய் குல்லாவை மேலே தள்ளி பதில் சொன்னார். சுந்தரம் எதுவும் பேசவில்லை, எல்லாவற்றுக்கும் பதில் வைத்திருக்கும் ரஹீமின் வாயைப் பார்த்துக் கொண்டிருந்தார். போலீஸ் அத்தோடு போய் விட்டார். "இந்த போலீசுங்க திருடன விட்டுருவாங்க மாமு, நம்மள மாதிரி ஏப்ப சாப்ப எவனாவது கெடைச்சான கேள்விமேல கேள்வியா கேப்பானுக, காசு கீசு பெயருமான்னு பாப்பானுங்க. இந்த ஆள மாதிரி நாம எத்தன போலீச பாத்திருப்போம்" என ரஹீம் முண்டாசு தட்டாத குறையாகப் பேசிக் கொண்டிருந்தார். "சரி விடு பாய், அவருதான் போயிட்டாருல்ல" என சுந்தரம் சமாதானம் செய்தார்.

அரைகுறை வெளிச்சத்தில் ரயில் நிலையம் அழுது வடிந்து கொண்டிருந்தது. கூரையைத் தாண்டி இரு பக்கமும் நீளும் பிளாட்பாரங்களில் நடுவே வேப்ப மரங்களும், பூவரச மரங்களும் வரிசையாய் இருட்டில் தலையாட்டின. மரங்களைச் சுற்றி கட்டியிருந்த சிமெண்ட் திண்ணைகளில் சுண்ணாம்பு அடிக்கப்பட்டிருந்தன. அதில் பிச்சைக்காரர்களுடன், தெருநாய்களும் முடங்கிக் கிடந்தன. ரயில்வே ஸ்டேசனின் நிரந்தர விருந்தாளிகளாய் நிம்மதியாக நித்திரையில் ஆழ்ந்திருந்தனர்.

மாப்பிள்ளை காணாமல் போய் நான்கு நாட்கள் ஆகிறது என சுந்தரம் கணக்கிட்டுப் பார்த்தார், ஆனால் நீண்ட நாட்கள் ஆனது போல அவரது நெஞ்சம் தவித்தது. அருகில் தொணதொணத்துக் கொண்டிருந்த ரஹீமைக் காணோம். ஆனால் அருகாமையில் மறைவாக இருக்கும் அவரது இருப்பை பீடிப்புகை காட்டிக் கொடுத்தது. சசி இன்னேரம் என்ன செய்து கொண்டிருப்பாள் என

யோசித்தவர், அவளுக்கு முந்தைய நாள் இரவு உப்புமா ஊட்டி விட்டதை எண்ணி விம்மினார். "எம்புள்ளைய ஒரு குறையும் இல்லாம வளர்த்தனே, இப்படி பித்துப் பிடிச்சவ மாதிரி மாறிட்டாளே" என மனம் கலங்கினார்.

அருகில் நிழலாடுவதை அறிந்து, சுந்தரம் நிமிர்ந்து பார்த்தார். ரஹீம் பாய் நின்று கொண்டிருந்தார், "மாமு, கேண்டீன்ல இட்லிய பொட்டலமா கட்டி விக்கிறாங்க மாமு, ஒரு பொட்டலத்துக்கு நாலு இட்லி மாமு வாங்கிட்டு வந்தருவா" என்றவர் சுந்தரத்தின் பதிலை எதிர்பார்க்காமல் கேண்டீன் நோக்கி சென்று கொண்டிருந்தார். கேண்டீனில் மதியம் பார்த்த எக்ஸ் சர்வீஸ் மேன் ஜோசப் சேவியர் இல்லை, அவர் சாயலில் ஒரு இளைஞர் கல்லா டேபிளின் அருகே உட்கார்ந்திருந்தார். ரஹீம் நீண்ட நாள் பழக்கப்பட்டவரைப் போல, "அய்யாவோட புள்ளைங்களா" என அவரைக் கேட்டவர், "ரெண்டு பார்சல் இட்லி" என ஆர்டர் கொடுத்தார். மதியம் பார்த்த பச்சை சட்டைக்காரன் உட்பட அங்கு யாரும் இல்லை, புதிதாக இரண்டு ஆட்கள் பொட்டலம் கட்டிக் கொண்டிருந்தார்கள். ஷிப்ட் போட்டு வேலை பார்ப்பார்கள் போல, என தனக்குள் சொல்லிக்கொண்ட ரஹீம் இட்லி வரும் வரை வெளியில் பராக்கு பார்த்தார். இவர்களை விசாரித்த போலீஸ், பேண்ட் போட்ட ஒரு ஆளைப் பார்த்து, "இது என்ன ஒக்காந்து எந்திரிச்சு போக சாவடி சத்திரமுன்னு நெனச்சீங்களா இல்ல ஒங்க மாமியார் வீடுன்னு நெனச்சீங்களா... ஸ்டேசன விட்டுக் காலி பண்ணுங்க" என விரட்டிக் கொண்டிருந்தார். பேண்ட் போட்ட ஆசாமி போக விருப்பமின்றி ஸ்டேசனை விட்டுப் போய்க் கொண்டிருந்தார்.

ரஹீம் கவனித்துக் கொண்டிருப்பதைப் பார்த்த போலீஸ் "இவனுக தொல்லை தாங்க முடியல, இப்படி வந்து ஒக்காந்துக்கிறானுக அப்படி வந்து நின்னுக்கிறானுக, திடீர்னு ரயிலுக்கு முன்னாடி பாஞ்சர்றானுக, நாளு நாளைக்கு முன்னாடி விழுந்த பொணத்த வச்சுக்கிட்டு நாங்க லோல்பட்டுக்கிட்டு இருக்கோம் கேக்க ஒரு நாதியில்ல" என புலம்பினார். ரஹீம் பதிலுக்கு என்ன பேசுவது எனத் தெரியாமல் தலையை மேலும் கீழுமாக ஆட்டினார்.

சிமெண்ட் பெஞ்ச்சில் உட்கார்ந்திருந்த சுந்தரம் போலீஸிடம் தலையாட்டிக் கொண்டிருக்கும் ரஹீமைப் பார்த்தார். இந்த பாய் எதையாவது பேசி ஸ்டேசன விட்டு போலீஸ் கிளப்பி

விட்டுருவானோ, என ஐயப்பட்டார். நல்லவேளை, போலீசின் புலம்பலில் இருந்து விலகி தலையாட்டிக் கொண்டே ரஹீம் வந்து கொண்டிருந்தார். வேப்பமரத் திண்ணையில் படுத்திருந்த நாய் ஒன்று எழவு வீட்டில் சங்கு ஊதுவதைப் போல தம் கட்டி ஒருமுறை ஊளையிட்டது. கெட்ட சகுனமாய்க் கருதிய போலீஸ் அந்த நாயைக் கவனிக்க போய்க் கொண்டிருந்தார். இரவு முழுக்க பொழுதை எப்படிக் கழிப்பார், என போலீசை நினைத்து சுந்தரத்திற்கு கவலையாக இருந்தது.

சுந்தரம் நான்கு இட்லியில் இரண்டை ரஹீமிடம் கொடுத்து விட்டார். சுந்தரத்திற்கு பசியில்லை. ஙொய் என காதைச் சுற்றி வலம் வரும் கொசுவைப் போல, கோவிந்து அவர் மனதைச் சுற்றி சுற்றி வந்து கொண்டிருந்தான். சுந்தரம் கொசுவை விரட்டக்கூட தெம்பற்று இருந்தார். ரஹீம் வேட்டியை அவிழ்த்து தலை வரை போர்த்திக்கொண்டு உறக்கத்துக்கு போய்க்கொண்டு இருந்தார். அலுப்பில் புரண்டு படுக்கும் ஒவ்வொரு முறையும் அல்லாவை அழைத்தார். ரஹீமைப் போன்ற ஒரு நல்ல மனிதரை இக்கட்டான சூழ்நிலையில் துணையாகக் கொடுத்த இறைவனை நன்றியுடன் சுந்தரம் நினைத்துக்கொண்டார்.

~50~

சாயந்தரம், அக்பர் அலியை அழைத்துக்கொண்டு சசியின் வீட்டிற்கு பாத்திமா வந்திருந்தாள். கண்ணீர் காய்ந்த முகத்துடன் இருந்த கோமதியைப் பார்த்து, "ஏங்க்கா எப்படியோ இருக்கீங்க" எனக் கேட்டாள், அவளிடம் தன் மனக்குமுறலைக் கொட்டி விட வேண்டும் என்ற உந்துதலில் வாயைத் திறந்த கோமதியை, அறையை விட்டு வெளியே வந்த சசி மூடினாள். அமைதியாக திண்ணையில் அமர்ந்த சசி "இங்க வாடா" என அக்பர் அலியை அழைத்தாள். அவன் "என்னக்கா" என்றவாறே அருகில் வந்தான். அவனது கைவிரல்களை தன் கைவிரல்களுடன் அன்புடன் பிணைத்துக்கொண்ட சசி, "எத்தனாங்கிளாஸ் படிக்கிற" எனக் கேட்டாள். "ரெண்டாங் கிளாஸ்க்கா" என வெட்கம் கலந்த சிரிப்புடன் சொன்ன அக்பர் அலியை இழுத்து அணைத்துக் கொள்ள வேண்டும் போல சசிக்கு இருந்தது.

அவர்களைப் பார்த்ததும் சசி சாதாரணமாக நடந்து கொண்டது கோமதிக்கு பெரும் ஆறுதலாக இருந்தது. "அப்ப காத்து கருப்பு இல்ல போல" என மனதிற்குள் சொல்லிக் கொண்டவள், "ஏப்பா பேராண்டி பாட்டிக்கு என்ன கொண்டாந்த" என அக்பர் அலியைப் பார்த்து கேட்டாள். அவன் நெளிந்தவாறே "ஒன்னும் கொண்டும் வரல பாட்டி" என்றான். "அடுத்தவாட்டி வரும்போது அரை கிலோ கறி கொண்டாறேன்னு சொல்றா" என பாத்திமா சொல்லிக் கொடுத்ததை அவன் அப்படியே வார்த்தை பிசகாமல் சொன்னதைக் கேட்டு சசி சிரித்து விட்டாள்.

கோமதி, "வீட்ட விட்டு வெளியவே தலை காட்ட மாட்ட, எங்க இவ்வளவு தூரம்" என பாத்திமாவைக் கேட்டாள். "இவனோட அத்தாவ அப்பா டவுனுக்கு கூட்டிட்டு போனாரு, இன்னும் வரல. வீட்ட விட்டு போற ஆம்பள எங்க போறன்னு சொல்லனும், நம்மளா கேக்க முடியும். எதுங்கேட்டாலும் ஒரு சோலியாப் போறேன்னு சொல்லுவாரு, ஆனா என்ன சோலின்னு சொல்ல மாட்டாரு. சசி வேற வந்திருக்கிறதா கேள்விப்பட்டேன் ஒரு எட்டு பாத்துட்டுப் போலாம்னு வந்தன்க்கா" என்ற பாத்திமா, மடியில் இருந்து மல்லிகைப் பூச்சரத்தை எடுத்து சசியின் கூந்தலில் சூட்டினாள். சகோதரி வாஞ்சையுடன் அன்பு காட்டும் பாத்திமாவை நினைத்து சசிக்கு கண்கள் நிறைந்தது. கோமதி நடப்பவற்றை

பார்த்து விட்டு, “அந்த ஆறு குதிர காளி தான் பாத்திமாவ அனுப்பி வச்சிருக்கா போல” என மனதிற்குள் சொல்லிக் கொண்டவள், “இரு பாத்திமா ஒருவாய் காப்பித் தண்ணி போட்டுக் கொண்டாறேன்” என சமையல் கட்டுக்குள் சென்றாள்.

கோமதி நகர்ந்ததும், சசிக்கு நெருக்கமாக அமர்ந்த பாத்திமா, “என்ன ஏதும் விசேசமா” என சசியின் வயிற்றைப் பார்த்தாள், “அதெல்லாம் ஒண்ணும் இல்லக்கா” என அவசரமாக மறுத்த சசி, “இவன எதுவரை படிக்க வைப்பீங்க” என பேச்சை மாற்றினாள். “இவங்க அத்தா எங்க போயி படிக்க வைக்கப் போறாரு மொகத்துல லேசா மீச புடிச்சதும் கையில கத்தியக் கொடுத்து கறிக்கடையில ஒக்கார வச்சிருவாருல்ல” என பாத்திமா சிரித்தாள். அதற்குள் காபி வந்துவிட்டது. “இதெல்லாம் என்னத்துக்கு அக்கா, விருந்தாளிகள கவனிக்கிற மாதிரி” என்று சொல்லிக்கொண்டே, கோமதியிடமிருந்து காப்பி டம்ளரை பாத்திமா வாங்கிக் கொண்டாள். கோமதி, பாலை நன்கு ஆற்றி அக்பர் அலிக்கு கொடுத்தாள். அவன் டம்ளரைக் கவ்விக் குடித்ததில், உதட்டுக்கு மேல் வெள்ளையாய் மீசை படிந்திருந்தது. சசி, அவன் வாயை தன் முந்தியால் துடைத்துகொண்டே, “பையன் சீக்கிரமா கறிக்கடைக்கு தயாராயிருவான் போல” என சிரித்தாள்.

அவர்கள் கிளம்பி விட்டார்கள், சசி நான்கணா காசை அக்பர் அலியின் கையில் திணித்து, தின்பண்டம் வாங்கிக் கொள்ளச் சொன்னாள். வாசல் வரை சென்று வழியனுப்பிய சசியை திரும்பி திரும்பி பார்த்துக் கொண்டே மண்ணில் கால்களை அழுத்தமாகப் பதித்து அக்பர் அலி பாத்திமாவுடன் நடந்து சென்றான். தனக்கும் காலாகாலத்தில் குழந்தை பிறந்திருந்தால் அக்பர் அலி வயதில் ஒரு பையனோ, பொண்ணோ தன் கைக்கு வந்து சேர்ந்திருக்கும் என பெருமூச்சு விட்ட சசி, பாத்திமா ஆசையுடன் பார்த்த அவளது வயிற்றை கைகளால் தடவிக் கொண்டாள். அவளுக்கு கோவிந்தின் நினைப்பு வந்துவிட்டது. குழந்தை பிறக்காவிட்டால் கடைசிவரை அவளுக்கு குழந்தையாக இருப்பேன் என உறுதி சொன்ன கோவிந்து இப்பொழுது எங்கே இருக்கிறானோ என மனம் ஏங்கியதை வாய் திறந்து சசி பேசினாள், அவளுக்கு இந்தப் பழக்கம் எப்படி ஒட்டிக் கொண்டது எனத் தெரியவில்லை. அவளுக்கு ரங்கு பெரியம்மா ஞாபகத்திற்கு வந்தாள். கோவிந்துடன் அப்பா வரவில்லையென்றால் தானும் ரங்கு பெரியம்மாவாக மாறி விடுவோம் என்ற கிலேசம் சசியின் மனதைச் சூழ்ந்தது.

~51~

பசுபதி வெற்றிலைகளை எடுத்து முழங்கால் மடித்த தொடைச் சேலையில் நீவிச் சுத்தம் செய்தவள், கட்டை விரல் நகத்தால் காம்பைக் கிள்ளி எறிந்து விட்டு நரம்புகளை நறுவிசாக நீக்கினாள். ஆள்காட்டி விரலில் சுண்ணாம்பு எடுத்து, நரம்பு களைந்த வெற்றிலையின் முதுகில் பட்டும் படாமலும் தடவினாள், வெற்றிலையின் நடுவே அளவாக வாசனைப் பாக்கை குவித்து மடக்கியவள் அலுங்காமல் வாயில் இட்டுக் கொண்டாள். சத்தம் வராமல் தாம்பூலத்தை மென்றவளின் வாய் சற்று நேரத்தில் செம்பருத்திப் பூவாய் சிவந்தது. தாம்பூலம் தரிப்பதில் அவளுக்கு இருந்த ஒழுங்கும் நளினமும் அவளது ஆளுமையைக் கூட்டும் வகையில் கம்பீரத்துடனும் அழகுடனும் இருந்தது.

சுப்பு கொஞ்சம் அரண்டு போயிருந்தார். எதுவாக இருந்தாலும் வெட்டு ஒன்று துண்டு இரண்டு எனப் பேசும் பசுபதி இன்றைக்கு இவ்வளவு நேரம் பேசியது அவருக்கு ஆச்சர்யத்தை ஏற்படுத்தி இருந்தது, அது கோவிந்துக்காகவோ அல்லது நேத்ராவுக்காகவோ பேசிய பேச்சாக இல்லை. ஒட்டுமொத்த சமூகத்தில் பெண்களின் அவல நிலையைத் தோலுரித்துக் காட்டுவதாக சுப்புவுக்குத் தோன்றியது. சதா தண்ணி மப்பில் தாறுமாறாய் திரிந்து கொண்டிருந்த தனக்கு, மீனாவைத் திருமணம் செய்து கொடுத்து ஒரு பொறுப்புள்ள மனுசனாக்கிய பசுபதியக்காவை, சுப்பு மனதுக்குள் கையெடுத்து கும்பிட்டுக் கொண்டான்.

நேத்ரா உட்பட உள்ளிருந்த பெண்கள், பசுபதியின் பேச்சில் தங்களின் சொந்த வாழ்க்கையைத் தேடிக் கொண்டிருந்தார்கள். அவர்களுக்கும் பெற்றோர் உற்றார் உறவினர்களும் இருந்தனர். எல்லாம் இருந்தும் தங்கள் வாழ்க்கை மட்டும் ஏன் இப்படி திசை தப்பிப் போனது என்ற கேள்விக்கு பதில் கிடைக்காமல் அவர்களின் கண்கள் லேசாக கலங்கியிருந்தது. அது எந்த நேரத்திலும் வெடித்து அழுவதற்கு தயாராக இருந்தன.

காலையில் கோவிலில் இருந்து வந்ததும் நேத்ரா, பசுபதியிடம் இப்படித்தான் சொன்னாள், "எனக்கு கோவிந்த பிடிச்சிருக்கு, உங்களுக்கு சரின்னு பட்டுச்சுன்னா, அவரு கிட்ட பேசி ரெண்டு பேருக்கும் கல்யாணத்த முடிச்சி வைங்க" என அவள் தேங்காய் உடைத்த மாதிரி பேசியது பானுமதிக்கும் விடிவெள்ளிக்கும்

திகைப்பை ஏற்படுத்தியது, ஆனால் பசுபதியோ இதை எதிர்பார்த்த மாதிரி சாந்தமாக எடுத்துக் கொண்டாள். “அந்த தம்பிக்கு ஏற்கெனவே கல்யாணமாயிருச்சு, அவங்கம்மாவ தேடிட்டு இந்த ஊருக்கு வந்துருக்கு, அதும் மனசுல என்ன இருக்குன்னு வெசாரிப்போம்” என நிதானமாக பேசிய பசுபதி, காலம் தாழ்த்தாமல் கோவிந்துவை கையோடு அழைத்து வருமாறு ராசாத்தியை அனுப்பி வைத்தாள். வந்தவனிடம் தன்னைப் பற்றி பேசாமல், கோவிந்து விலகி வந்து விட்ட வாழ்க்கையைப் பற்றி ஏன் பேசுகிறாள் என நேத்ராவுக்கு குழப்பமாக இருந்தது.

மதியப் பொழுதைக் கடந்த வெயில், எதிர்த்த வீட்டுக் கோட்டைச் சுவரின் மீது கம்பளிப் பூச்சியைப் போல ஊர்ந்து மேலேறிக் கொண்டிருந்தது, சுப்பு தெருமுனையை எட்டிப் பார்த்தார். லட்சுமி குனிந்த தலை நிமிராமல் புல்லை தின்று கொண்டிருந்தது; லட்சுமி புல்லைத் தின்று முடிவதற்குள் போக வேண்டும் என யோசித்த சுப்பு பசுபதியை திரும்பிப் பார்த்தார். கோவிந்துவை முதன் முதலாக தன்னிடம் அனுப்பி வைத்த சுப்புவை அருகில் வைத்துக்கொண்டே, கோவிந்தின் மனதை அறிந்து கொள்ள வேண்டும் என பசுபதி முடிவு செய்திருந்தாள்.

இதுவரை பசுபதி பேசிய பேச்சு முழுவதற்கும் முற்றுப் புள்ளி வைத்தது போல, “சரி” என்று சத்தமாகச் சொன்னவள், “நீ பொஞ்சாதிய விட்டுட்டு வந்தவன், நேத்ரா புருசன விட்டுட்டு வந்தவ, அவ ஒன்ன கட்டிக்கிடனும்னு ஆசப்படுறா நீ என்ன சொல்ற?” என துப்பாக்கியை நெஞ்சுக்கு நேராக காட்டி சுட்டதைப் போல பசுபதி கோவிந்தைக் கேட்டாள், அவனால் ஒன்றும் சொல்ல முடியவில்லை. நாக்கு உள்ளே இழுத்துக் கொண்டது; உடம்பு வியர்த்தது; சுப்பு இருக்கும் இடம் நோக்கி பார்த்தான்.

பசுபதி இப்பொழுதுதான் விசாரணைக்கு வந்திருக்கிறாள், என சுப்பு சுறுசுறுப்பானார். இப்படியேதான் சுப்புவையும் கேட்டாள். அதற்கு முன்னர் சுப்புவின் திருமணத்தைப் பற்றி அவனை யாரும் கேட்டிருக்கவில்லை. அவ்வாறு கேட்கும் அளவுக்கு அக்கறை கொண்ட மனிதர்களும் அவனுக்கு யாரும் இல்லை, சுப்பு உடனே சரி என்று சொல்லி விட்டார். மீனா நின்ற இடத்தில் இப்பொழுது நேத்ரா நின்று கொண்டிருக்கிறாள். நேத்ராவைப் பார்த்தால் நல்ல பெண்ணாகத் தெரிந்தாள். கோவிந்து சரி என்று சொன்னால் அவனுக்குத் தனியாக ஒரு குதிரையை பூட்டவும் சுப்பு தயாரானான். அடுத்தடுத்த யோசனைகளுக்குள் ஆழ்ந்து கொண்டிருக்கும்

பொழுதே, கோவிந்து யாரும் எதிர்பார்க்காத ஒரு காரியத்தைச் செய்தான், பசுபதியின் கால்களில் நெடுஞ்சாண் கிடையாக வீழ்ந்து கிடந்தான். அப்பொழுது வெயில் கோட்டைச் சுவர் மேலே ஏறியிருந்தது.

~52~

ரயில் வரும் நேரம் நெருங்கியதும், இருட்டாய் இருந்த ரயில் நிலையத்தின் மின் விளக்குகள் அனைத்தும் எரிய ஆரம்பித்தன, சுந்தரம் படக்கென எழுந்து கொண்டார் இப்பொழுது ஸ்டேசன் புது மாதிரியாகத் தெரிந்தது. கேண்டீன் முன்புறம் டேபிளைப் போட்டு டீ கேனை நிறுத்திய ஊழியர், கண்ணாடி டம்ளர்களை ஒன்றின் மீது ஒன்றாக கவிழ்த்து வைத்துக் காத்திருந்தான். இரண்டு பேர் டீ கேன்களைக் கையில் எடுத்துக் கொண்டு தயாராக இருந்தனர். தொலைவில் பச்சை நிறத்தில் சிக்னல் கிடைத்ததும், ஸ்டேசன் மாஸ்டர் நீளமாக விசில் சத்தம் எழுப்பினார். அது இரவு நேரங்களில் திருடர்களை எச்சரிக்க கூர்கா ஊதும் விசில் சத்தத்தைப் போலவே இருந்தது. வெள்ளைப் பேண்ட்டும், வெள்ளைச் சட்டையும் அணிந்து டை கட்டி கறுப்பு நிறக் கோட்டில் கம்பீரமாக பூட்ஸ் காலுடன் நிற்கும் ஸ்டேசன் மாஸ்டர் பாவம் விசில் ஊதி பிழைப்பு நடத்துகிறார் என சுந்தரம் அவர் மீது பச்சாதாபப்பட்டார்.

லைட் வெளிச்சத்திற்கும், விசில் சத்தத்திற்கும் ரயிலுக்காக காத்திருந்த பயணிகள் அனைவரும் எழுந்து கொண்டனர். ஆனால் வேட்டியைப் போர்த்து படுத்திருந்த ரஹீம்பாய் மட்டும் எழுந்திருக்கவில்லை, வீட்டில் படுத்திருப்பதைப் போல அசராமல் தூங்கி கொண்டிருந்த ரஹீமை, "பாய் எந்திரி பாய்" என அவசரமாக தோளைத் தட்டி சுந்தரம் உசுப்பினார். அரக்கபரக்க எழுந்த பாய், பிளாட்பாரத்தில் ரயிலைத் தேடி ஏமாந்தார்.

இருவரும், குடி தண்ணீர் குழாயில் முகம் கழுவிக் கொண்டனர். பாய்க்கு, அங்கிட்டு போற ரயிலு ராமேஸ்வரத்துக்குப் போகும், இங்கிட்டுப் போற ரயிலு கோயம்புத்தூருக்குப் போகும்ணு பீடாக்கடை ரெட்டமலை சொன்னது ஞாபகத்திற்கு வந்தது. கோயம்புத்தூர் போற ரயில், பிளாட்பாரத்திற்கு எங்கிட்டு நிற்கும் என்பதை அறிந்து கொள்ள கேண்டீனை நோக்கிப் போனார். டீ விற்பனைக்கு தயாராக இருந்த ஊழியரைக் கேட்டதும், "அதுல என்ன சந்தேகம் கோயம்புத்தூர் போற ரயிலு தெற்குப் பக்கமாக இந்த பிளாட்பாரத்துல தான் நிக்கும்" என அடித்துக் கூறினார். "சரிங்கப்பா ரெண்டு டீ கொடுங்க" எனக் கூறிவிட்டு, சுந்தரத்தை அருகில் வருமாறு பாய் கையசைத்தார்.

டீயை குடித்து முடிக்கவும் இரண்டு மார்க்கங்களிலிருந்து பெரும் இரைச்சலுடன் ரயில்கள் வரவும் சரியாக இருந்தது, ச்சாய்...ச்சாயா... என கேனைத் தூக்கிக் கொண்டு கிழக்கும் மேற்குமாக கேண்டீன் ஊழியர்கள் இரண்டு பக்கமும் ஓடிக் கொண்டிருந்தனர். சற்று முன்னர் மயான அமைதியில் இருந்த ரயில் நிலையம் இறங்கி, ஏறும் மனிதர்களால் இப்போது திருவிழாக் கோலம் பூண்டிருந்தது, கூட்டம் குறைவாக இருந்த பெட்டியில் இரண்டு இருக்கைகளை கைப்பற்றிய ரஹீம்பாய், “மாமு இங்க வாங்க இடம் இருக்கு” என அழைத்தார். சுந்தரம் படி ஏறும் போது தடுமாறி கீழே விழப் போனார். பின்னாடி வந்த இளைஞர், “பாத்துங்க பெரியவரே” என தாங்கிப் பிடித்துக் கொண்டார். உள்ளே வந்து உட்கார்ந்த பிறகும் சுந்தரத்திற்கு மூச்சு வாங்கியது. சிறிது நேரத்தில் கூவல் ஓசையை வெளிப்படுத்தியவாறு ஒரு ராட்சசனைப் போல ரயில் பெரும் சத்தத்துடன் நகர்ந்தது. ரயில் வேகம் எடுத்த சில நிமிடங்களில், ஜன்னல் வழியே இருட்டிலிருந்து வீசிய ஈரக்காற்று சுந்தரத்தை நிதானப்படுத்த தோதுவாக இருந்தது. சுந்தரம் சுற்றிலும் பார்த்தார். தூக்க கலக்கத்துடனும் சோகை மயக்கத்துடனும் மக்கள் அரைக் கண்களை மூடியவாறு ரயிலின் ஆட்டத்துக்கு சுதி சேர்த்து இருந்தனர். ரஹீம்பாய் ரயில் நிலையத்தில் விட்ட தூக்கத்தை துரத்திப் பிடித்துக் கொண்டிருந்தார். ஜன்னல் வழியே விண்ணில் ஜாலம் காட்டிய ஒரு நட்சத்திரம் கோவிந்தை ஞாபகப்படுத்தியது. நாளை கோவிந்து கிடைக்க வேண்டும் என கண்களை மூடி வேண்டிக் கொண்டே, சுந்தரம் ரயிலுக்கு துணையாக மீதி இரவையும் தூங்காமல் கழித்தார்.

வளர்ந்த ஆண் பிள்ளை தன் காலில் படக்கென விழுந்த உடன் பசுபதிக்கு அய்யோ என்றிருந்தது, “எந்திரிப்பா என கோவிந்தின் தோள்களில் கை வைத்து தூக்க முயற்சித்தாள். அவன் அழும் சத்தம் கேட்டது. பசுபதியின் கால்களில் அவனது கண்ணீர் ஈரம் படர்ந்தது, வீட்டுக்குள்ளிருந்த பெண்கள் வெளியே வந்து விட்டனர். திண்ணையோரம் கால்களைத் தொங்கப் போட்டு ஒடுங்கி உட்கார்ந்திருந்த சுப்பு எழுந்து நின்று கொண்டார். அவருக்கு என்ன செய்வது என்று தெரியவில்லை, சுப்பு திரும்பவும் லட்சுமியைப் பார்த்தார். லட்சுமியின் தலை நிமிர்ந்திருந்தது, பசும்புற்களை தின்று முடித்து விட்டதைப் போல தெரிந்தது.

பசுபதி தவறு செய்து விட்டதைப் போல கால்களை குறுக்கிக் கொண்டாள். அவன் அழுகையை இன்னும் நிறுத்தியபாடில்லை. அவன், அம்மா ஈஸ்வரியையும், அக்கா சுலோச்சனாவையும் மனைவி சசியையும் நினைத்து அழுதான். அவர்களுக்காக மட்டும் அவன் அழுகவில்லை. அங்கே இருக்கும் பசுபதி, ராசாத்தி, பானுமதி, நேத்ரா, விடிவெள்ளி என எல்லாப் பெண்களுக்காகவும் அழுதான். கோவிந்து அழுது முடியட்டும் என அனைவரும் அமைதியாக இருந்தனர்.

கோவிந்து எழுந்து உட்கார்ந்தான், அழுகையினுடே பேசினான். அது கீச்சுக் குரலாக மாறி இருந்தது, “என்னை மன்னிச்சிருங்கம்மா, எங்கம்மாவ இத்தன நாளா நானும் தப்பாத்தான் நெனச்சிருந்தேன். உசுருக்கு உசுராக வளர்த்த எங்கம்மா எப்படி எங்கள விட்டுட்டு போயிருப்பா.. எனக்கு பெத்த அம்மாவும் இல்ல, கூடப்பிறந்த அக்காவும் இல்ல, எல்லாமே எஞ்சம்சாரம் தான்னு அவள நெஞ்சுல வச்சிருந்தேன். அவ எப்படி மனசறிஞ்சு இப்படி செஞ்சான்னு தெரியல. உசுர விட்றலாம் போல இருந்துச்சு, அதுக்கும் தகிரியம் வரல்ல... என்ன பண்றதுன்னே தெரியல, தொலஞ்சு போன எங்கம்மாவத் தேடி ஏன் என்னையப் பெத்தேன்னு கேட்கத் தோனுச்சு, இங்க வந்து சேர்ந்தேன். என்னால எஞ்சம்சாரத்த மறக்க முடியல எப்பவும் அவ நெனைப்பாவே இருக்கு, நான் இல்லைன்னா அவளுக்கு பைத்தியம் பிடிச்சுரும். நேத்ரா என்னை ஆசையா பாக்கறப்ப எனக்கு சசி நெனப்புத்தான் வரும். நேத்ரா மேல இஷ்டப்பட்டு

ஒரு நாள் கூட நான் பார்த்தது கிடையாது. நேத்ரா பாவம்மா..'' என அவன் முடித்த பொழுது நேத்ராவினால் அழுகையை அடக்க முடியவில்லை, சிறுபிள்ளையைப் போல அவனை அள்ளி அணைத்துக் கொள்ள நேத்ராவுக்கு தோன்றியது.

நேத்ராவின் அழுகை, பசுபதியையும் பானுமதியையும் விடிவெள்ளியையும் தொற்றிக் கொண்டது, அழுகையின் உஷ்ணம் தாங்காமல் வெயில் அவர்களை விட்டு வெகுதூரம் விலகிப் போயிருந்தது.

அன்று இரவு படுக்கும் போது கோவிந்தின் மனசு லேசாகியிருந்தது. எல்லாக் கட்டுக்களில் இருந்தும் விடுதலை ஆனது போல, நெஞ்சம் விம்மித் தணிந்தது, அடுத்த நாள் அவன் எந்த குழப்பமும் இன்றி ஊருக்கு திரும்புகிறான், சசியை மீண்டும் சேரப் போகிறோம் என்ற தவிப்பு அவனைப் பாயில் புரள வைத்தது. தூங்கவிடாமல் தடுத்தது.

இரவு உணவுக்குப் பின்னர், கொல்லையிலிருக்கும் வேப்ப மரத்தின் அருகில் சென்று நிற்க வேண்டும் என கோவிந்துக்கு விருப்பமாக இருந்தது. அந்த இடம் வெளிச்சமின்றி இருட்டாக இருந்தது. வேப்பமரத்தினடியில் நின்று, அடர்ந்த மரக்கிளைகள் வழியே வானைப் பார்த்தான். வானில், இவன் பார்த்துக் கொண்டிருக்கும் பொழுதே நட்சத்திரங்களின் எண்ணிக்கை பரவி கூடிக் கொண்டே போனது. மரக்கிளைகளை தாண்டி விட்டால் விரிந்த வானும் அதில் தெரிந்த நட்சத்திரங்களும் கைக்கு எட்டி விடும் தூரம் தான் என்பது போல கோவிந்துக்கு தோன்றியது.

பின்புறம் கொலுசொலிச் சத்தம் அடங்கிக் கேட்டது. நேத்ரா தான் நிழல் ஓவியம் போல வந்து கொண்டிருந்தாள், கோவிந்தின் மூச்சுக் காற்று படும் இடம் வரை வந்து நின்று விட்டாள். அவ்வளவு அருகில் அவளைப் பார்ப்பதற்கு, கோவிந்துக்கு முந்தைய சங்கடம் இல்லை. பேசாப் பதுமையைப் போல அசையாமல் இவன் முகத்தையே பார்த்து இருந்தாள். இவன், "நேத்ரா" என அழைத்ததும் அவளிடமிருந்து ஏக்கப் பெருமூச்சு வெளிப்பட்டது. "நாளக்கி ஊருக்கு போறீங்களா..." என நடுங்கும் குரலில் கேட்டாள். பிறகு, "என்னை மறந்திட மாட்டீங்கில்ல" என்றவள் இவன் பதிலை எதிர்பார்க்காமல், திரும்பி நடக்க ஆரம்பித்தாள். அவளிடம் ஆறுதலாக ஏதாவது பேசியிருக்க வேண்டும் என யோசித்தவன் மீண்டும் வானம் பார்த்தான், ஒரு எரி நட்சத்திரம் கீழே வேகமாக விழுந்து கொண்டிருந்தது.

அவன் இங்கே வந்து நான்கு நாட்கள்தான் ஆகியிருந்தது, ஆனால் நான்கு யுகங்கள் கழிந்தது போலிருந்தது. கோவிந்து வீட்டை விட்டு கிளம்பியதில் இருந்து நடந்தவற்றை நாரில் சிறு பூக்களைக் கோர்ப்பது போல ஒவ்வொன்றாய் நினைவு கூர்ந்தான். பசுபதியக்கா வீட்டுச் சுவர் கடிகாரம் நேரம் குறித்த மணிச்சத்தத்தை

விட்டு விட்டு எழுப்பிக் கொண்டே இருந்தது. கோவிந்து தூங்கியும், தூங்காமலும் அந்த இரவைக் கழித்தான்.

~55~

ரயில் காலை ஐந்து மணிக்கே நிலையத்திற்கு வந்து விட்டது, தாடி மீசை தலை முடி வளர்த்த நிறையப் பேர் குடும்பத்துடன் ரயிலை விட்டு இறங்கினர். முருகனுக்கு மொட்டை போடும் நேர்த்திக் கடனாக இருக்கும் என அவர்களைப் பார்த்துக் கொண்டே சுந்தரம் இருந்தார். “மாமு என்ன இப்படி வேடிக்கை பாக்கறீங்க, இங்கேயே சித்த நேரம் இருங்க, நான் வெளிய போயிட்டு வந்தர்றேன் அப்புறம் நீங்க போங்க” என்றவாறு ரஹீம் பாய் டாய்லெட்டைத் தேடிக் கொண்டு போனார்.

சுந்தரம் தெற்குப் பக்கம் திரும்பிப் பார்த்தவர் அப்படியே நிலை குத்திப் போனார். அடுக்கடுக்கான மலைத் தொடர்களின் பின்புலத்தில் முருகன் மலை, மலையரசி கழற்றி வைத்த மகுடம் போல வண்ண விளக்குகளால் ஜொலித்துக் கொண்டிருந்தது; தன்னை மறந்து மலையைப் பார்த்துக் கொண்டிருந்தவர், காலில் இருந்து செருப்புக்களை கழற்றி விட்டு, முருகா... என கன்னத்தில் போட்டுக் கொண்டார். கைகளை தலைக்கு மேல் கூப்பி, “எம்புள்ள கஷ்டத்தை தீர்த்துக் கொடுய்யா” என மனமுருக வேண்டினார். மலையைப் பார்த்ததும் மாப்பிள்ளையே கிடைத்து விட்டதைப் போல பரவசமான சுந்தரம் கண்களை மூடி கோவிந்தின் முகத்தை மனதிற்குள் கொண்டு வந்தார். புகைப்படம் இருந்த பை பத்திரமாக இருக்கிறதா என ஒருமுறை பார்த்துக் கொண்டார்.

பீடிப்புகை வாசத்துடன் வந்த ரஹீம் பாய், “மாமு, இப்பிடியே நேர போங்க, பிளாட்பாரத்த தாண்டி தனியா கட்டி வச்சிருக்காங்க” என டாய்லெட் செல்ல வழியைக் காட்டினார். சுந்தரம், புகைப்படம் இருந்த பையைக் கொடுத்து, “ஜாக்கிரதையா பாத்துக்க பாய்” எனக் கேட்டுக் கொண்டார். “போயிட்டு வாங்க மாமு... நான் என்ன பச்சப்புள்ளையா” என ரஹீம் சிரித்தார். அவர் காட்டிய வழியில் ஸ்டேசனுக்கு கிழக்குப் பக்கம் சென்ற சுந்தரத்தை, கீழ் வானம் சிவந்து வரவேற்றது. இன்னும் சில நிமிடங்களில், பிறக்க இருக்கும் சூரியனை வரவேற்கும் வண்ணம், காக்கைகள் மின்வடக் கம்பிகளில் அமர்ந்து, விடாமல் கரைந்து கொண்டிருந்தன. ஸ்டேசனுக்கு வெளியே குதிரைகளின் கனைப்புச் சத்தம் கேட்டது.

கோயம்புத்தூர் எக்ஸ்பிரஸ் சவாரிகளைப் பிடிப்பதற்கு காலை ஐந்து மணிக்கே வரும் ஜட்காக்காரர்களில் பெரியவர் நாட்ராயனும் ஒருவர், வரிசையில் நாலாவது ஆளாக நின்றிருந்தார். முதல் மூன்று ஜட்காக்களுக்கு மட்டும் சவாரி கிடைத்தது, நாட்றாயனுக்கு கிடைக்கவில்லை. அதைப்பற்றி அவர் கவலை கொள்ளவில்லை, ஜட்காவை அப்படியே நிறுத்தி விட்டு ஆலமரத்திற்கு திரும்பி விட்டார். திண்டில் அமர்ந்து தியானம் செய்பவர் போல அரைக் கண்களை மூடியவர், மரத்தில் சாய்ந்து கொண்டார். மூப்பின் காரணமாக அடிக்கடி சோர்வு வந்து விடும் உடம்பை எங்காவது கழற்றி வைத்தால் தேவலை என ஒரு சித்தரைப் போல யோசித்தார். அங்கேயிருந்து ஜட்காவையும் அதில் பூட்டியிருந்த குதிரையையும் பார்த்தார். இரண்டுக்குமே வயதாகி விட்டது. எல்லாவற்றையும் தூக்கிப் போட்டுவிட்டு அக்கடா என வீட்டில் உட்கார்ந்து கொள்ளத் தேன்றினாலும், அவரை நம்பி வீட்டில் இருக்கும் மூன்று ஜீவன்களின் பசிக்கு அவர் பதில் சொல்ல வேண்டியிருந்தது. அவருக்கு ஒரு யோசனை இருந்தது. தினமும் ஸ்டேண்டுக்கு வரும் கோவிந்துவை, ஜட்காவில் ஏற்றி விடலாமா என்று. ஆள் இளந்தாரியாக இருக்கிறான், வருமானத்தில் பாதியைக் கொடுத்தால்கூட சமாளித்துக் கொள்ளலாம் என முடிவு செய்திருந்தார். இதை சுப்புவிடம் எப்படிச் சொல்வது என நேரங்காலம் பார்த்துக் கொண்டிருந்தார்.

பரவும் வெளிச்சத்திற்கும், விலகும் இருளுக்கும் இடையே மெலிதான கோடு மட்டுமே இருந்த நிலையில், வீசிய மெல்லிய காற்றில் ஆலமர விழுதுகள் ஆடிய நொடியில் இருள் முற்றாக விலகி வெளிச்சம் வெள்ளத்தைப் போல வேகமாக பரவிக் கொண்டிருந்தது; தன் ஜட்கா அருகில் இரண்டு பேர் நிற்பதை பார்த்த நாட்றாயன் எழுந்து சென்றார். “என்ன சவாரி போகனுமா?” எனக் கேட்டார். சுந்தரம் தயங்கியவாறு பைக்குள் இருந்த போட்டோவை வெளியில் எடுத்தார்.

~56~

பெட்டிக் கடையில் பாத்திமா தான் உட்கார்ந்திருந்தாள். இரவு வெகுநேரம் கணவன் வருவான் என எதிர்பார்த்துக் காத்திருந்த விழிகளின் சிவப்பு இன்னும் நீங்கவில்லை. சசிக்கு என்னமோ நேர்ந்திருக்கிறது, அதனால்தான் சுந்தரம் அப்பாவும் தன் கணவனும் இப்படி அலைந்து திரிந்து கொண்டிருக்கிறார்கள் என உள்ளுக்குள் ஓடிக் கொண்டிருந்தது. ரோட்டை விட்டு இறங்கி தெற்கு நோக்கிச் செல்லும் பாறைப்பட்டி ரோட்டில் கழுதையை ஓட்டிக்கொண்டு போன முத்தன், கடை முன் நின்றான். அவன், கடனுக்கு சவுக்காரமும் ஒரு கட்டு கணேஷ் பீடியும் கேட்பான் என பாத்திமாவுக்குத் தெரியும். மாதம் ஒரு முறை ரஹீமிடம் கணக்கைத் தீர்த்து விடுவான். இருந்தாலும், "காலங்காத்தால கடனுக்கு வந்து நிக்கிறானே" என பாத்திமா மனதிற்குள் சலித்துக் கொண்டாள். கழுதை அழுக்குத் துணி மூட்டையுடன் அது பாட்டுக்கு பழக்கப்பட்ட பாதையில் போய்க் கொண்டிருந்தது, அநேகமாக குமரன் ஆற்றுப் படித்துறை வரை அதை யாரும் தடுத்து நிறுத்த முடியாது. முத்தனும் கழுதையைப் பற்றிய கவலையின்றி கடை முன் நின்றிருந்தான். வந்த ஒன்றிரண்டு வாடிக்கையாளர்களை கவனித்துக் கொண்டிருந்த பாத்திமாவால் பாறையைப் போல இறுகி நின்றிருக்கும் முத்தனின் இருப்பை நிராகரிக்க முடியவில்லை, அவன் கேட்காமலே, சவுக்கார கட்டியையும், ஒரு கட்டு பீடியையும் மரப்பலகையின் மீது நங்கென்று வைத்தாள். ஒரு இயந்திரத்தைப் போல நீண்ட அவனது வலது கை அவற்றை படக்கென எடுத்துக் கொண்டது. பாத்திமா, கடன் சிட்டையை எடுத்து கணக்கை குறித்து விட்டு நிமிர்ந்த போது முத்தன் காட்டுப் பண்ணாடியின் சோளைக் காட்டைத் தாண்டி விறுவிறுவென்று போய்க் கொண்டிருந்தான்.

முத்தன் முன்பெல்லாம் இப்படி இல்லை. அவனோடு அவன் மனைவி சரசு அப்பொழுது இருந்தாள். முத்தனுக்கும், சரசுக்கும் அவ்வளவு அன்னியோன்யம். இப்படி கடையின் முன் அவனோடு சரசுவும் வந்து நிற்பாள். இருவரும் ஒருவருக்கொருவர் ஏகடியம் செய்து கொள்வார்கள். வாய் நிறைய சிரிப்பு கொப்பளிக்கும். அவள் தனக்கென வெற்றிலை பாக்கு, புகையிலை வாங்கிக் கொள்வாள். ஊர் மோளி எல்லாம் அவர்களிடம்தான். பொதி

சுமக்க அவர்களிடம் இருந்த இரண்டு கழுதைகள் போதவில்லை. இரண்டு பெண் குழந்தைகளுடன் அவர்களின் வாழ்க்கை சீராக போய்க் கொண்டிருந்து.

திடீரென ஒரு நாள் சரசு காணாமல் போய் விட்டாள், முத்தன் வெறி பிடித்தவனைப் போல அலைந்து திரிந்தான். அவளைக் கண்டுபிடிக்க முடியவில்லை, பழைய துணிக்கு பிளாஸ்டிக் சாமான் கொடுக்க வெளியூரிலிருந்து சைக்கிளில் வரும் சிங்காரமும் அதற்குப் பிறகு ஊருக்குள் வரவில்லை. சிங்காரத்துடன் சரசு ஓடி விட்டதாக ஒரு புரளி காட்டுத் தீ போல ஊர் முழுக்க பரவியது. ஆனால் முத்தன் அதை நம்பவில்லை. உண்மையில் சரசு என்ன ஆனாள் என்பது யாருக்கும் இன்று வரை தெரியாது. முத்தன் விரக்தியில் தொழிலை விட்டு ஒதுங்கி வீட்டுக்குள்ளேயே முடங்கி விட்டான். பார்த்தார்கள் ஊர்க்காரர்கள், ஊருக்குள் இருக்கும் ஒன்றிரண்டு ஏகாளிகள் இப்படி முடிவெடுத்தால், அழுக்குத் துணிகளோடு அலையும் ஆபத்து வந்து விடும் என ஊர்ப்பண்ணாடியிடம் பிராது கொடுத்தார்கள். முத்தன் வேண்டாவெறுப்பாக மீண்டும் இந்தத் தொழிலை செய்ய வேண்டியதாயிற்று. ஆனால் முன்பு போல அவனது சலவை இல்லை என ஊரார் அலுத்துக் கொண்டார்கள்.

எட்டரை மணி பஸ்ஸிலிருந்து ஒரு இளைஞன் இறங்குவதை பாத்திமா பார்த்தாள். அவன் ஊருக்கு புதியவனாக இருந்தான். தலை நிறைய படிக்கட்டு முடியும், யானைக்கால் பேண்ட்டும் அணிந்து ஒரு சினிமாக்காரனைப் போல இருந்தான். அவனை பாத்திமா மட்டும் பார்க்கவில்லை, பஸ் ஸ்டாப்பில், கடைவீதியில் நின்றிருந்தவர்கள் ஒரு நொடி அவனைப் பார்த்து விட்டுத்தான் கடந்தார்கள். காலனியிலிருந்து பள்ளிக்கூடம் சென்று கொண்டு இருந்த சிறுவர்களில் ஒருவன், “ஏய் பேண்ட்டுக்காரா” என இவனைப் பார்த்து சத்தமிட்டு விட்டு ஓடினான். உடன் வந்த பையன்கள் ஹோவென்று சிரித்தார்கள். பாத்திமாவுக்கும் சிரிப்பு வந்து விட்டது.

அவன், பாத்திமாவின் கடையை நோக்கி வந்து கொண்டிருந்தான், பாத்திமா தலை முக்காட்டை சரி செய்து கொண்டே, “இங்க எதுக்கு வர்றான்” என முணுமுணுத்தாள், அருகில் வந்து நின்றவனை அப்பொழுதுதான் பார்த்தது போல, “என்ன வேணும்” எனக் கேட்டாள், அவன், “ஒண்ணுமில்ல,” என்றவாறே, “ஏங்க்கா இங்க சசி வீடு எங்க இருக்கு?” என முகம் பாராமல் கேட்டான்,

அவனை பாத்திமா நெருக்கமாகப் பார்த்தாள். நாலைந்து நாள் சோறு தண்ணியில்லாமல் இருப்பவனைப் போல வாடி வதங்கி இருந்தான். "நீ எங்க இருந்துப்பா வர்ற..." என பாத்திமா கேட்டாள், "நான் டவுன்ல இருந்து வர்றன்கா, சசி இந்த ஊருதான்க்கா அவங்கள பாக்கனும்" எனக் கூறியவனின் குரலில் பிரிவாற்றாமை தெரிந்தது.

பாத்திமா சுதாரித்துக் கொண்டாள், "நீ யாருப்பா அவள தேடிட்டு இங்க எதுக்குப்பா வந்த" என பாத்திமா பேச்சுக் கொடுத்தாள். அவன் சிறிது நேரம் பதில் சொல்லாமல், கடையில் மாட்டியிருந்த மக்கா மதீனா போட்டோவைப் பார்த்தபடி இருந்தான். பிறகு "எம்பேரு நாகுக்கா டவுன்ல சசி வீட்டுக்கு எதுத்தாப்புல தான் எங்க வீடு, நாலஞ்சு நாளா அவங்கள பாக்கல, அதான் பாத்துட்டுப் போலாம்னு வந்தன்க்கா" என எச்சில் முழுங்கியவனைப் பார்க்க பாத்திமாவுக்கு என்னென்னவோ தோன்றியது. அவனது கண்களை நேருக்கு நேர் பார்த்தாள். ஒரு பெண்ணாக இருந்து கொண்டு இதுகூடவா எனக்குப் புரியாது என்பது போல நாகுவை பார்வையால் துளைத்தாள். அருகில் அதுவரை அமைதியாக இருந்த வேப்ப மரத்திலிருந்து, குயில் சத்தம் ஒலிக்க ஆரம்பித்தது.

~57~

காலையில் எழுந்ததும் பசுபதி என்ன நினைத்தாளோ, கோவிந்தை அழைத்தவள், "போ..முருகனுக்கு மொட்டையடிச்சிட்டு, பொய்கைத் தண்ணியில குளிச்சிட்டு வா..." என அவன் கையில் காசு கொடுத்தாள். பசுபதி ஏற்கெனவே கொடுத்திருந்த இரண்டு பத்து ரூபாய்த் தாள்கள் அவன் சட்டைப் பாக்கெட்டில் அப்படியே இருந்தன. அவன், சட்டைப் பாக்கெட்டைப் பிடித்துக்கொண்டு, "நீங்க கொடுத்த பணம் இருக்கும்மா" என்றான், "அது இருக்கட்டும் போக்குவரத்துக்கு ஆகும்" என்றவள், அவன் மறுபேச்சில்லாமல் நகர வேண்டும் என முகத்தை திருப்பிக் கொண்டாள்.

கோவிந்து அடிவாரம் நோக்கி நடந்து கொண்டிருந்தான். பேருந்து நிலையம் கடந்து, பாளையத்தின் வழியாக சென்று கொண்டிருந்தான். அவன் கடைசியாக மொட்டையடித்துக் கொண்டதை ஞாபகப்படுத்திப் பார்த்தான். ஊர் மாரியம்மனுக்கு மூன்றாவது மொட்டை எடுத்து கணக்கை முடிக்க, அம்மா அவனை கோவிலுக்கு இடுப்பில் சுமந்து போனாள். அக்கா அம்மாவின் கைபிடித்துக் கொண்டு வந்தாள், வேறு யாரும் உடன் வந்ததாக தெரியவில்லை. கோவிந்து முடியை இழக்க சம்மதமில்லாமல், முரண்டு பிடித்து அழுதான். அம்மா, "மாரியம்மனுக்கு முடிய காணிக்கை கொடுக்கறப்ப அழுவாம கொடுக்கணும், மொட்டையடிச்சா மூனு மாசத்துல முடி வளர்ந்துரும் கோவிந்து" என சமாதானம் சொன்னாள். மொட்டையடித்த பிறகு, கோவில் கிணற்று நீரில் அம்மா குளிப்பாட்டி விட்டாள். சிவப்பும், ஊதாவும் கலந்த பூப்போட்ட புதுச் சட்டையை போட்டுவிட்ட அம்மா, கோவிந்தைக் கட்டிப் பிடித்து கன்னத்தில் முத்தமிட்டாள். முடி போன வருத்தம் அம்மா கொடுத்த முத்தத்தில் கரைந்து போனது. சாமி கும்பிட்டு விட்டு வரும் வழியில், அம்மா லாலா மிட்டாய் கடையில், கலர் பூந்தியும் காராச்சேவும் வாங்கிக் கொடுத்தாள்.

கோவிந்துக்கு மொட்டை போட இப்படி தனியாக போவது கஷ்டமாக இருந்தது. கூட சுப்பு அண்ணன் இருந்தால் நன்றாக இருக்கும் என, சாலையில் போகும் ஜட்கா வண்டிகளில் சுப்புவைத் தேடினான். வையாபுரிக் கண்மாயைக் கடக்கையில்,

ஜில்லென காற்று வீசியது. கடுமையான கோடை காலத்திலும், கண்மாய் நிறைய தண்ணீர் கரையை மோதியது. தண்ணீரில் முருகன் மலை தலைகீழாய் மிதந்தது. உயர்ந்த மலையும், அகண்ட கண்மாயும் சூழ்ந்த அந்த ஊர், கோவிந்துக்கு மிகவும் பிடித்திருந்தது. ஊரையும், பழகிய மனிதர்களையும் பிரிந்து போவதற்கு அவன் மனது சங்கடம் கொண்டது.

முடிக்கொட்டகையில் கூட்டம் அதிகம் இல்லை. முடிக்காணிக்கை டிக்கெட் எடுத்துக் கொண்டு வந்தவனை வரிசையில் உட்கார்ந்திருந்த வயதான நாவிதர் சிரித்த முகத்துடன் அழைத்தார். தலையில் தண்ணீரைத் தெளித்து, சவரக்கத்தியை தலை நடுவே வைத்து பூப்போல மழிக்க ஆரம்பித்தவர், "வேண்டுதல் நெறவேறியிருச்சா" எனக் கேட்டார், கோவிந்துக்கு என்ன பதில் சொல்வது எனத் தெரியவில்லை. அறியா வயதில் அவனுக்காக அம்மா வேண்டிக் கொண்டாள். அது பற்றி அவனுக்கு தெரியாது, இப்போது பசுபதியம்மா, இவனுக்காக என்ன வேண்டிக் கொண்டாள் எதற்காக மொட்டை அடிக்கச் சொன்னாள் என்பதும் இவனுக்குத் தெரியாது. நாவிதரின் கேள்வி கோவிந்தை யோசிக்கத் தூண்டியது. அம்மா இவனுடன் இருந்திருந்து இறந்திருந்தால் கோவிந்து தான் காரியம் செய்திருப்பான். அப்பொழுது இவனுக்கு குழிமேட்டில் மொட்டை அடித்திருப்பார்கள், ஒருவேளை காணாமல் போன அம்மாவை நினைத்து அவன் மேலும் மனம் மருகக் கூடாது என்பதற்காக, இப்படி மொட்டையடிக்கும் காரியத்தை செய்ய பசுபதி முடிவு செய்திருப்பாளோ.. குனிந்து தலையைக் கொடுத்திருந்த கோவிந்தின் கண்களில் இருந்து கண்ணீர் பொட்டு பொட்டாய் அவனது மடியில் உதிர்ந்தது. நாவிதர் அதைக் கவனித்து விட்டு "முருகா" என அழைத்தார்.

பொய்கைத் தண்ணி, குளித்துக் கொண்டே இருக்கச் சொன்னது. நீண்ட நேரக் குளியலுக்குப் பின்னர் வெளியேறிய கோவிந்துவை நடுத்தர வயதுப் பெண் ஒருத்தி கருத்த உதடுகளுடன், "வாய்யா.." என வரவேற்றாள். அவள் கையிலிருந்த தட்டில் சந்தனக் கிண்ணம் இருந்தது. வெயிலில் மின்னிய அவன் வெறுந்தலையில் கை நிறையச் சந்தனம் எடுத்து, சொட்டையில்லாமல் பூசினாள். அவனது நெற்றியில் சந்தனப்பட்டை அடித்து இரு புருவ மத்தியில் குங்குமப் பொட்டு வைத்து விட்டாள். அவள் கேட்ட காசைக் கொடுத்த கோவிந்துவை கன்னந்தடவி கை விரல்களில் நெட்டி

முறித்தவள், "எங்கண்ணே பட்டுரும் போல" என முறுவலித்தாள். தலைமுடியும் தாடியுமாக திரிந்த கோவிந்து பழனிமலை முருகனைப் போல மொட்டையாண்டி கோலத்திற்கு மாறியிருந்தான்.

கிழக்குப் பார்த்த ஜன்னல் வழியே கற்றையாய் ஊடுருவிய காலை வெயில், மலைப்பாம்பின் பசியோடு சசியை தலையிலிருந்து விழுங்கத் துவங்கியது. வெப்பம் தாளாமல் தூக்கம் கலைந்து எழுந்த சசி, ஜன்னல் வழியே கொல்லையைப் பார்த்தாள். தாய்க்கோழி குஞ்சுகளுடன் மேய்ந்து கொண்டிருந்தது. சசி, குஞ்சுகளை எண்ண ஆரம்பித்த பொழுது, கோமதி அவளை அழைக்கும் குரல் கேட்டது.

சசி, வெளியே வந்து திண்ணையைப் பார்த்தாள். அப்பா, இரவு வந்ததற்கான அடையாளங்கள் எதுவும் இல்லை. அப்படியே திண்ணை திட்டில் கால் நீட்டி உட்கார்ந்து, மரத்தூணில் சாய்ந்து கொண்டாள். கருப்பட்டி கலந்த காபி வாசம் கம்மென்று வந்தது. சமையற்கட்டில் இருந்த கோமதியிடம், “அப்பா இன்னும் வரலையாம்மா” எனக் கவலையுடன் கேட்டாள். அடுப்பில் கொதித்துக் கொண்டிருந்த காப்பித் தண்ணியைப் பார்த்தவாறே, “மாப்பிள்ளையைப் பத்தி தகவல் ஏதாவது கெடச்சிருக்கும், தேடிக்கிட்டு வெளியூர் போயிருக்காரோ என்னவோ கூடத்தான் பாய் போயிருக்காருல்ல” என திரும்பிப் பார்க்காமல் கோமதி பதில் சொன்னாள், “ஏம்மா.. அவரு கெடச்சிருவாருல்ல” என தயக்கத்துடன் கேட்ட சசியை, கோமதி திரும்பிப் பார்த்து முறைத்தாள். காபித் தண்ணியை டம்ளரில் வடித்து சசி முன் வைத்தாள். என்ன நடந்துச்சு ஏது நடந்துச்சு எதுனாச்சும் வாயத் தெறந்து சொல்றியா, ஒரு மனுசன் இருந்திருந்தாப்புல பரதேசம் போயிருவானா” என சிடுசிடுத்த கோமதியிடம் காலையிலேயே வாயைக் கொடுத்து வம்பில் மாட்டிக் கொண்டோமே என சசி வருத்தப்பட்டாள்.

காபி டம்ளரைக் கையில் எடுத்த சசி கோமதியின் வாய்க்கு பயந்து திண்ணையிலிருந்து, கிணற்றடிக்கு சென்று விட்டாள். “கோயிலுக்கு போலாம்னா வரமாட்டீங்கற, குறி கேட்கலாம்னா வரமாட்டீங்கற.. வயசான காலத்துல அந்த மனுச எங்கெல்லாம் அலையறாரோ நேத்து ராத்திரியல்லாம் எங்கன விழுந்து கெடந்தாரோ” கோமதி விடாமல் பேசுவது கிணற்றடியிலும் கேட்டது. காலையிலேயே நேரம் சரியில்லாமல் போனது, “என்ன கேட்டுட்டோம், போன மனுசன் கெடச்சிருவாரான்னு கேட்டது

ஒரு குத்தமா..'' சசியின் மனசு சங்கடப்பட்டது, கோமதி இன்னும் பேசிக் கொண்டிருந்தாள். சசிக்கு தாங்க முடியாத ஆத்திரமும், கோபமும் தன் மீதே வந்தது. கிணற்றில் விழுந்து உடனே உயிரை மாய்த்துக் கொள்ளவும், இல்லையென்றால் ரங்கு பெரியம்மாவைப் போல வீட்டை விட்டு ஓடிப் போகவும் தோன்றியது. "இனிமே அவரப் பத்தி ஒரு வார்த்தை கேட்டன்னா செருப்பெடுத்து அடி'' என கிணற்றைப் பார்த்து புலம்பியவள், "தெரிஞ்சோ தெரியாமலோ நாந்தான் ஒரு தப்பு பண்ணிட்டேன், அதுக்காக இப்படியா என்னை அனாதயா விட்டுட்டு போவ'' என கோவிந்தை நினைத்து அழுதவளுக்கு ஆறுதல் சொல்ல கோழியையும் குஞ்சுகளையும் தவிர அங்கே யாரும் இல்லை.

திடீரென வேலி மறைவுக்கு தாய்க் கோழி குஞ்சுகளுடன் ஓடியது; அதன் விரிந்த சிறகுகளுக்கு அடியில் குஞ்சுகள் பத்திரமாக ஒளிந்து கொண்டன. சீழ்கை ஒலியுடன் தாழப் பறந்து வந்த பருந்தின் இறக்கைகள், நிலத்தில் நிழலாய் பட்டு மேலேழும்பியதை அதிர்ச்சியுடன் சசி பார்த்திருந்தாள், பருந்தின் பயம் நீங்கியதும், ஒன்றன் பின் ஒன்றாக, தாய்க் கோழியின் அணைப்பிலிருந்து குஞ்சுகள் வெளிவந்தன, குஞ்சுகள் வாழ்க்கையை தக்க வைத்துக் கொள்வதற்கான சுதாரிப்பை பெற்று விட்டன.

சில நிமிடங்களுக்கு முன்பு மரணம் பேசிய கிணற்றை சசி எட்டிப் பார்த்தாள். தளுக் தளுக்கென்ற நீரின் சத்தத்துடன் சசியை நலம் விசாரித்து சிரித்தது. சசி, மிதமான சூட்டில் இருந்த காப்பி டம்ளரை வாயருகே கொண்டு சென்றாள். கோவிந்து காபி குடிக்க மாட்டான், பாலை சுண்டக்காய்ச்சி அதில் ஏலக்காய் போட்ட தேநீரில் நிறைய சர்க்கரையைப் போட்டு கொடுத்தால், அமிர்தத்தைப் போல அருந்தி விட்டு, சிறு பிள்ளையைப் போல சிரித்துக் காட்டுவான். அவன் முகத்தை உடனே பார்க்க வேண்டும் என சசியின் மனம் ஏங்கித் தவித்தது. கிணற்றை மீண்டும் எட்டிப் பார்த்தாள். அவள் சிறுமியாக இருந்தபோது ஆசையாக வளர்த்த பூனை அதில் விழுந்து செத்துப் போனது ஞாபகத்திற்கு வந்தது.

போட்டாவை பார்த்ததும், அதில் உள்ளது யார் என நாட்றாயனுக்கு பிடிபடவில்லை. ஆனால் எங்கேயோ பார்த்த மாதிரி இருந்தது. “இவரு பேரு கோவிந்து” என ரஹீம்பாய் சொன்னதும் நாட்றாயன் “அட நம்ப கோவிந்து” என வாய் நிறைய சிரித்தவர், “இது நம்ம பயனுல்ல” என உரிமையோடு போட்டோவை விரல்களால் தட்டினார். சுந்தரத்துக்கு உயிரூற்று கிடைத்தது போலிருந்தது. “ஏங்க இவர பாத்திருக்கீங்களா” என சுந்தரம் கேட்டதும், “நல்லா கேட்டீங்க போங்க இன்னும் சித்த நேரத்தில அந்தத் தம்பி இங்க வந்துருவாங்க, அந்தா அந்த மரத்திண்டுல தான் ஒக்காந்திருப்பாப்பிடி” என நாட்றாயன் சொன்னார், சுந்தரம் ஆவலுடன் மரத்திண்டை பார்த்து விட்டு வந்தார்.

ஸ்டேசனுக்கு எதிர்ப்புறம் இருந்த டீக்கடையில், இருவருக்கும், நாட்றாயன் டீ வாங்கிக் கொடுத்து உபசரித்தார். “இன்னும் கொஞ்ச நேரத்துல கோவிந்து வந்திருவான்” என்ற நாட்றாயன், சுந்தரத்தைப் பார்த்து, “அவனுக்கு நீங்க என்ன ஆகனும்” என விசாரித்தார். சுந்தரம் பதில் சொல்லவில்லை. ரஹீம் பாய் தான், “என்ன அப்படி கேட்டுட்டீங்க, இவருக்கு, கோவிந்து மருமகன் ஆவனும்” என விவரம் சொன்னார். நாட்றாயனுக்கு ஆச்சர்யமாக இருந்தது; கோவிந்து அம்மாவைத் தேடிக் கொண்டு இந்த ஊருக்கு வந்தவன் என்று மட்டும்தான் அவருக்குத் தெரியும், அவன் கல்யாணமான குடும்பஸ்தன் என்று தெரியாது, அதற்கு மேல் நாட்றாயன் ஒன்றும் பேசிக் கொள்ளவில்லை.

பாலக்காடு ரயில் நேரத்தை அனுசரித்து, சுப்பு ஸ்டேண்டுக்கு வந்து விட்டான். ஆனால் அவனுக்கு முன்னதாக வரும் கோவிந்து இன்னும் வரவில்லை. நாட்றாயன், சுந்தரத்தையும் ரஹீமையும் சுப்புவின் அருகில் அழைத்துச் சென்றார். சுப்பு, புதிதாக வந்தவர்களை ஏற இறங்கப் பார்த்து விட்டு, “என்ன சங்கதி பெருசு” என நாட்றாயனைப் பார்த்துக் கேட்டார். “இவரு நம்ம கோவிந்தோட மாமனாரு. கோயம்புத்தூர் ரயில்ல வந்தாங்க, இம்புட்டு நேரமா உனக்காக காத்துகிட்டு இருக்காங்க” என

அறிமுகப்படுத்தினார். சுந்தரத்தை மீண்டும் ஒரு முறை பார்த்த சுப்பு, "கோவிந்து இன்னும் வரலையா..." எனக் கேட்டவாறே, ஸ்டேசன் வாசலைப் பார்த்தார்.

பிறகு, "சித்த நேரம் இருங்க, பாலக்காட்டு பாசஞ்சர் வர்ற நேரந்தான், அதுக்குல்ல கோவிந்து வந்துருவாப்புல," என சுந்தரத்திடம் சொன்னவர், "டீ சாப்பிட்டீங்களா" எனக் கேட்டார். "இப்பத்தான் அய்யா வாங்கிக் கொடுத்தாரு" என ரஹீம் சொல்லிக் கொண்டிருக்கும் போதே பாலக்காடு ரயில், தனது வருகையை கூவலாய் பதிவு செய்தது. சுப்புவும், நாட்றாயனும் சவாரிக்காக சுறுசுறுப்பானர்கள், ஜட்கா வரிசையில் நாட்றாயன் முதல் ஆளாக நின்றார். திமுதிமுவென்று வெளியேறிய கூட்டத்தைப் பார்த்து சவாரி.. சவாரி.. என ஜட்காக்காரர்கள் அழைத்துக் கொண்டிருந்தனர். சுப்பு மட்டும் தன்னை விட்டு விரைவில் பிரிந்து போக இருக்கும் கோவிந்துவைப் பற்றி சிந்தித்துக் கொண்டிருந்தான்.

நாட்றாயனுக்கு அன்றைய நாளில் முதல் சவாரி கிடைத்து விட்டது. ஒரு பக்க சக்கரத்தின் அச்சாணி பாரம் தாங்காமல் கடக் கடக் என்று சப்தம் எழுப்பியது. அதே சக்கரத்தில் ஆரக்கால் ஒன்று விண்டிருந்தது. எந்த நேரத்தில் அது பல்லை இளிக்கும் என்று சொல்ல முடியாது, பின்பக்க கால்களை வளைத்து உரசிக் கொண்டாலும் ஓடிக் கொண்டிருக்கும் குதிரையை நாட்றாயன் நன்றியோடு தடவிக் கொடுத்தார். அடிக்கடி செலவு வைக்கும் வண்டியை நொந்து கொண்டார். கோவிந்தை வைத்து ஜட்காவின் ஓட்டத்தை சரிசெய்து கொள்ளலாம் என்ற தனது திட்டம் தவிடுபொடியானது நாட்றாயனுக்கு வருத்தம்தான். "ஜட்கா வேகமாக போகாதா" என வண்டிக்குள் உட்கார்ந்திருந்த இளைஞன் கேட்டான். "அதுக்கென்ன போனாப் போச்சு" என்றவர், ஹேய்.. ஹேய் என சத்தத்தை மட்டும் உயர்த்தி, ஜட்கா வேகமாக போவதைப் போல பாவலா காட்டினார். அந்த இளைஞன் புரிந்து கொண்டு, "பயங்கரமான ஸ்பீடுங்க" என கிண்டல் அடித்தான்.

சுப்புவுக்கும் சவாரி கிடைத்து விட்டது. தன்னுடன் துணைக்கு வரும் கோவிந்து இல்லாமல், சுப்பு ஜட்காவில் ஏறிவிட்டார். ரயிலடிச் சாலை வழியாக வரும் கோவிந்துவை போகும் வழியில் அழைத்துக் கொள்ள முடிவு செய்திருந்தார். ஜட்கா கிளம்பும் வரை என்ன செய்வது எனத் தெரியாமல் வேடிக்கை பார்த்துக் கொண்டிருந்த ரஹீம்பாய், "தம்பி ஒன்னுஞ் சொல்லாம போறீங்க" என ஜட்காவுக்குப் பின்னால் ஓடிவந்தார். ஜட்காவை நிறுத்தாமல்,

“கோவிந்து இப்ப வந்துருவான், இல்லன்னா நான் கூட்டிட்டு வர்றேன்” என்றவாறே சுப்பு வேகமெடுத்தார்.

சிறிது நேரத்திற்கு முன்பிருந்த பரபரப்பு மாறி, அந்த இடம் வெறிச்சோடிப் போனது. சுந்தரத்திற்கு ஏமாற்றம் கண்ணைக் கட்டியது. நாட்றாயன் சொன்ன மரத்திண்டின் அருகில் சென்றவர், மருமகன் உட்காரும் இடத்தை கையால் ஒரு தடவை தடவிப் பார்த்தார். பிறகு திண்டில் உட்கார்ந்து மரத்தில் சாய்ந்து கொண்டார். அடித்த காற்றில் ஆலிலைகள் சலசலவென சப்தித்தன. சுந்தரத்தை அவர் அறியாமல் ஆலிங்கனம் செய்து கொண்ட நித்ரா தேவி, ரஹீம் பாயுக்கும் வலை விரித்தாள். பீடியை பற்ற வைத்த ரஹீம் வலையில் சிக்காமல் கோவிந்து வரும் வழியைப் பார்த்து கொட்ட கொட்ட காத்திருந்தார்.

~௬0~

“ஒரு கல்யாணமான பொண்ண, எளவட்டப் பையன் தேடிக்கிட்டு வந்தா ஊரு உலகம் என்ன சொல்லும்னு ஒரு நிமிசம் யோசிச்சியா” என்ற பாத்திமாவின் கேள்வியில் நாகு திணறிப் போனான். அதற்குள் சோடா கேட்டு வந்த பெரியவர், “யாரு பையன் ஊருக்கு புதுசா இருக்கான்” என கண்ணாடி வழியே நாகுவின் முகத்தைப் பார்த்தார். நாகுவின் முகம் வெளிறியது. “இல்ல தாத்தா, கறி ஆட்டுக் காச வசூல் பண்ணிட்டுப் போக, வந்துருக்கு” என பாத்திமா சமாளித்தாள். சோடாவை ஒரு மடக்கு குடித்து விட்டு பெரிதாக ஏப்பம் விட்ட பெரியவர், “யாரு, ஆட்டு வேபாரி கந்தசாமி மகனா நீ” என நாகுவைப் பார்த்து விசாரிக்க ஆரம்பித்தார். நாகுவால் பதில் சொல்ல முடியவில்லை, ஆட்டைத் திருடு கொடுத்தவனைப் போல முழித்தான்.

சோடா பாட்டிலை காசுடன் சேர்த்து திருப்பிக் கொடுத்த பெரியவர் “பையன் பார்வையே சரியில்ல, அவன மொதோ கடய விட்டு அனுப்பப் பாரு” என பாத்திமா மட்டும் கேட்கும்படி சொல்லி விட்டு, பெரியவர் நகர்ந்தார். மெயின் ரோட்டைக் கடந்த பிறகும் பெரியவர் விடும் ஏப்பம் கேட்டுக் கொண்டே இருந்தது. “பாத்தியில்ல இது தான் கிராமம், சசியை தேடிக்கிட்டு ஒரு எட்டு உள்ள வச்சாலும் உன்ன உண்டு இல்லன்னு பண்ணியிரும்” என எச்சரித்த பாத்திமா, “என்ன வேல பாக்குற” எனக் கேட்டாள். “படிச்சிட்டு சும்மாத்தான் இருக்கறேன், அரசாங்க வேலக்கி அப்ளிகேசன் போட்டிருக்கறேன்” என்றான், அவன் பதிலைக் கேட்டதும் பாத்திமாவுக்கு வருத்தமாக இருந்தது.

தலையை குனிந்தவாறு அவளிடம் ஏதோ பேச நாகு யோசித்துக் கொண்டிருந்தான், கடைக்கு வெளியே நீட்டிக் கொண்டிருந்த கூரையை, அவன் தலை தொட்டவாறு இருந்தது. அவன் நிமிர்ந்தால் கூரையைத் தாங்கி இருக்கும் தப்பைக் குச்சி அவன் தலையை பதம் பார்த்து விடும், காயம் ஏதும் பட்டுவிடுமோ என பாத்திமா அவனை எச்சரிக்க நினைத்தாள். பிறகு, நிமிர்ந்தால் இடிக்கும் என அவனுக்கு தெரியவேண்டும். அவனுக்கு காயம் பட்டாலும் ஒன்றும் தவறில்லை என பேசாமல் இருந்து கொண்டாள்.

பள்ளிக்கூடத்தில் பெல் அடிக்கும் சத்தம் கேட்டதும்தான், பாத்திமாவுக்கு அக்பர் அலியின் நினைப்பு வந்தது. பாத்திமா, "அடேய் அக்குபரு, பெல்லு சத்தம் கேக்கலையா" என சத்தம் கொடுத்தாள், நாகு அப்பொழுதும் அசையாமல் நின்று கொண்டு இருந்தான். பைக்கட்டைத் தோளில் போட்டுக் கொண்டு அக்பர் அலி வீட்டை விட்டு வெளியே வந்தான். இடுப்பு டவுசர் ஒழுங்காக இருக்கிறதா என ஒரு முறை அவனைப் பார்த்த பாத்திமா, கல்லா பெட்டியிலிருந்த ஐந்து காசை எடுத்து அவனிடம் கொடுத்தாள், அந்தக் காசில் சிறுதீனி வாங்கித் தின்பதற்காக பள்ளிக்கூடம் நோக்கி, அக்பர் அலி சிட்டாக பறந்தான்.

வெயில், நாகுவின் காலைப் பிடித்துக்கொண்டு தோள் வரை ஏறியிருந்தது, அவனுடைய தலை மட்டும் கூரைக்கடியே தப்பித்து இருந்தது. யானையைப் போல கடையின் வாசலை அடைத்து நிற்கும் அவனை அப்புறப்படுத்த யாராவது வரமாட்டார்களா என அவன் தோளின் வழியாக பாத்திமா மெயின் ரோட்டை பார்த்தாள். டவுனுக்குப் போவதற்காக பஸ் ஸ்டாப்பில் ஒரு குடும்பம் காத்திருந்தது. பாத்திமாவுக்கு, சோடா குடித்த பெரியவர் சொன்னது ஞாபகத்திற்கு வந்தது. கடையை விட்டு அவனை எளிதில் அகற்றி விடலாம். ஆனால் அவன் சசியைத் தேடிக் கொண்டு ஊருக்குள் சென்று விட்டால் என்ன செய்வது? என பாத்திமா யோசித்தாள்.

பாத்திமா, "ஏம்ப்பா இப்படியே நின்னுகிட்டு இருந்தா என்னப்பா அர்த்தம், தொழில் நடக்கற இடத்துல நாலு பேரு வந்து போகனுமில்ல" எனக் கூறியதும், விசுக்கென நிமிர்ந்த நாகுவின் தலை கூரைத் தப்பைக் குச்சியில் இடித்துக் கொண்டது. "ஸ்..." என வலியால் முகம் சுளித்தவன், கூரையை விட்டு தள்ளி நின்று கொண்டான். வெயில் அவன் தலை மீது ஏறி உட்கார்ந்து கொண்டது.

தலையைத் தேய்த்துக் கொண்டு நின்றவனைப் பார்க்க பாத்திமாவுக்கு பாவமாக இருந்தது. "யாரு பெத்த புள்ளையோ, வயசுக் கோளாறுக்கு வைத்தியமா சொல்ல முடியும்" என மனதிற்குள் பேசியவள், "வேல வெட்டிக்குப் போகாம சும்மா இருந்தா இப்படித்தான் மனசு அல்லாடிக்கிட்டு திரியும். அரசாங்க வேல கெடச்சா பாரு, இல்ல ஏதாவது ஒரு வேலக்கி போ, சும்மா மட்டும் இருக்காத, போ.. போயி பொழப்பப் பாரு" என வாஞ்சையுடன் பாத்திமா சொன்னாள். இனி அதற்கு மேல் அவளிடம் பேசவும் முடியாது அங்கே நிற்கவும் முடியாது என்ற

நிலையில் நாகு,"சரிக்கா.." என்றவாறு பஸ் ஸ்டாப்பை நோக்கித் திரும்பியவன், "ஏங்க்கா சசி வீட்டுக்காரரு வந்துட்டாராக்கா" என கேட்டான். "ஏன் அவருக்கு என்ன ஆச்சு?" என பாத்திமா பதறி கேட்டாள். "அவரு காணாம போயிட்டாருக்கா சசி பாவம்க்கா" என்றவாறே பஸ் ஸ்டாப்பை நோக்கி நாகு போய்க் கொண்டிருந்தான், அதைக் கேட்டதும் பாத்திமாவுக்கு தலையில் இடி விழுந்தது போலிருந்தது. கடந்து போன டவுன் பஸ்ஸில் ஜன்னலோரம் உட்கார்ந்திருந்த நாகு பாத்திமாவை பார்த்தான் அவன் கண்களில் சசி ரகசியமாகத் தெரிந்தாள்.

கோவிந்து, வீட்டுக்கு வந்தபோது பசுபதி விருந்துக்கு ஏற்பாடு செய்திருந்தாள். அதற்கும் முன்னதாக அவன் அணிவதற்கு புத்தாடை கொடுத்தாள். கால்களை நீட்டி அமர்ந்து கொண்ட பசுபதி, அருகில் கோவிந்துவை உட்காரச் சொன்னாள். ராசாத்தி போட்ட தலைவாழை இலையை பசுபதி தண்ணீர் தெளித்து துடைத்தாள். அதில் சுடச்சுட அன்னத்தை இட்டு இலை நிறைய காய்கறி, கூட்டு, அவியல், பலகாரம் எனப் பரிமாறினாள். இந்த ஏற்பாடுகள் திண்ணையை ஒட்டியிருந்த பசுபதியின் அறைக்குள் நடந்தது. ராசாத்திக்கு தெரிய இதற்கு முன்னர் பசுபதி அறைக்குள் வைத்து யாருக்கும் விருந்து நடைபெற்றது இல்லை. ராசாத்தியைத் தவிர அறைக்குள் நுழைய யாருக்கும் அனுமதி கூட கிடையாது. பசுபதியே பரிமாறத் துவங்கியதும், ராசாத்தி ஆச்சர்யத்தின் உச்சிக்கே போய் விட்டாள்.

பசுபதிக்கு, கோவிந்து வீட்டுக்கு வந்த முதல் நாள் ஞாபகத்திற்கு வந்தது; அவனை முதலில் பார்த்ததும், பால் மணம் மாறா பச்சிளம் பாலகனைப் பார்த்தது போல அவளது தாயுள்ளம் தடுமாறியது. பசுபதிக்கும் மகன் இருந்திருந்தால் கோவிந்தின் வயதில்தான் இருப்பான். கோவிந்தின் கதையைக் கேட்டதும் மனதளவில் அவனுடன் மேலும் நெருக்கமானாள். தாம்பத்ய வாழ்க்கையில் ஏற்பட்ட உறவுச்சிக்கலில் நல்லவேளை மனைவியை வீட்டை விட்டு வெளியேற்றாமல், அவளை பத்திரமாக வீட்டில் விட்டு விட்டு இவன் வெளியேறியதில், பசுபதிக்கு கோவிந்தின் மீது பரிவும், கரிசனமும் உண்டு.

ஒருவேளை, கோவிந்து, நேத்ராவை மணம் முடிக்க சம்மதித்து இருந்தால், இருக்கும் வாழ்க்கையிலிருந்து விலகி ஒரு குடும்ப வாழ்க்கையை அமைத்துக் கொள்ள பசுபதி யோசித்திருந்தாள். அவளுக்கு இந்த வாழ்க்கை அலுத்து விட்டது. பானுமதியையும், விடிவெள்ளியையும் செட்டில் செய்து அனுப்பி விட்டு, கோவிந்து நேத்ராவுடன் மிச்ச வாழ்க்கையை அமைதியாக ஓட்டிவிட தீர்மானித்திருந்தாள். ஆனால் அது நடக்கவில்லை என்றபோதும் பசுபதிக்கு அதைப் பற்றி பெரிதாய் கவலை இல்லை. கோவிந்து,

அவன் மனைவியிடம் சென்று சேருகிறான் என்பது பசுபதிக்கு மகிழ்ச்சிதான்.

கோவிந்துக்கு சாப்பிடுவதில் கூச்சமும், நெகிழ்ச்சியும் இருந்தது. அவனுக்கு நினைப்பு எங்கெங்கோ போய் வந்தது. ஆடி பதினெட்டு அன்று, அப்பாவுக்கு படையல் போட்டு அம்மா சாமி கும்பிடுவாள். காலையிலிருந்து அன்ன ஆகாரம் இன்றி விரதம் இருக்கும் அம்மா, அப்பாவுக்கு போட்ட படையலைச் சாப்பிட்டு விரதம் முடிப்பாள். வெறும் இலை மிச்சம் இருக்கும், அந்த இலையில் சாப்பிட, அவனுக்கும் அக்கா சுலோச்சனாவுக்கும் ஒரே போட்டியாக இருக்கும். அம்மா, இப்படித்தான் கால் நீட்டி அமர்ந்து அவனை மடியில் உட்கார வைத்துக் கொள்வாள். இலையில் சோற்றை பருப்பில் பிசைந்து காய்கறிகளுடன் சேர்த்து கவளமாக உருட்டி அவனுக்கும் அக்காளுக்கும் மாறி மாறி கொடுப்பாள். ஒவ்வொரு கவளத்திற்கும் தொட்டுக்க அப்பளத்தை கடித்துக் கொள்வார்கள். அன்பின் மிகுதியில் அம்மா அழுவாள். முந்திச் சேலையில் துடைத்துக்கொண்டே, "பச்சப்புள்ளைங்களையும், இந்தப் பாவியையும் விட்டுட்டு போக எப்படிய்யா உனக்கு மனசு வந்துச்சு" என அப்பாவை நினைத்து உருகுவாள்.

"நல்லா சாப்பிடுய்யா" என அன்னத்தை வழித்துப் போட்டபோது, பசுபதியின் முகத்தை கோவிந்து பார்த்தான். அம்மா ஈஸ்வரியைப் பார்த்த மாதிரி இருந்தது. மனைவிமீது ஏற்பட்ட மனக்கசப்பில், அம்மாவைத் தேடிக் கொண்டு வந்தவனுக்கு பசுபதி ரூபத்தில் அம்மா கிடைத்து விட்டாள். அவளை விட்டு எப்படிப் பிரிவது? என மனம் தடுமாறிய நிலையில், "அம்மா நீயும் எங்கூட வந்திரும்மா" என கோவிந்து பசுபதியை உரிமையாய் அழைத்தான். அதைக் கேட்டதும் பசுபதிக்கு, அழுகையும் சிரிப்பும் ஒரு சேர வந்தது.

சசி நன்கு யோசித்துப் பார்த்தாள். பூனை எப்படி கிணற்றுக்குள் விழும்? அம்மாதான் சொன்னாள், "கெணத்து குறுக்கு கட்டையில் குருவி ஏதும் ஒக்கார்ந்திருக்கும், அதப் பிடிக்க இது எவ்வி பாஞ்சிருக்கும் புடி கெடைக்காம உள்ளார விழுந்துருக்கும்." சசி அப்பொழுது சின்னப் பிள்ளையாக இருந்தாள். அம்மா சொன்னது அவளுக்கு சமாதானம் ஆகவில்லை. சசி அழுது கொண்டே இருந்தாள்.

முதல் நாள் மதியம், அப்பா சாப்பிடும் போது அவர் தரையில் வைத்த ஒரு வாய் தயிர் சாதத்தை, வைத்த சுவடு தெரியாமல் வழித்து தின்று விட்டு, மியாவ் என்றது. வாலை நட்டமாகத் தூக்கிக் கொண்டு, கால்களை முதுகில் தடவி பிரியம் காட்டும் பூனை, விறைத்துப் போய் கிணற்றில் விழுந்து கிடந்ததை சசியால் இப்பொழுதும் மறக்க முடியவில்லை. பூனைக்கு அவள் வைத்த பெயர் சக்கரைக் கட்டி. பெயர் சொல்லி அழைத்தால் அழகாய் ஓடி வந்து மடியில் அமர்ந்து கொள்ளும். வரிவரியாய் மஞ்சள் நிறத்தில், புசுபுசுவென அது வீட்டுக்குள் அலைந்து திரிவதைப் பார்க்க அவ்வளவு சுகமாக இருக்கும். அது ஏன் கிணற்றில் விழுந்தது? ஒருவேளை, கிணற்றுக் கல் இடுக்குகளில் குடியிருக்கும் புறாக்களைத் தேடி போயிருக்குமா.. என இப்பொழுது தீவிரமாக சசி யோசித்துக் கொண்டிருப்பது அவளுக்கே வினோதமாக இருந்தது.

பூனை, சிட்டுக்குருவிக்கோ அல்லது புறாக்களுக்கோ ஆசைப்பட்டு கிணற்றில் விழுந்ததைப் போல, தானும் தடுமாறி, எழ முடியாத அளவுக்கு வாழ்க்கையில் விழுந்து விட்டோமா என சசி கிணற்றைச் சுற்றி வந்தாள். கிணற்றுத் திட்டில் கைகளை ஊன்றிக் கொண்டவள், தண்ணீரில் தன் முகம் தெரிகிறதா? என பார்த்தாள். தன் முகத்துக்கு பதிலாக பூனையின் முகம் தெரிவது போலிருந்தது. சசி மெல்லமாக, "சக்கரைக் கட்டி" என அழைத்துப் பார்த்தாள். கிணற்றுக்குள்ளிருந்து, பூனையின் மியாவ் சத்தம் பதிலுக்கு கேட்டது மாதிரி இருந்தது.

அம்மா அழைப்பது போல இருக்கவே அவள் திரும்பிப் பார்த்தாள். கோமதி, கோபவேசத்துடன் நின்றிருந்தாள். "எத்தனை வாட்டி கூப்பிடுறது, ஏன் இப்படி பிரம்மம் புடிச்ச மாதிரி

இருக்கற" என சலித்தவள், "வெந்நீர் காய வச்சிருக்கிறேன் போ.. போயி தலைக்கு குளிச்சிட்டு வா" என்ற கோமதியைப் பார்த்து, சசி கேட்டாள், "பூனை எப்படிம்மா செத்துச்சு?". கோமதி இதைக் கேட்டு அப்படியே திகைத்துப் போய் பார்த்தாள். "பூனை செத்து எவ்வளவு வருசமாச்சு, இப்ப எதுக்குடி கேக்குற, ஏண்டி உனக்கு என்னடீ ஆச்சு" என்ற கோமதிக்கு அழுகையும், அச்சமும் முட்டிக் கொண்டு வந்தது.

சசி, கிணற்றைப் பார்த்துக்கொண்டே, "சக்கரைக் கட்டி பாவம்மா" என்றாள். கோமதிக்கு என்ன சொல்வது என்று தெரியவில்லை. சசி அருகில் சென்று அவளது தோளில் கை வைத்தாள். "யாருதான் பாவம் இல்ல, நீ பாவம் இல்லையா, உன்னப் பெத்த நாங்க பாவம் இல்லையா, உன்னக் கல்யாணம் கட்டிக்கிட்ட மாப்பிள்ளை பாவம் இல்லையா" என கோமதி கேட்டுக்கொண்டே போனாள். சசி நிறுத்தி நிதானமாக "நாந்தாம்மா பெரிய பாவம் பண்ணிட்டேன், சக்கர கட்டியும் பாவம் பண்ணியிருக்கும்மா அதனால தான் கெணத்துல விழுந்து செத்திருச்சு, பாவம் பண்ணிட்டு நான் ஏம்மா உசுரோட இருக்கனும், நானும் சக்கர கட்டி மாதிரி செத்துப் போறம்மா" என பேசியதும், "அய்யோ.. அய்யோ..." என கோமதி தலையில் அடித்துக்கொண்டு அழுதாள். "பெத்த தாய் தகப்பன் குத்துக் கல்லாட்டம் இருக்கறப்ப நீ எதுக்குடி சாகனும்? என் ராசாத்தி உள்ள வாம்மா, வந்து குளிச்சிட்டு சாப்பிடும்மா" என கோமதி, சசியின் கையைப் பிடித்து இழுத்துக்கொண்டு வீட்டிற்குள் சென்றாள். சசி காலை எழுந்ததும் கேட்ட அதே கேள்வியை திரும்பவும் கேட்டாள், "ஏம்மா... அவரு கெடச்சிருவாருல்ல..."

~63~

ரயில் நிலைய வாசலில் ஆள் நடமாட்டமும் குறைந்து, வெயில் மட்டுமே மொழுகியிருந்தது. ரஹீமுக்கு கண்கள் பூத்துப் போயிருந்தது, சுந்தரத்தைப் பார்த்தார். அவரது பின்னந்தலை மரத்தில் சாய்ந்திருந்தது, கண்கள் மூடி வாய் திறந்திருந்தது. அவரது வாயைக் கட்டி சாவு மேளம் அடித்தாலும் தூக்கம் கலையாத நிலையில் இருந்தவரைப் பார்க்க ரஹீமுக்கு பாவமாக இருந்தது. "எப்பேர்கொத்த மனுசன் ஒரு பொண்ண பெத்துட்டு வயசான காலத்தல இப்படி அல்லாடுறாரே" என ரஹீம் மனதிற்குள் சுந்தரத்திற்காக பரிதாபப்பட்டான்.

சிறிது நேரங்கழித்து, சவாரிக்கு போன ஜட்கா வண்டிகள் ஒன்றன் பின் ஒன்றாக ஆடி அசைந்து உள்ளே வந்து கொண்டிருந்தன. ஒவ்வொரு வண்டியையும், ரஹீம் உற்றுப் பார்த்தார். கோவிந்துடன் வருவதாக சொல்லி சென்ற சுப்புவின் வண்டி இன்னும் வரவில்லை. பெரியவர் நாட்றாயனும் வரவில்லை. நேரம் கடந்து கொண்டிருந்தது. சுந்தரம் தூங்கும் வரை தூங்கட்டும், எழுந்தால் பதட்டப்படுவார் என்று எண்ணிய ரஹீம்பாய், பீடி ஒன்றை பற்ற வைத்தவாறு, படர்ந்து விழுதுகளுடன் விரிந்திருந்த ஆல மரத்தைச் சுற்றிலும் பார்த்தார். மரத்திற்குப் பின்புறம் குதிரைக்கு லாடம் அடிக்கும் வேலை நடந்து கொண்டிருந்தது. ரஹீம் அருகில் சென்றார்.

சிவப்பு ஈரல் துண்டில் முண்டாசு கட்டியிருந்த ஒரு நடுத்தர வயது மனிதர், தோல் பையிலிருந்து சாமான்களை எடுத்து வைத்துக் கொண்டிருந்தார். செவலை நிறத்தில் இருந்த குதிரை இடது பக்க பின்னங்காலை நிலத்தில் ஊன்றாமல் ஒரு மாதிரி தொய்வாக நின்று இருந்தது. முண்டாசுக்காரர் இரும்பாலான நான்கு லாடங்களை, தோல் பையிலிருந்து எடுத்து வைத்தவர், குதிரைக்காரரிடம் கடைசியாக லாடம் அடித்து எவ்வளவு நாளிருக்கும் என விசாரித்தார். அதற்கு பதில் சொன்ன குதிரைக்காரரும், அவருடன் இருந்த இளந்தாரிப் பையனும், குதிரையின் வலது பக்க முன் காலை மடக்கி கயிற்றால் கட்டி விட்டு, மூன்று கால்களுடன் நின்ற குதிரையின் முதுகை அமுக்கி

எளிதாக மண்ணில் படுக்க வைத்தனர். படுத்த குதிரையின் நான்கு கால்களையும் ஒன்று சேர்த்து தாம்புக் கயிற்றால் முண்டாசுக்காரர் இழுத்துக் கட்டினார்.

குதிரையின் இடது பக்க பின்னங்கால் லாடம் ஏற்கெனவே தேய்ந்து விழுந்திருந்தது. மற்ற மூன்று கால்களில் தேய்ந்து போய் ஒட்டிக் கொண்டிருந்த பழைய லாடங்களை சுத்தியலால் தட்டி அகற்றிய முண்டாசுக்காரர், புது லாடங்களை குளம்புகளில் பொருத்தி மடமடவென அதில் ஆணிகளை அடிக்க ஆரம்பித்தார். பலமுறை லாடம் அடித்து பழக்கப்பட்டிருந்த குதிரையின் கண்களில் லேசான மிரட்சி மட்டும் இருந்தது. லாடம் அடித்து முடித்து, கயிற்றை அவிழ்த்ததும், குதிரை தடபுடவென உதறிக் கொண்டு எழுந்து நின்றது. குதிரைக்காரர் அதன் முதுகில் தட்டிக் கொடுக்கவும், அதன் சிலிர்த்த பிடரி மயிர் எழுந்து அடங்கியது. குதிரையின் கால்கள் நிலத்தில் சரியாக ஊன்றி நிற்பதை ஒரு முறை கவனித்த முண்டாசுக்காரர் காசை வாங்கிக் கொண்டு அடுத்த குதிரைக்கு லாடம் அடிக்கப் போனார்.

ரஹீம் பேசாமல் இருந்திருக்கலாம், ஆனால் அவரால் முடியவில்லை. சுறுசுறுப்பாய் லாடம் அடித்துக் கொண்டிருந்த முண்டாசுக்காரரிடம், “குதிரைக்கு ஏண்ணே லாடம் அடிக்கிறாங்க” எனக் கேட்டதும், திரும்பி முறைத்தவர், “உங்கால்ல எதுக்குய்யா செருப்ப மாட்டிக்கிட்டு திரியற” என் பதில் கேள்வி கேட்டார். அந்த இளந்தாரிப் பையன், ரஹீமைப் பார்த்து சிரித்தது ஏளனம் செய்வது போலிருந்தது. குதிரைக்காரர், “தெரியாமக் கேட்டா எதுக்குடா சிரிக்கிற” என அவனை அதட்டினார். பிறகு, “இது பொதி சுமக்கற கழுத இல்ல, ஜட்கா வண்டிய இழுத்துக்கிட்டு ஓடற குதிர. குதிரையோட கால் குளம்பு தேஞ்சுதுன்னா தோலுரிஞ்சு புண்ணு வந்துரும், அப்புறம் அதுனால ஓட முடியாது, அதுக்காகத் தான் லாடம் அடிக்கிறது” என ரஹீமின் சந்தேகத்தை தீர்த்து வைத்தார். லாடம் அடிக்கப்பட்ட செவலைக் குதிரை, சிமெண்ட் தரையில் குளம்பொலி சத்தம் கேட்க கம்பீரமாக நடந்து சென்றது. ரஹீமிக்கு ஏதோ பாடம் கற்றுக் கொண்டது போலிருந்தது. குதிரைகளுக்கு மட்டுமல்ல, வாழ்க்கையில் துவண்டு போகும் மனிதர்களுக்கும் அவ்வப்பொழுது லாடம் அடிக்க வேண்டும் என்பது போல புரிந்ததை, அதற்கு மேல் ரஹீமால் சிந்திக்க முடியவில்லை. ஆனால் தான் தோற்றுப் போய் ஊரை விட்டு பிழைப்பு தேடி வந்தபோது சுந்தரம் தனக்கு லாடம்

அடித்து நிலைநிறுத்தி விட்டதை ரஹீமால் மறக்க முடியவில்லை. "யா.. அல்லா.." என ஆண்டவனை ஒரு முறை ரஹீம்பாய் அழைத்துக் கொண்டார்.

ரஹீம், ரயில் நிலைய நுழைவாயிலைப் பார்த்தார். கோவிந்தையும் காணோம், சுப்புவும் வரவில்லை, முன்பு வாசலை மொழுகியிருந்த வெயில் இப்பொழுது கானல் நீராய் காற்றில் மிதந்திருந்தது.

காலையில் டீ குடித்ததுடன் சரி, டிபன் சாப்பிடவில்லை. முன் மதியம் பொழுதில் கடைகளில் டிபன் முடிந்து இருக்கும். இனி மதியச் சாப்பாடு தான். ரஹீமுக்கு பசி வயிற்றைக் கிள்ளியது. ஆலமரத்துக்கு எது முன்புறம் எது பின்புறம் என்று தெரியவில்லை. ஒரு சில விழுதுகள் மண்ணில் இறங்கி தாய் மரத்திற்கு இணையாக பெரும் மரமாக உருவெடுத்திருந்தது, ரஹீம் பாய் இதற்கு முன்னர் இவ்வளவு பெரிய மரத்தைப் பார்த்தவர் இல்லை. கைக்கெட்டும் உயரத்தில் இருக்கும் விழுதுகளைப் பிடித்து தொங்கி தூரியாட வேண்டும் என அவரது மனது ஆசைப்பட்டது.

மகளையும் மருமகனையும் மறந்து மரத்திண்டில் தூங்கி கொண்டிருக்கும் சுந்தரத்தையும், விழுதுகளைப் பற்றி விளையாடத் தோன்றும் தன்னையும் சேர்த்து, வினையாற்றும் ஆலமரத்தை ரஹீம் ஆ.. என பார்த்துக் கொண்டிருந்தார். இவற்றையெல்லாம் விருப்பமுடன் பார்த்துக் கொள்ள அருகில் பாத்திமா இல்லையே என ஏக்கப்பட்டார். அப்பொழுது ஆலமரத்தை நோக்கி ரயில் நிலைய வாசலைத் தாண்டி சுப்புவின் ஜட்கா வண்டி வந்து கொண்டிருந்தது.

~64~

நாகு போனதும், பாத்திமாவுக்கு சசியை நினைத்து பதற்றம் தொற்றிக் கொண்டது, “புருசன் போன இடம் தெரியாமத்தான் இந்த புள்ள வந்திருக்காளா” என யோசித்தவள் இதைப் பற்றி ஒரு விஷயமும் சொல்லாமல் வெளியே சென்றிருக்கும் கணவனை நிந்தித்தாள். பிறகு, “ஒரு பொண்ணோட வாழ்க்கை பிரச்னை அதையும் இதையும் சொல்லி வெளியில தெரிஞ்சுட கூடாதுன்னு நெனச்சிருப்பாரு” என மனதை சமாதானப்படுத்திக் கொண்டாள். “நல்லவேளை அந்த பையன் நம்மள வந்து பார்த்தான், ஊருக்குள்ள போயி எங்காவது விசாரிச்சிருந்தான்ன சுந்தரம் அப்பா குடும்பம் என்ன கதிக்கு ஆளாகியிருக்கும்” என சுந்தரத்தை எண்ணி வருத்தப்பட்டவளுக்கு, மனசு நிலைகொள்ளாமல் தவித்தது. “சசி புருசன தேடிட்டு போனவங்க நல்ல சங்கதிய கொண்டு வந்து சேர்க்கணும் இறைவா..” என வேண்டியவள் நண்பகல் தொழுகைக்கு நேரமாகிவிட்டதை அறிந்தாள். அவசரமாக, சாக்கு படுதாவை கீழே இழுத்து கடையை சாத்தியவள் வீட்டுக்குச் சென்றாள். பாயை விரித்து மண்டியிட்டவள் மனமுருக தொழுகலானாள்.

அக்பர் அலி மதியச் சாப்பாட்டுக்கு வந்து விட்டான். “அத்தா இன்னும் வரலையாம்மா” எனக் கேட்டவன் அவனது பீங்கான் தட்டை எடுத்து சமையலறைக்கு முன் புறம் வழக்கம் போல சாப்பிடும் இடத்தில் உட்கார்ந்து கொண்டான். அவனுக்கு பதில் சொல்லத் தெரியாமல், சோற்றை அள்ளிப் போட்டு குழம்பை ஊற்றினாள். கடையில் இருந்து ஒரு முட்டையை எடுத்து வந்து தோசைக் கல்லில் உடைத்து உப்பும் மிளகும் போட்டு புரட்டிக் கொடுத்தாள். சுவற்றில் சாய்ந்தவாறே முக்காட்டை சரிசெய்து கொண்டவள், “இந்த மனுசன் பசி தாங்கமாட்டாரே வேளைக்கு சாப்பிட்டாரா இல்லையா தெரியலையே” என ரஹீமை நினைத்து கவலை கொண்டாள். சுந்தரம் அப்பாவுடன் சென்றிருப்பதால், கண்டிப்பாக அவர் ரஹீமின் வயிற்றை காயவிடமாட்டார் என்ற நம்பிக்கை பாத்திமாவுக்கு இருந்தது.

சுந்தரம் அப்பாவை நினைத்ததும் இந்த ஊருக்கு வந்த காலம் பாத்திமாவின் ஞாபகத்திற்கு வந்தது. எங்கே இறங்குவது என தெரியாமல் டவுன் பஸ்களை மாறி மாறி பிடித்து வந்ததில்,

கையிலிருந்த காசு இந்த ஊருக்கான டிக்கெட்டுடன் தீர்ந்து போனது. வேறுவழியின்றி கணவனுடன் பஸ்ஸை விட்டு இறங்கிய பாத்திமாவின் கையில் உரச்சாக்கில் கட்டப்பட்ட சில வீட்டுச் சாமான்கள் மட்டும் இருந்தது. சொந்த ஊரில் ரஹீம் தரகு வேலை பார்த்து வந்தான். பேச்சில் நாணயம் இருந்ததால் விற்பவரும், வாங்குபவரும் ரஹீமை நம்பி வியாபாரம் முடித்தார்கள்.

எல்லாம் சரியாகத்தான் போய்க் கொண்டிருந்தது. வெங்கிடு, ரஹீமுக்கு பால்யகால சிநேகிதன். கைபிடிச் சீட்டு நடத்தி வந்தான், ஏலத்தில் சீட்டுத் துகை எடுத்தவர்கள் சிலர் பணம் கட்டாமல் அவனை ஏமாற்றி விட்டார்கள். சீட்டை தொடர்ந்து நடத்த முடியவில்லை சீட்டுப் பணம் கட்டியவர்கள் வெங்கிடுவை நெருக்க ஆரம்பித்தார்கள், வெங்கிடுவால் சமாளிக்க முடியவில்லை. ரஹீமிடம் தஞ்சம் அடைந்தான். ரஹீம், வெங்கிடுவுக்கு பொறுப்பேற்று, சீட்டு பணம் கட்டியவர்களை சமாதானப்படுத்தினான். ஆறு மாதத்திற்குள் அவரவர் பணத்தை செட்டில் செய்வதாக உடன்பாடு. ஆனால் ஆறு மாதம் முடியும் முன்னரே, வெங்கிடு கம்பி நீட்டி விட்டான். பணம் கட்டியவர்கள் ரஹீமைப் பிடித்துக் கொண்டார்கள். காவல் நிலையத்தில் புகார் கொடுத்தார்கள். ஒன்று வெங்கிடுவைக் கொண்டு வந்து நிறுத்து, இல்லை, பணத்தை செட்டில் செய், என்ற, இரண்டு நிபநதனைகளையும் ரஹீமால் நிறைவேற்ற முடியவில்லை. இரவோடு இரவாக பாத்திமாவை அழைத்துக் கொண்டு ஊரை விட்டு வெளியேறினான். நண்பனின் பொருட்டு வாழ்க்கையை காவு கொடுத்த ரஹீமுக்கு, தன்னைப் பற்றிய அக்கறை அந்த நேரத்தில் இல்லாமல் போயிற்றே என பாத்திமா அவனை திட்டித் தீர்க்காத நாள் கிடையாது.

நல்லவேளை, சுந்தரம் அப்பா கை கொடுத்தார். அவரது உதவி மட்டும் இல்லையென்றால், நடைபயணமாய் நாடோடியாய் வாழ்க்கை தடம் புரண்டு இருக்கும். ஒரு முறை ரஹீமின் கதையைக் கேட்ட சுந்தரம் அப்பா, “அந்த ராமன் கூட அவங்கப்பா கொடுத்த வாக்கை காப்பாத்த தான், நாட்டை விட்டு வெளியேறி காட்டுக்குப் போனாரு, ஆனா உம்புருசன், நண்பனுக்காக அவன் வாழ்க்கையைத் தொலைச்சிட்டு ஊரவிட்டு வெளியேறி இருக்கான்னா, அவன மாதிரி உத்தமன பாக்கமுடியாதும்மா” என பாத்திமாவுக்கு ஆறுதல் சொன்னார். அதிலிருந்து ரஹீமைத்

திட்டுவதை பாத்திமா நிறுத்திக் கொண்டாள். “அப்பபடிப்பட்ட சுந்தரம் அப்பாவுக்கு இப்படி ஒரு கதி ஏற்பட்டிருச்சே” என மனம் வருந்தியவள், தன் கணவனை துணைக்கு அழைத்துச் சென்ற அவரது நம்பிக்கையை எண்ணி பாத்திமா உள்ளம் நெகிழ்ந்தாள், “அல்லா அவருக்கு ஒரு குறையும் வைக்க மாட்டார், அவரு நல்லா இருக்கணும்” என மீண்டும் ஒரு முறை இறைவனை வேண்டினாள் கடையைத் திறக்க வீட்டுக்கு வெளியே வந்தாள். உச்சி வெயில் நட்டக்குத்தலாய் நின்று சதிராடியது.

சுப்புவின் ஜட்காவைப் பார்த்ததும், ரஹீம் சுறுசுறுப்பானவர். சுந்தரம் அருகில் சென்று அவரது தோளைத் தட்டி, “மாமூ..” என்று சத்தமாக அழைத்தார். ஆழ்ந்த தூக்கத்திலிருந்து கண் விழித்த சுந்தரம் சுற்றும் முற்றும் பார்த்து விட்டு, “இங்க எங்கப்பா வந்தோம்” என எல்லாவற்றையும் மறந்தவராகக் கேட்டார். “மாமூ மாப்பிள்ளையை தேடிட்டு வந்தது மறந்து போச்சா” என ரஹீம் ஞாபகப்படுத்தியதும், சுந்தரம் விசுக்கென மரத்திண்டிலிருந்து எழுந்து கொண்டார்.

சுப்பு, அருகில் வந்தவர்களிடம், “இன்னும் கோவிந்து வரலையா” என ஆச்சரியமாகக் கேட்டான். “இன்னும் வரலைங்க நீங்க அவர கூட்டிட்டு வர்றதா சொன்னீங்களே, என ரஹீம் எதிர்கேள்வி கேட்டதும், சுப்பு, பசுபதியக்கா வீட்டுக்கு இவர்களை அழைத்துச் சென்றால், கோவிந்தைப் பற்றி தவறாக நினைப்பார்களே, என யோசித்தார். “தினமும் தன்னைத் தேடி வரும் கோவிந்து இன்று ஏன் வந்து சேரவில்லை” என தனக்குள்ளேயே கேட்டுக் கொண்டார். பிறகு ஒரு முடிவுக்கு வந்தவராக, “நீங்க இங்கேயே இருங்க, நான் போய் கோவிந்த கூப்பிட்டுகிட்டு வர்றேன்” என சுப்பு சொல்லி முடிவதற்குள், ரஹீம், “நாங்களும் வர்றோம்” என்றார். சுப்புக்கு அவர்களை எளிதில் சமாளிக்க முடியாது என்று தோன்றியது.

லாடம் அடிக்கும் சத்தம் சுப்புவுக்கு கேட்டது. “இன்னக்கி லாடம் அடிக்கிற நாளு, இன்னக்கி விட்டா அடுத்த வாரம் தான் லாடக்காரரு வருவாரு” என சுப்பு சொல்லி நிறுத்தினான். சுந்தரம் சுப்புவின் முகத்தையே பார்த்தார். “ஒண்ணும் கவலப்படாதீங்க, குதிரய லாடத்துக்கு விட்டுட்டு, நான் சைக்கிள்ள போயி கோவிந்த கூட்டிகிட்டு வர்றேன்” என்று சுந்தரத்தைப் பார்த்துச் சொன்ன சுப்புவை, ரஹீமின் மனம் நம்ப மறுத்தது. “ஏன் ஏதாவது பிரச்னையா எனக்கும் ஒரு சைக்கிள எடுத்துக் கொடுங்க, மாமுவை ஏத்திகிட்டு பின்னாடியே வர்றேன்” என ரஹீம் பிடிவாதம் பிடித்தது, சுப்புக்கு எரிச்சலை ஏற்படுத்தியது. சுப்பு, லட்சுமி அருகில் சென்று நின்று கொண்டார். அவருக்கு என்ன செய்வது என்று புரியாத பொழுதுகளில் லட்சுமியின் அருகாமை ஆறுதலாக

இருக்கும். லட்சுமியின் முகப்பட்டத்தை நேர் செய்தார். கழுத்துச் சதையை தடவிக் கொடுத்தார். பிடரி முடியுடன் சேர்த்து முதுகை நீவிக் கொடுத்தார். அழுத்தமடைந்த சுப்புவின் மனம் இலகுவானது போலிருந்தது.

"இவன் ஏன் இப்படி குதிரையிடம் போய் நின்று கொண்டான், ஒரு வேளை கோபித்துக் கொண்டானா?" என்ற குழப்பத்துடன் சுந்தரமும், ரஹீமும் ஒருவரை ஒருவர் பார்த்துக் கொண்டனர். சுப்பு திரும்பி சுந்தரத்தைப் பார்த்தார். அவரது முகத்தில் அப்பிக் கிடந்த சோகம் சுப்புவிடம் அசைவை ஏற்படுத்தியது. "சரி ஜட்காவுல ஏறுங்க போயிட்டுவந்து லாடம் அடிச்சிக்கிறேன்" என்ற சுப்புவை நன்றியுடன் சுந்தரம் பார்த்தார்.

பசுபதியக்கா வீட்டை நோக்கி லட்சுமியைச் செலுத்திய சுப்பு, எதிரிலேயே கோவிந்து வந்து விட மாட்டானா என சாலையின் இரண்டு பக்கமும் கவனமாக பார்த்துக்கொண்டே போனார். ஜட்கா வண்டியில் முதன்முறை போகும் அனுபவத்தைக் கொண்டாடும் மன நிலையில் சுந்தரமும், ரஹீமும் இல்லை. ரஹீம் உள்ளேயும், சுந்தரம் வெளியே காலை கீழே தொங்கப் போட்டும் வண்டிக்குள் உட்கார்ந்திருந்தனர். ரஹீம் குதிரையைக் கவனித்துக் கொண்டே வந்தான். குதிரைக்கு பக்கவாட்டில் அதன் நிழல் கறுப்பாய் சாலையில் ஓடி வருவதையும், அதன் தலைக் குஞ்சரம் குதிப்பதையும் காண ரஹீமுக்கு வேடிக்கையாக இருந்தது.

தெரு நிறைய ஆட்கள் நடந்து கொண்டிருந்தார்கள். பற்றி எரிந்த பங்குனி மாத வெயிலை தலையில் சுமந்தும், காலில் மிதித்தும் போய்க் கொண்டிருந்த மனிதர்கள் கோடைக்கு நேர்த்திக் கடன் செலுத்துவது போலிருந்தது. அவர்களுக்கு மத்தியில் கோவிந்தும் போய்க் கொண்டிருந்தான். அவன் போட்டிருந்த புதுச் சட்டை மணத்துடன் பசுபதியின் அன்பும் உடன் வந்து கொண்டிருந்தது. பசுபதி, சசிக்கும் சேர்த்து புதுச்சேலை எடுத்து இருந்தாள். அவள் கொடுத்த பையில், மஞ்சள் பார்டருடன் கூடிய பச்சை நிறச் சேலை இருந்தது. அந்த நிறங்களில் ஆன சேலை, சசியின் உடம்புக்கு பாந்தமாக இருக்கும். சசியை பார்க்காமலேயே, அவளுக்கேற்ற சேலையை எடுத்துக் கொடுத்த பசுபதி, “மறக்காம சேலைய மருமகளுக்கு கொண்டு போய்க் கொடு” எனக் கூறியதும், கோவிந்து மீண்டும் தன் தாய் ஈஸ்வரியைத்தான் நினைத்துக் கொண்டான். பசுபதிக்குத் தான் எவ்வளவு பெரிய மனசு! அன்பும் ஈகையும் தவிர அவளிடம் வேறு எதுவுமே இல்லை. கோவிந்து வீட்டு படியிறங்கும் போது, “ஒரு வாட்டி சசியைக் கூட்டிக்கிட்டு வா கோவிந்து” என பசுபதி நீர் நிறைந்த கண்களுடன் கூறினாள். கோவிந்து முட்டிக் கொண்டு வந்த அழுகையை கீழுதட்டைக் கடித்து அடக்கிக்கொண்டான். ராசாத்தி, பானுமதி, விடிவெள்ளி எல்லோரும் வாசலுக்கு வந்து விட்டார்கள். நேத்ரா மட்டும் வரவில்லை. அவள் கடைசியாக “என்னை மறந்திட மாட்டீங்கில்ல” என்று சொன்ன வார்த்தைகள் கோவிந்தின் அடிமனதில் தேங்கி நின்றது.

கோவிந்தின் கால்கள் ரயில்வே ஸ்டேசனை நோக்கி நடந்து கொண்டிருந்தது. தான் போகும்போது சுப்பு தனக்காக ஸ்டேசனில் காத்திருக்க வேண்டும் என கோவிந்து விரும்பினான். ஒருவேளை சுப்புவை சந்திக்காமல், இந்த ஊருக்குள் தான் நுழைந்திருந்தால் என்ன கதிக்கு ஆளாகியிருப்போமோ என ஒரு கணம் யோசித்த கோவிந்து, நல்லவேளை என மலைக் கோவில் முருகனுக்கு நன்றி சொன்னான். சுப்புவின் மூலம் தனக்கு கிடைத்த அற்புதமான உறவுகளை கோவிந்து வரிசைப்படுத்தி பார்த்தான். அவனுக்காக, அம்மா ஈஸ்வரியைத் தேடி கண்டுபிடிக்கும் முயற்சியில் இறங்கி இருக்கும் ருக்குமணியக்காள் கோவிந்தின் நினைவுக்கு வந்தாள்,

தான் ஊருக்குத் திரும்ப போகும் தகவலை மறக்காமல் சுப்பு மூலம் ருக்குமணியக்காளுக்கு தெரியப்படுத்த வேண்டும். ருக்குமணியக்காள் அம்மாவைப் பற்றிக் கேட்டால் அவள் கிடைத்து விட்டதாக சுப்புவின் மூலம் சொல்லச் சொல்ல வேண்டும்.

காந்தி மார்க்கெட்டை கடக்கும் பொழுது வெயில் படமெடுத்து ஆடும் பாம்பின் கண்களைப் போல பளபளப்புடன் பார்வையை கூசச் செய்தது. சாலையோரத்தில் பாரியான உடம்புடன் ஒரு அம்மாள் வளையல் கடையை பரப்பி இருந்தாள். முந்திச் சேலையை வளைத்து தலைக்கு முக்காடு போட்டிருந்தாள். பல வண்ணங்களின் கலவைகளில் கண்ணாடி வளையல்கள் கண் சிமிட்டின. சசிக்கு கண்ணாடி வளையல்கள் என்றால் அவ்வளவு பிரியம். கோவிந்து, வளையக்காரம்மா அருகில் போனான். அவள் சிரிப்புடன் அவனை வரவேற்றாள். பற்கள் இருந்ததற்கு அடையாளமாக ஒரே ஒரு மேற்பல் மட்டும் முன்புறம் நீட்டிக் கொண்டிருந்தது.

கோவிந்து நீலம் மற்றும் சிவப்பு நிற வளையல்களில் தலா அரை டஜன் கேட்டான். அளவு தெரியுமா? என வளையக்காரம்மா கேட்டதும், அவன் சற்றும் யோசிக்காமல், சசியின் கை அளவுக்கு ஏற்ற வளையலை தேர்வு செய்து கொடுத்தான்.

"உம்பொண்டாட்டி ரொம்ப குடுத்து வெச்சவ" என வளையக்காரம்மா மீண்டும் முன்பல் தெரிய சிரித்தாள். கண்ணாடிக் காகிதத்தில் வளையல்களை வைத்து அதன் மீது நியூஸ் பேப்பரை மடித்து பத்திரமாக சுருட்டி கோவிந்தின் கையில் கொடுத்தாள். கோவிந்து பேரம் பேசாமல் அவள் கேட்ட காசைக் கொடுத்தான். அவள், "பொண்டாட்டி புள்ளைகளோட மகராசனா இருப்பா" என இரு கைகளையும் உயர்த்தி வாழ்த்தினாள்.

கோவிந்து பஸ் ஸ்டாண்டைக் கடந்து இடது பக்கம் ரயிலடிச் சாலைக்கு திரும்புகையில், சுப்புவின் ஜட்கா எதிரே வந்து கொண்டிருந்தது. சுப்புவின் அருகில் உட்கார்ந்திருந்த ரஹீம் பாயைப் பார்த்ததும் கோவிந்து திகைத்துப் போனான். அண்ணே.. என்ற கோவிந்தின் குரலை அடையாளம் கண்டு கொண்ட சுப்பு, குரல் வந்த திசையில் கோவிந்தை தேடினான். மொட்டையாண்டியாக நின்ற கோவிந்தை அவனால் கண்டுபிடிக்க முடியவில்லை. ஆனால் ரஹீம் அங்கு நிற்பது கோவிந்து என்பதை சட்டென

தெரிந்துகொண்டார். “வண்டியை நிறுத்தப்பா” என்ற ரஹீம், வண்டிக்குள் திரும்பி சுந்தரத்தைப் பார்த்து, “மாமு உங்க மாப்பிள்ளை கெடச்சிட்டாருல்ல” என குதூகலம் கொப்பளிக்க அவர் எழுப்பிய குரலில், சாலையில் போனவர்கள் சற்று நின்று பார்த்து விட்டுப் போனார்கள். ஓரம் கட்டி நின்ற வண்டியிலிருந்து தட்டுத் தடுமாறி கீழே இறங்கிய சுந்தரத்தை சாலையை நிறைத்திருந்த வெயில் ஒரு தாயைப் போல் தாங்கிக்கொண்டது. கோவிந்தின் கோலத்தைப் பார்த்த சுந்தரத்திற்கு அழுகை குமுறிக் கொண்டு வந்தது. மேல் துண்டால் வாயை மூடிக்கொண்டு, கோவிந்துவை அருகில் வருமாறு சுந்தரம் கையசைத்தார். பெற்ற தகப்பனைப் போல பாசம் வைத்த சுந்தரத்தை என்ன வார்த்தைகளால் சமாதானப்படுத்துவது எனத் தெரியாமல், கோவிந்து அவர் அருகில் சென்றான். ஒருவரை ஒருவர் பார்த்துக் கொண்டார்களே அன்றி ஒரு வார்த்தையும் பேசிக் கொள்ளவில்லை.

~67~

ரயில் கிளம்பும் போது, ஜன்னல் அருகே வந்த சுப்பு, "இந்தாடா தம்பி இத வச்சுக்க" என பத்து ரூபாய் தாளை, கோவிந்திடம் திணித்தார். "அண்ணே எதுக்குண்ணே இது" என்ற கோவிந்தின் குரல் உடைந்திருந்தது. "ஒண்ணுமில்ல, நல்லா இரு, ஒரு தடவ ஓம் பொஞ்சாதியக் கூட்டிக்கிட்டு வா" என சுப்பு சொல்லிக் கொண்டிருக்கும் போதே ரயில் வேகம் பிடித்திருந்தது. சுந்தரமும், ரஹீமும் ஒருவரை ஒருவர் பார்த்துக் கொண்டனர். எளிதில் எல்லோரின் அன்புக்கும் ஆட்பட்டு விடும் கோவிந்து, தன் மகள் சசியை விட்டு ஓடி வந்திருக்கிறான் என்றால், கண்டிப்பாக அது தாள முடியாத மன அழுத்தமாகத்தான் இருந்திருக்கும் என யோசித்த சுந்தரம், தூரத்தில் விலகிச் செல்லும் முருகன் மலையைப் பார்த்து, "இந்த மட்டுக்காவது எம்புள்ளைகளை காப்பாத்தினாயே முருகா" என கன்னத்தில் போட்டுக் கொண்டார்.

எதிரில், இன்னொரு ரயில், நிறையப் பயணிகளுடன் கடந்து கொண்டிருந்தது. இந்த ரயிலிலும் வீட்டை விட்டு ஓடி வந்தவர்கள் இருப்பார்கள். வீட்டை விட்டு வெளியேறுவது அவ்வளவு எளிதான காரியம் அல்ல, எந்த மனிதனும் தான் வாழ்ந்த வாழ்க்கையை இழக்க விரும்ப மாட்டான். அதுவும் அவனை நம்பி வாழும் வயதான பெற்றோரையோ, மனைவியையோ, மக்களையோ விட்டுச் செல்வது சாதாரண விஷயம் அல்ல. இதற்கு மத்தியில் மனிதர்கள் ஓடுகிறார்கள் என்றால் அது தப்பித்தலின் பொருட்டே. தற்கொலை செய்து கொள்வதைப் போல அதற்கு முன் பின் யோசனைகள் இருக்க முடியாது; திட்டமிட்ட பயண திசைகளும் இருக்க முடியாது.

இப்படிப் போனவர்கள், வீட்டுக்கு திரும்பி வர நினைத்தாலும் அது முடியாமல் போவதும் உண்டு. ஒன்றிலிருந்து தப்பிக்க ஓட ஆரம்பிப்பவர்கள், அதைக்காட்டிலும் மோசமான ஒன்றில் மாட்டிக் கொண்டு வாழ்நாள் முழுக்க தவிப்பதும் உண்டு. அரிதாக ஓடிப்போகும் ஒன்றிரண்டு பேர் வாழ்க்கையில் பெறும் முன்னேற்றத்தைச் சந்திப்பதும் உண்டு. என்ன நடக்கும்? எப்படி நடக்கும்? யாராலும் கணிக்க முடியாது. அடிக்கும் காற்றில் அல்லாடும் காகிதத்தைப் போல, வாழ்க்கை அதன் முடிவை நெருங்கும்வரை அலைந்து திரிந்திருக்கும்.

மாலைப் பொழுது நெருங்குவதற்குள் ரயில் ஊர் போய்ச் சேர்ந்து விடும். கிழக்கு நோக்கிப் போகும் ரயிலில் கோவிந்து மேற்கு பார்த்து ஜன்னலோரம் அமர்ந்திருந்தான். இரண்டு மலை சேரும் மடுவுக்கு மேலே சிவப்புப் பந்தாய் சூரியன் மிதந்து கொண்டிருந்தது. சசியின் முகத்தை எப்படிப் பார்ப்பது? அவளுடன் பழைய வாழ்க்கையை எப்பொழுதும் போல எப்படி மேற்கொள்வது என்ற குழப்பத்தில் கோவிந்து ஆழ்ந்திருந்தான். எப்படியிருந்தாலும், இருவரும் சேர்ந்து வாழ்ந்த வீட்டில் திரும்பவும் இனி வாழ முடியாது. வீட்டை மாற்ற வேண்டும் என நினைத்தவனுக்கு அந்த ஊரில் மீண்டும் வாழ முடியுமா என்ற சந்தேகமும் ஏற்பட்டது. சூரியன் மடுவுக்கு மேலே இறங்க ஆரம்பித்தது. அதைச் சுற்றியிருந்த வானம் சற்று நேரத்தில் வரவிருக்கும் இரவை வரவேற்கும் விதமாய் சிவப்புக் கம்பளம் விரித்திருந்தது. திருமணத்தின் பொழுது சிறு பெண்ணாக கைப்பிடித்த சசியின் பால் வழியும் முகத்தை, கோவிந்து ஞாபகத்திற்கு கொண்டு வந்தான். அவளை விட்டுப் பிரிந்து நீண்ட நாட்களானது போலிருந்தது. புதிதாக அவளைப் பெண் பார்க்க போன போது இருந்த படபடப்பு இப்பொழுதும் பற்றிக்கொண்டது.

~68~

அந்த மட்ட மத்தியான நேரத்தில், "அய்யய்யோ, எம்புள்ள கெணத்தில விழுந்துட்டாளே யாராவது வந்து காப்பாத்துங்களேன்" என கோமதி அலறிய சத்தம் கேட்டு, வீட்டுக்குள்ளிருந்த பெருசுகள் தான் முதலில் வெளியே வந்தனர். "எளவட்ட பையங்க யாருமில்லையா" என கோமதி கேட்டுக் கொண்டிருந்த போதே பாத்திமா வீட்டுக்குள் வந்து விட்டாள். அவளைத் தொடர்ந்து பக்கத்து வீட்டுப் பெண்களும் ஓடி வந்தனர். நிலைமையைப் புரிந்து கொண்ட பாத்திமா, கோமதியிடம் எதுவும் கேட்காமல், கிணற்றடிக்கு ஓடினாள்.

கிணற்றில் உள்ளே எட்டிப் பார்த்தவளுக்கு, சசியின் தலை நீரில் அமிழ்வது நன்கு தெரிந்தது, யோசிக்க நேரமில்லை. சீந்து வாளியை, கயிற்றிலிருந்து விடுவித்த பாத்திமா, கயிற்றைப் பிடித்துக் கொண்டு கிணற்றுக்குள் இறங்கினாள். அவளது பாரம் தாங்காமல், கயிறு கற்றியிருந்த இரும்பு உருளை கிறீச்கிறிச் என சத்தம் எழுப்பியது. அதற்குள் கிணற்றைச்சுற்றி பெண்கள் வந்து சேர்ந்தனர், உருளையில் தொங்கிக் கொண்டிருந்த ஒரு பக்க கயிறை இழுத்துப் பிடித்துக் கொண்டனர்.

பாத்திமா, நீருக்குள் அமிழ்ந்திருந்த சசியின் தலை முடியைப் பிடித்து நீருக்கு வெளியே இழுத்துக் கொண்டு வந்தாள். மேலே நின்றிருந்த பெண்களிடம், "குறுக்க பலகையை கட்டி கயித்தை இறக்குங்க" என அவசரப்படுத்தினாள். கோமதி வீட்டு உத்தரத்தில் மாட்டியிருந்த சரபலகையை கொண்டு வந்தாள். பலகையின் இரண்டு பக்கமும் கயிற்றைக் கட்டி பெண்கள், கிணற்றுக்குள் இறக்கினர். சசியைத் தூக்கி பலகையின் குறுக்கே போட்ட பாத்திமா, மேலே இழுக்குமாறு பெண்களுக்கு உத்தரவிட்டாள். இரண்டு பக்கமும் நின்று பெண்கள் இழுத்ததில் சசி கிணற்றுக்கு மேலே வந்து விட்டாள். சசியைத் தூக்கி கிணற்றுக்கு அருகே மல்லாக்க படுக்க வைத்த பெண்களில், வயதில் மூத்தவள், சசியின் வயிற்றை பலம் கொண்ட மட்டும் அமுக்கி தண்ணீரை வெளியேற்றினாள். மற்ற பெண்கள், மீண்டும் பலகையை, பாத்திமாவுக்காக கிணற்றில் இறக்கினர்.

"அய்யோ... அம்மா அந்த ஆறு குதிர காளியாத்தாளே நேருல வந்த மாதிரி, சரியான நேரத்துல எங்கொலதெய்வத்த

காப்பாத்திட்டியேடி அம்மா" என பாத்திமாவைக் கட்டிக் கொண்டு, கோமதி அழுதாள். சசி அரை மயக்கத்தில் திண்ணையில் படுத்திருந்தாள். "கொஞ்சம் காத்து வரட்டும் வெலகி நில்லுங்க" என சுற்றியிருந்த பெண்களை நகட்டிய காய்கறிக்கார கெழவி, "ஒண்ணும் கவலப்படாதே கோமதி, இன்னஞ்சித்த நேரத்துல கண்ணு முழிச்சிருவா, சூடா சுக்குக் காப்பி போட்டுக் கொடு" என்றவாறே "வாங்கடி போகலாம்" என பெண்களை அழைத்துக் கொண்டு வீட்டை விட்டு வெளியேறினாள்.

திண்ணையில் உட்கார்ந்த பாத்திமா, சசியின் தலையைத் தூக்கி தன் மடியில் வைத்துக்கொண்டாள். காய்ந்த கொடிபோல துவண்டு கிடக்கும் சசியைப் பார்க்க பாத்திமாவுக்கு மனம் பொறுக்கவில்லை. "ரதியாட்டம் இருந்த பொண்ணு இப்படி ஆயிட்டாளே.." என வெதும்பினாள். கோமதி சுக்குத் தண்ணி வைக்க அடுப்பங்கரை போயிருந்தாள். பாத்திமா, சசியின் கன்னத்தை தட்டிக் கொடுத்ததும், கண் விழித்த சசி, "அக்கா.." என ஈனஸ்வரத்தில் அழைத்தாள். பாத்திமாவுக்கு அழுகை பொங்கிக் கொண்டு வந்தது. "ஒன்னுமில்லடா கண்ணு, ஒனக்கு ஒன்னும் ஆகல. நல்லா இருக்கடா ராசாத்தி" என ஆறுதல் படுத்தியவளிடம், "ஏங்க்கா அவரு கெடச்சிருவாருல்ல" என சசி கேட்டாள். பாத்திமா, "கண்டிப்பாடா கண்ணு அவரு ஒன்னயை விட்டு எங்க போகப் போறாரு, அப்பாவோட அக்குபரு அத்தாவும் போயிருக்காக, எந்த மூலைல இருந்தாலும் அவர ஒங்கிட்ட கொண்டாந்துருவாக, நீ மட்டும் கவலப்படாம இரு" என நம்பிக்கையாகச் சொன்னதும், சசி எழுந்து உட்கார்ந்து கொண்டாள். கோமதி கொடுத்த சுக்குக் காப்பியை வாங்கிய பாத்திமா, சசிக்கு ஒவ்வொரு வாயாக ஊட்டினாள். இதையெல்லாம் காண பொறுக்காமல் கூரையை விட்டு இறங்கிய வெயில் வாசல் முகட்டு நிழலை முக்காடு போட்டுக்கொண்டு வீட்டை விட்டு அரவமின்றி வெளியேறியது.

~௬௧~

சுந்தரம், ஆறு குதிரை காளியம்மன் கோவிலுக்குள் கோவிந்தை அழைத்துச் சென்றார். அம்மனுக்கு இராக்கால பூஜை நடந்து கொண்டிருந்தது. சிவப்புச் சேலை சாற்றி எலுமிச்சை மாலையுடன் காட்சி தந்த அம்மன் மீது, பூசாரி சூட வெளிச்சம் காட்டியதும் சிலைக்கு உயிர் வந்தது போல சுந்தரம் உணர்ந்தார். கோவிந்துக்கு அம்மனைப் பார்க்கையில் பசுபதியின் ஞாபகம்தான் வந்தது. அம்மா என்று அம்மனைப் பார்த்து அவன் அழைத்த போது, அங்கே பசுபதிதான் சிரித்துக்கொண்டு நின்றாள். அவனது அம்மா ஈஸ்வரி கண்ணுக்குத் தெரியாமல் மறைந்து போனாள்.

கோவிலுக்கு வெளியே ரஹீமால் காத்திருக்க முடியவில்லை, சுந்தரத்தின் வீட்டை நோக்கி வேகமாய்ப் போனார். வீட்டுக்குள் மாமீ..மாமீ.. என்றழைத்தவாறே உள்ளே நுழைந்த ரஹீம் பாயின் முகத்தை ஆவலுடன் சசி பார்த்தாள். “மாமா மாப்பிள்ளையோட வந்துகிட்டு இருக்காரு” என ரஹீம் கூறியதும், சசி தாங்க முடியாத அழுகையுடனும் வெட்கத்துடனும் கொல்லைப்புறம் நோக்கி ஓடினாள். கோமதி, “அட அய்யா..சாமி.. நல்ல சேதி கொண்டு வந்தியே அப்பா.. நீ புள்ளகுட்டிகளோட தீர்க்காயுசா இருக்கணும்” என வாழ்த்தினாள். சசி முகம் கழுவி அறைக்குள் சென்றவள், கட்டியிருந்த சேலையை சீராக ஒழுங்குபடுத்திக் கொண்டாள். தலையை வாரி, நடுநெற்றியில் திலகமிட்டுக் கொண்டாள். பிறகு வடக்குப் பார்த்த ஜன்னல் வழியாக வானத்தைப் பார்த்தாள். இறைந்து கிடந்த ஏராளமான நட்சத்திரங்களுக்கு நடுவில் ஒரு நட்சத்திரம் மட்டும் பெரிதாய் பிரகாசமாக ஒளி வீசியது.

அறைக்கு வெளியே அப்பா வீட்டுக்குள் வரும் காலடிச் சத்தம் கேட்டது. அவருக்கு பின்னே சத்தமின்றி வரும் கோவிந்தின் வாசத்தை சசியால் நுகர முடிந்தது. அவளது உள்ளம் படபடத்தது. ஜன்னலை விட்டு திரும்பாமல், கம்பிகளை கெட்டியாக பிடித்துக் கொண்டவளுக்கு பின்புறம் கோவிந்து வந்து நின்றான். அவன் எதுவும் பேசவில்லை. அவனுடைய அமைதி, மிதமிஞ்சிய ஆர்வத்துடன் அவளைப் பேச சொல்லி அழைத்துக்கொண்டு இருந்தது. சசி பட்டென திரும்பியவள் பெரும் கேவலுடன்

கோவிந்தை இறுக அணைத்துக்கொண்டாள். கோவிந்து அவளது அணைப்பில், தொலைந்து போய் திரும்பி வந்த குழந்தையாய் தன்னை உணர்ந்தான். ஜன்னல் வழியே அறைக்குள் எட்டிப்பார்த்த அந்தப் பெரிய நட்சத்திரம் கோவிந்தையும் சசியையும் பார்த்து புன்னகைத்தது.

- முற்றும் -